பூச்சி

தொகுதி — 2

பூச்சி

தொகுதி – 2

சாரு நிவேதிதா

Title: Poochi - 2
Author's Name: Charu Nivedita
Copyright © Charu Nivedita2023
Published by Ezutthu Prachuram

Ezutthu Prachuram
(An imprint of Zero Degree Publishing)
No. 55(7), R Block, 6th Avenue,
Anna Nagar,
Chennai - 600 040

Website: www.zerodegreepublishing.com
E Mail id: zerodegreepublishing@gmail.com
Phone: 89250 61999

Ezutthu Prachuram First Edition: February2023
ISBN: 978-93-90053-50-6
TITLE NO EP: 419

Rs. 290/-

Cover Design: Santhosh Narayanan
Layout: Vijayan, Creative Studio
Printed at Clictoprint, Chennai, India

to

shree who, for the first time, held me afloat in the
unconditionality of love…

பூச்சி என்ற இந்தத் தொடர் மார்ச் 22, 2020இலிருந்து அக்டோபர் 20, 2020 வரை என்னுடைய இணையதளத்தில் (charunivedita.online) அநேகமாக தினமும் வெளிவந்தது. அதில் மார்ச் 22இலிருந்து ஏப்ரல் 26 வரை எழுதப்பட்ட பதிவுகள் பூச்சி முதல் தொகுதியாக நூல் வடிவில் வந்துள்ளன. இந்த இரண்டாம் தொகுதி ஏப்ரல் 27இலிருந்து மே 23, 2020 வரை எழுதப்பட்ட பதிவுகள்.

1

புவி என் நெடுநாள் தோழி. சமீபத்திய என் பூச்சி பதிவுகளைப் படித்து விட்டு அவர், "இப்போது நீங்கள் மிகவும் மென்மையாகி விட்டீர்கள். ரெண்டு பத்திகளைத் தாண்டிய பிறகுதான் நீங்கள் அவரைப் பாராட்டவில்லை, விமர்சிக்கிறீர்கள் என்றே தெரிய வருகிறது. முன்பெல்லாம் முதல் வாக்கியத்திலேயே சொருகி எடுத்தால் குடல் வெளியே சரிந்து விடும். அதோடும் விடாமல் அந்தக் குடலை எடுத்து மாலையாகப் போட்டுக் கொண்டு ஒரு ருத்ர தாண்டவம் வேறு. பார்க்க ஜோராக இருக்கும். அந்த சாரு இப்போது இல்லை. அது எனக்குத் தனிப்பட்ட முறையில் வருத்தம்தான்" என்றார். அப்படியே அவர் அனுப்பின மெஸேஜை மேற்கோள் காட்டுவது என்றால், "You have toned down a lot... which personally I don't like but I think that's good for others." ஒன்றுமில்லை. மற்றவர்கள் நான் கனிந்து விட்டதாகச் சொல்லி திட்டு வாங்கிக் கொண்டிருப்பதால் அம்மணி நைஸாக toned down என்று ஆங்கிலத்தில் சொல்லித் தப்பித்துக் கொண்டார்.

சரி, இத்தனை நாள் சொல்ல வேண்டாம் என்று இருந்தேன். இப்போது சந்தர்ப்பம் வந்து விட்டதால் இனிமேலும்

சொல்லாமல் இருக்க முடியாது. ஆனால் இப்போது சொல்வது தவறாகவும் இருக்கலாம். எப்படியென்றால், ஒரு ஜோதிட அறிஞர் என் வாழ்க்கையின் முக்காலத்தையும் கணித்தார். அதில் இரண்டு காலமும் மிகச் சரியாக இருந்தது. எதிர்காலம் இனிமேல்தான் தெரியும். ஆனால் கடந்ததும் நடப்பதும் அப்படி அப்படியே. பிரமித்தேன். உடனே ஜோதிடம் என்பது முழுக்க முழுக்க சரியாக இருக்கும் என்றும் சொல்லி விட முடியாது என்றார். என் வாழ்க்கையை அப்படி அப்படியே புட்டுப் புட்டு வைத்து விட்டு இப்போது ஏன் இப்படிச் சொல்கிறீர்கள் என்று கேட்டேன். அதற்கு அவர் மஹாபாரதத்திலிருந்து ஒரு கதை சொன்னார். பாண்டவர்களில் கடைக்குட்டி சகாதேவன் ஒரு ஞானி. எல்லாம் தெரிந்தவன். அதனாலேயே பிரஹஸ்பதி என அழைக்கப்பட்டவன். (பிரஹஸ்பதி கடவுளருக்கே ஆசானாக விளங்கியவர்.) சகாதேவன் ஜோதிட சாஸ்திரத்தைக் கரைத்துக் குடித்தவன். அவனுக்கு அதில் தெரியாததே இல்லை. பன்னிரண்டு ஆண்டு வனவாசமும் ஓர் ஆண்டு அஞ்ஞாதவாசமும் முடிந்து பாண்டவர்கள் துரியோதனனிடம் கிருஷ்ணரைத் தூது அனுப்புகிறார்கள். பேசினபடி ராஜ்ஜியத்தைக் கொடுத்து விடுகிறாயா அல்லது போரில் முடிவு செய்யலாமா? சகாதேவன் தன்னுடைய ஜோதிட ஞானத்தின் அடிப்படையில் போர் வரப் போவதை அறிந்து கிருஷ்ணனிடம் ஒரு வரம் கேட்கிறான்.

குந்தியின் ஐந்து புதல்வர்களும் போரில் வெல்ல வேண்டும்.

நன்கு யோசித்து வரத்தை சரியாகக் கேள் என்கிறான் கிருஷ்ணன். கொஞ்சம் யோசித்த சகாதேவன் குந்தியின் ஐந்து புதல்வர்களின் உயிருக்கும் ஹானி ஏற்படாமல் போரில் வெல்ல வேண்டும் என்கிறான். வரத்தைக் கொடுத்து விட்டுப் போய் விடுகிறான் கிருஷ்ணன். வரத்தை சரியாகக் கேள் என்று சொல்லியும் சகாதேவனுக்குக் கேட்கத் தெரியவில்லை. குந்தியின் புதல்வர்களின் உயிருக்கு ஹானி ஏற்படக் கூடாது என்று கேட்டிருந்தால் கர்ணன் பிழைத்திருப்பானே? ஆனால் வரம் கேட்ட போது குந்திக்கு இன்னொரு மகனும் இருக்கிறான் என்று சகாதேவனுக்குத் தெரியாது.

போரில் கர்ணன் இறந்ததும் குந்தி துயரம் கொள்கிறாள். பாண்டவர்களும் இதுவரை தெரிய வராத தங்கள் சகோதரனின் மரணத்துக்காகத் துயருறுகிறார்கள். அப்போது சகாதேவன் தன்னுடைய ஒரு வார்த்தையினால் கர்ணன் இறந்து விட்டானே என நினைக்கிறான். "குந்தியின் ஐந்து புதல்வர்களும்' என்று ஏன் சொன்னோம்? குந்தியின் புதல்வர்கள் என்று கேட்டிருந்தால் இந்நேரம் கர்ணன் பிழைத்திருப்பானே? இது நமக்குத் தெரியாமல் போயிற்றே? நாம் கரை கண்ட ஜோதிடம் உதவிக்கு வரவில்லையே?" என்று வருந்தி தன்னிடம் இருந்த அத்தனை ஜோதிட சாஸ்திர சுவடிகளையெல்லாம் தீயிட்டுக் கொளுத்தி விட்டான்.

சகாதேவனுக்கே இப்படியென்றால், நானெல்லாம் எம்மாத்திரம்? அதனால் சொல்வது தவறாகவும் இருக்கலாம். ஏழெட்டு ஆண்டுகளாக ரத்த அழுத்தத்துக்கு சர்ப்பகந்தா என்ற மூலிகையைச் சாப்பிட்டு வருகிறேன். இது ஸ்கீஸோஃப்ரீனியா என்ற மனநோய்க்கும் அதீத ரத்த அழுத்தத்துக்கும் நல்ல மருந்து. எனக்கு ஸ்கீஸோ இல்லையென்றாலும் ரத்த அழுத்தம் அதிகம் உண்டு. அதனால்தான் முன்பு ரௌத்திரம், இப்போது சாந்தம். வெறுமனே ஒரு இலை பண்ணுகிற வேலை. அவ்வளவுதான்.

புவி வேறொரு மெசேஜ் அனுப்பியிருந்தார். அதற்குள் செல்வதற்கு முன் ஒரு சம்பவம். உங்கள் முன் கடவுள் தோன்றி வரம் தருகிறேன் என்று சொன்னால் என்ன கேட்பீர்கள் என்று கேட்டார் சீனி. ஒரு ரெமி மார்ட்டின் பாட்டில் கேட்பேன் என்றேன். ஏனென்றால், அப்போதைய தேவை ஒரு ரெமி மார்ட்டின் பாட்டிலாக இருந்தது. அவ்வளவுதான். என்னால் ரொம்பவும் முன்னோக்கியெல்லாம் சிந்திக்கத் தெரியாது. இப்போது பாருங்கள். என் நண்பர் ஒருவரிடம் "இப்படி லாக் டவுனாக இருக்கிறதே, சரக்குக்கு என்ன பண்ணுகிறீர்கள்?" என்று அக்கறையுடன் கேட்டேன். கேட்டிருக்கவே வேண்டாம். ஏனென்றால், 2022 ஆகஸ்டுக்கான திட்டத்தையே இப்போது வைத்திருப்பார். இன்னும் ஐந்து மாதத்துக்கான சரக்கை

வாங்கி ஸ்டாக் செய்திருக்கிறேன் என்றார். "எப்படி, அந்த டெக்னிக்கை மட்டும் சொல்லுங்கள்" என்றேன். ஏனென்றால், சரக்கு வேண்டாம் என்றாலும் பிற சாதனங்களுக்கு அந்த டெக்னிக்கைப் பயன்படுத்திக் கொள்ளலாம் அல்லவா? "டெக்னிக்கும் இல்லை, மண்ணாங்கட்டியும் இல்லை. கொரோனாவுக்கு சமூக விலகல்தான் ஒரே தீர்வு என்று தெரிந்து விட்டது. அப்புறம் என்ன? கொஞ்சம் கொஞ்சமாக அதைத்தான் செய்யப் போகிறார்கள் என்று யூகித்து மொத்தம் ஆறு மாதத்துக்கான சரக்கை வாங்கி ரெடி பண்ணி விட்டேன்." நல்லவேளை, சரக்குக்கு ஒன்றும் ரேஷன் இல்லை. எலீட்டுக்குப் போனால் அள்ளிக் கொண்டு வரலாம். என்னென்ன அள்ளினீர்கள் என்று கேட்கவில்லை. கேட்டால் பொறாமையாக இருக்கும். எதற்கு?

கடவுள் வரம் கொடுப்பது மாதிரி புவி ஒரு மெஸேஜ் அனுப்பினார். இதோ:

Dearest Charu,

கடந்த பத்து ஆண்டுகளாக நான் உங்களை வாசித்துக் கொண்டு வருகிறேன். இந்தப் பத்து ஆண்டுகளில் ஒருபோதும் நீங்கள் உங்களுடைய கொண்டாட்டமான எழுத்தினால் என்னை ஆச்சரியப்படாமல் இருக்கச் செய்ததில்லை. இருபது வயது இளைஞன் கூட உங்களோடு போட்டி போட முடியாது.

இப்போது நீங்கள் எழுதி வரும் பூச்சி படிக்கும் போது இன்னும் உங்களிடம் நூறு வருஷத்துக்கான சரக்கு இருக்கிறது என்று புரிகிறது. அதை எல்லாம் எப்போதுதான் எழுதி முடிக்கப் போகிறீர்கள்! படிக்கும் எனக்கே அப்பாடா என்று இருக்கிறது. இது அத்தனையும் வாசித்து, சேகரித்து, எழுதுகின்ற உங்களுக்கு எப்படி இருக்கும்! *You are a boon and a blessing to us.* உங்கள் அளவுக்கு இனிமேல் யாராலும் எழுத முடியும் என்று எனக்குத் தோணலை. உங்க சிஷ்யர்கள் என்று சொல்கிறவர்களிடம் கூட உங்களின் *style of writing* இருக்குமே தவிர உங்க *content and information* அவங்களால் கொடுக்க முடியுமா, தெரியவில்லை. உங்கள் அளவுக்கு வாசிப்பை யாராலும் பண்ண முடியும்

என்றும் தோணலை. *We are so blessed to have lived in the same time period as yours. Thank You and Thank You.*

இதில் என்ன வரம் இருக்கிறது? இருக்கிறது. அடுத்து வந்த மெஸேஜில் உங்களுக்கு என்ன வேண்டும், கேளுங்கள், அனுப்பித் தருகிறேன் என்றார். என்ன கேட்டிருப்பேன் என்று நினைக்கிறீர்கள்? ஒருமுறை ஒரு பெரியவர் என்னிடம் ஒரு ப்ளாங்க் செக் கொடுத்து எவ்வளவு வேண்டுமானாலும் போட்டு நிரப்பி எடுத்துக் கொள்ளுங்கள் என்று கொடுத்தார். பெரும் பணக்காரர். கற்பனை என்று நினைக்காதீர்கள். என் வாழ்வில் நடக்கும் பல சம்பவங்கள் கற்பனையை விட நம்ப முடியாததாக இருக்கும். அதையெல்லாம் உடனிருந்து பார்த்தவர் சீனி. அந்த ப்ளாங்க் செக்கை ரொம்ப பத்திரமாக வைத்திருந்தேன். எனக்கு அப்போது ஒரு கோடி ரூபாய் தேவையாக இருந்தது. எல்லாம் இந்தத் தென்னமெரிக்க நாடுகளைச் சுற்றிப் பார்க்கத்தான். சீலேவை நன்கு சுற்ற வேண்டும். அர்ஜெண்டினா. ப்ரஸீல். உருகுவாய். இல்லையா பின்னே? நீங்களே சொல்லுங்கள், ஆர்மோனியா சோமர்ஸ் வாழ்ந்த உருகுவாயைப் பார்க்க வேண்டுமா வேண்டாமா? அப்புறம் மத்திய அமெரிக்காவில் பல நாடுகள். முதலில் மெக்ஸிகோ. எல் ஸால்வதோர். கூபா. தொமினிகன் ரிபப்ளிக். இப்படி ஏராளமான நாடுகள். எப்படியும் ஒரு கோடி தேவை. ஆனால் நம் எழுத்தை ரசித்து, நம்மையும் மதித்து ஒரு மனுஷர் ஒரு ப்ளாங்க் செக்கைக் கொடுத்தால் அதில் ஒரு கோடியை எழுதி வாங்குவேன் என்றால் அது என்ன நியாயம் என்றும் என் மனசாட்சி உறுத்தியது. சரி, ஒரு பத்து லட்சம் போட்டு எடுத்து சீலே மட்டுமாவது சென்று வருவோம் என்று எண்ணினேன். ஒரு ஐந்து வருடம் இருக்கும். அப்போது சீலே சென்றிருக்கவில்லை. பிறகு பத்து லட்சம் போடுவதற்கே அந்த ஒரு கோடி மாதிரி மனசாட்சி உறுத்தியது. நம் எழுத்தை மதித்து, நம்மை மதித்து ஒருத்தர்... இத்யாதி, இத்யாதி. கடைசியில் அது ஒரு லட்சத்துக்கு வந்து நின்றது. அப்புறம் தீவிரமாக யோசித்தேன். ஒரு லட்சத்தை வைத்துக் கொண்டு உருப்படியாக ஒரு வேலையும் செய்ய முடியாதே? அது பப்புவுக்கும் ஸோரோவுக்குமே மாதம் இருபதாயிரம்

ரூபாய் செலவாகிக் கொண்டிருந்த காலகட்டம். யோசித்துக் கொண்டிருந்தேன். கடைசியில் சீனியைக் கேட்கலாம் என்று முடிவு செய்தேன். அப்போதுதான் அந்த முக்கியமான சம்பவம் நடந்தது. அந்த ப்ளாங்க் செக் மேஜிகல் ரியலிஸக் கதைகளில் வருவது போல் எப்படியோ காணாமல் போய் விட்டது. நானும், அப்பாடா, ஒரு சிக்கல் தீர்ந்தது என்று விட்டு விட்டேன். கொடுப்பதுதான் கொடுத்தார், ஒரு லிமிட் சொல்ல வேண்டாமா? நான் பாட்டுக்கு ஒரு கோடி என்று எழுதினால் எனக்குக் கெட்ட பெயர் வந்து விடாதா? எப்படியும் வங்கியில் அவருக்கு ஒரு ஃபோன் போட்டுக் கேட்பான். உடனே அவர் அடடா, எழுத்தாளர் கஷ்டப்படறாரே, ஒரு அஞ்சாயிரம் பத்தாயிரம் போட்டு எடுத்துக்குவார்ணு பார்த்தால் ஒரு கோடியா, என்னய்யா இது அநியாயம் என்று என் மீது கேஸ் கீஸ் போட்டு விட்டால் என்ன ஆவது? ஆனால் லிமிட் என்று சொன்னால் நான் அந்த லிமிட்டைத்தான் செக்கில் எழுதுவேன். ஒரு லட்சம் என்று சொன்னால் பத்தாயிரம் என்று எழுதும் அளவுக்கு நான் பெவகூஃப் இல்லை. ஒரு லட்சம் என்றே போட்டு எடுப்பேன். என் பிரச்சினை அப்போது ஒரு லட்சமா ஒரு கோடியா என்பதாகவே இருந்தது. முடிவுக்கு வருவதற்குள் செக்கும் தொலைந்தது, பிரச்சினையும் தீர்ந்தது.

அந்த மாதிரி புவி ஒரு கொக்கி போட்டார். என்ன வேண்டுமோ கேளுங்கள். ஆஹா, நானே ஒரு பிரச்சினையில் இருந்தேன். அதை எழுதினால் எல்லோரும் அடிக்க வருவார்கள் என்பதால்தான் இத்தனை நாளாக எழுதாமல் இருந்தேன். தலையிலும் முகத்திலும் வளரும் முடிதான் பிரச்சினை. தமிழ்நாட்டு லேடீஸுக்கு சரியான டெய்லர் கிடைக்க மாட்டார். அவந்திகா மட்டுமல்ல; நான் பார்த்த வரை எல்லா லேடீஸும் அப்படித்தான். அலுவலகத்திலும் பலர் அது பற்றியே பேசிக் கவலைப்பட்டுக் கொண்டிருப்பதைப் பார்த்திருக்கிறேன். முக்கியமாக ஒரு பெண்ணும் ஒரு டெய்லர் நல்லபடியாக ஒரு ப்ளவுஸ் தைத்தார் என்று சொல்லி நான் கேள்வியே பட்டதில்லை. அது ஒரு தீராத பிரச்சினை. அப்படித்தான் எனக்கு முடிவெட்டுபவர். இதுவரை ஒருத்தருக்குக் கூட நான்

சொல்வது புரிந்ததே இல்லை. ஆனால் புரியாமலேயே ஒருத்தர் நான் என்ன விரும்பினேனோ அதேபோல் எனக்கு வெட்டி விட்டார். முத்து என்று பேர். நாகூரில் கொத்தாச்சாவடியில் கடை வைத்திருந்தார். பிரமாதமாக வெட்டுவார். அது என்ன ஸ்டைல் என்றால், ஏர்ஃபோர்ஸ்காரர்கள் வைத்திருப்பார்கள் இல்லையா அந்த மாதிரி. ஸம்மர் க்ராப். சுற்றி வர மண்டையின் தோல் தெரிகிறாற்போல் ஓட்ட வெட்டி, மேலே கொஞ்சூண்டு முடி. அவ்வளவுதான். ஆனால் ஒரு கலைஞர் கூட நான் சொன்னதுபோல் வெட்டினதில்லை. ரமேஷ் மட்டும் கொஞ்சம் நெருங்கி வந்தார். ஆனால் அவரும் கூட நான் எதிர்பார்த்த அளவு போகவில்லை. ஒரே வாரத்தில் கிருதாவில் முடி மண்டி விடும். நான் சொல்லும் ஸ்டைலில் வெட்டினால் பதினைஞ்சு நாட்களுக்கு முடியே தெரியாது. அந்த மாதிரி ஓட்ட வெட்ட வேண்டும். ஒருத்தருக்கும் துணிச்சல் வராது.

முடி விஷயத்தில் எனக்கு ஒரு பிரச்சினை உண்டு. கொஞ்சம் வளர்ந்து விட்டால் ஜலதோஷம் வந்து விடும். ஜலதோஷம் ஜ்வரமாக மாறும். ரிஷப ராசிக்காரன் படுக்கவே மாட்டான். படுத்தால் பதினைஞ்சு நாள் காலி. என்னால் ஜ்வரத்திலோ ஜலதோஷத்திலோ ஒரு காரியம் பண்ண முடியாது. அப்படியே படுத்தே கிடப்பேன். ஹார்ட் அட்டாக்கெல்லாம் எனக்கு ஜ்ஜ்பி. ஆனால் ஜலதோஷம் உயிரை வாங்கி விடும். இரவில் மூச்சு விட முடியாது. அது ஒரு கொடுமை. அதனால் ஒரு மில்லிமீட்டர் அதிகம் வளர்ந்து விட்டாலும் பார்பர் ஷாப்புக்கு ஓடி விடுவேன். இப்போது கொரோனாவில் எங்கே ஓடுவது? லாக் டவுன் ஆரம்பிக்கும்போதே - அதாவது போன மாதமே - முடி வளர்ந்து லிமிட்டைத் தாண்டி விட்டது. ஐயோ. இப்போது ஜலதோஷம் என்றும் வெளியே சொல்ல முடியாதே? தப்லீக் ஜமாத்காரர்கள் மாதிரி ஓடி ஒளியவும் முடியாது. நாம் சமூகப் பொறுப்புணர்வு கொண்டவர்கள். அதிலும் எழுத்தாளன் என்றால் ஏதோ ரமண மகரிஷி ரேஞ்சுக்கு சமூகம் எதிர்பார்க்கிறது. (ம்க்கும், புக்ஸ் எதுவும் வாங்குவதில்லை. ஆனால் எதிர்பார்ப்பில் மட்டும் குறைச்சல் இல்லை. இதில் இந்தத் தமிழர்கள் அமெரிக்கர்கள் மாதிரிதான். அமெரிக்கன்

குடிப்பான். கூத்தியாவிடம் போவான். எல்லா அட்டகாசமும் பண்ணுவான். ஆனால் தன் ஜனாதிபதி மட்டும் பெரிய ஒழுக்கசீலனாக, குடும்பஸ்தனாக, எந்தக் காலத்திலும் ட்ரக் போடாதவனாக இருக்க வேண்டும் என்று எதிர்பார்ப்பான். மோனிகா லெவின்ஸ்கியும் க்ளிண்டனும் அப்படி என்ன தப்பு பண்ணி விட்டார்கள்? ஆஃப்டர் ஆல் ஒரு ஃபெலாஷியோ. அதற்குப் போய் ஹிண்டுவில் பெரிய தலையங்கமே எழுதி என்ன ஆர்ப்பாட்டம்? ஒ, அமெரிக்காவுக்கும் ஹிண்டுவுக்கும் என்ன சம்பந்தமா? ஹிண்டுதான் அமெரிக்காவின் மனசாட்சி. பெரு என்ற நாட்டில் ஆயிரம் பேர் செத்தாலும் செய்தி இல்லை. அமெரிக்காவில் ஜனாதிபதி மாளிகையில் ஒரு ஃபெலாஷியோ நடந்தால் தலையங்கம்! சரி, விஷயத்துக்கு வாருங்கள். அந்த இம்மாரலான ஃபெலாஷியோ மேட்டரால் க்ளிண்டன் வீழ்ந்தார் இல்லையா? இங்கே தமிழ்நாட்டில் எழுத்தாளன் என்றால், அமெரிக்க ஜனாதிபதி மாதிரிதான். ஒழுக்கமாக இருக்க வேண்டும். அதிலெல்லாம் தமிழ் மகாஜனம் ரொம்பக் கறாராக இருக்கும். எழுத்தாளன் சோத்துக்கு இல்லாமல் பட்டினி கிடந்து சாவான். அதைப் பற்றிக் கவலையில்லை. ஒழுக்கத்தில் அமெரிக்க ஜனாதிபதி மாதிரி அல்லது ரமண மகரிஷி மாதிரி இருக்க வேண்டும். எதற்குச் சொன்னேன்? ஆங்... இப்போதைய நிலையில் ஜலதோஷம் வந்தால் தப்லீக் ஜமாத்காரர் மாதிரி (எப்படி மரியாதையாக ர் விருதி போட்டிருக்கிறேன் பாருங்கள்... இந்த *nuanceஐ* எல்லாம் என்னைத் திட்டும்போது நீங்கள் கவனிக்க வேண்டும்!) ஓடி ஒளியக் கூடாது, முடியாது. ஏனென்றால், நான் எழுத்தாளன். ஜலதோஷம் என்றும் சொல்ல முடியாது. தினமும் வந்து கார்ப்பொரேஷன் அதிகாரிகள் வந்து கேட்கிறார்கள்.

இங்கே உங்கள் வீட்டில் யாருக்காவது ஜுரம், ஜலதோஷம் இருக்கா?

இல்லீங்க.

இருக்கிறது என்று சொன்னால் இந்த மைலாப்பூர் ஏரியாவே அலெர்ட்டாகி விடுகிறது. உடனேயே நம்மை மனித வெடிகுண்டு

போல் பார்க்க ஆரம்பித்து விடுகிறார்கள். என் நண்பர் ஒருத்தர் தாய்லாந்து போய்த் திரும்பினார். அவர் வீட்டு வாசலில் "இது தனிமைப்படுத்தப்பட்ட வீடு" என்று நோட்டீஸ் ஒட்டி விட்டார்கள். முடிந்தது கதை. ஒரு மாதம் போல் அந்த வீட்டு ஆட்கள் யாரையும் யாரும் வெளியிலேயே விடவில்லையாம். அடப்பாவிகளா, இங்கே யாருக்கும் கோவிட் 19 பாஸிட்டிவ் இல்லடா. வெறும் தனிமைப்படுத்தல்தான். எவன் கேட்கிறான். நீ ஒரு நடமாடும் வெடிகுண்டு.

இந்தக் காலகட்டத்தில் ஜலதோஷமோ ஜுரமோ வரக் கூடாது என்பதில் கவனமாக இருந்தேன். டச்வுட் டச்வுட் டச்வுட். எதற்கும் சொல்லி வைத்துக் கொள்வோம். கடவுளிடம் போய் அகந்தையாகப் பேசி விடக் கூடாது. ஆனால் முடி இப்படிக் காடாய் வளர்ந்திருக்கும் போது எப்படி கவனமாக இருக்க முடியும்? முதல் நாள் தும்மினேன். அவந்திகா மிரண்டு விட்டாள். அவளுக்கு என்னுடைய முடிப் பிரச்சினை தெரியும். உடனே கத்தரிக்கோலை எடுத்துக் கொண்டு வந்து விட்டாள். எனக்கு ஒரு பிரச்சினையும் இல்லை. எப்படிக் குதறித் தள்ளினாலும் கவலையில்லை. இப்போது எங்கே வெளியிலா போகிறோம்? தலையைக் கொடுத்தேன்.

இங்கேதான் கொஞ்சம் அய்யங்கார்களைப் பற்றிச் சொல்ல வேண்டியிருக்கிறது. ஜாதியைக் குறிப்பிடுகிறேன் என்று என் அய்யங்கார் நண்பர்கள் கோவிக்கக் கூடாது. ஆண் பெண் யாராக இருந்தாலும் அய்யங்கார் என்றால் கொஞ்சம் அதிபுத்திசாலியாகத்தான் இருக்கிறார்கள். அதி என்றால் ரொம்ப ரொம்ப அதி. இந்த அதி முத்தி சிலபேர் ஸ்கீஸோ அளவுக்கும் போய் விடுகிறார்கள். அது தனிக் கதை. ஏன், ராமானுஜத்தையே எடுத்துக் கொள்ளுங்கள். அவர் உருவாக்கிய கணிதச் சூத்திரங்களின் விரிவாக்கத்தை, process-ஐ இன்னமும் அவிழ்க்க முடியாமல் பல மேதைகள் திணறுவதாகப் படித்திருக்கிறேன். கடவுள் அய்யங்கார்களுக்கெல்லாம் மூளையில் விசேஷமாக ஏதோ ஒன்றை வைத்து அனுப்புகிறான் போல என்று நினைத்துக் கொள்வேன். நானெல்லாம் எந்த

ரகம் என்றால், ரோகு டைப்.

ரோகு மீன்.

ரோகினி.

இல்லிங்க ஜான். ரோகு.

ரோகினி.

எத்தனை தடவை சொன்னாலும் ஜானுக்கு ரோகு ரோகினிதான்.

அவந்திகாவும் அய்யங்கார்தான். ஏற்கனவே சொல்லியிருக்கிறேனே, அவந்திகாவைப் போல் மீன் குழம்பு, கருவாட்டுக் குழம்பு, மட்டன் குழம்பு, சிக்கன் குழம்பு, வாத்துக் குழம்பு, காடை வறுவல், நத்தை வறுவல் என்று யாரும் வைத்து நான் சாப்பிட்டதில்லை. மதுரை குமார் மெஸ், விளக்குத் தூண் மெஸ், திண்டுக்கல் வேணு பிரியாணி, எல்லாமே எல்லாமே அவள் தளிகைக்கு - சீ, மீன் குழம்பைப் போய் தளிகை என்று சொல்வது அவமானம் - அவளுடைய சமையலின் மணத்தைக் கூடத் தொட முடியாது. சைவத்திலும் ஆனானப்பட்ட பட்டப்பாவே அவளுக்கு அடுத்துதான். அவளோடு போட்டி போட - சைவத்தில் - ஒரே ஒருவரைத்தான் என் வாழ்நாளில் பார்த்திருக்கிறேன், அவர் என் நண்பர் ராம்ஜியின் அம்மா - அப்படிப்பட்ட சமையல் நிபுணர் அவந்திகா. சமையலில் பல பரிசோதனைகளும் பண்ணுவாள். ஒருநாள் வஞ்சிரத்தை மேரினேட் பண்ணி அதை இரண்டு வெற்றிலைகளின் நடுவே வைத்து இரண்டு முனைகளிலும் கிராம்பைச் சொருகி விட்டாள். இது நடந்தது காலை பத்து மணிக்கு. பிறகு மூன்று மணி நேரம் கழித்து ஒரு மணிக்கு அதை எடுத்து கிராம்புத் துண்டை நீக்கி விட்டு வெற்றிலையோடு கல்லில் போட்டு வறுத்தாள். அடடா, அற்புதம்.

இன்னொரு ஆளை மறந்து போனேன். இந்த சுந்தர் பிச்சை. ஏதோ சென்ற ஆண்டு வருமானம் மூவாயிரம் கோடி ரூபாய் என்று பேப்பரில் பார்த்தேன். ஏய்யா, இங்கே எங்கள் எடப்பாடியார் கொரோனா நிவாரண நிதிக்கு தொண்ணூறு கோடி ரூபாய்

சேர்ந்திருப்பதாகப் பெருமையாக அறிவிக்கிறார். எல்லாம் தமிழ் மகாஜனங்கள் நன்கொடை அளித்தது. அடப் பெருமாளே. எங்கள் டாஸ்மாக்கில் மாதம் 1500 கோடி ரூபாய் அசால்ட்டாக வந்ததே? அதை இந்த மோடி மூடி விட்டால் இப்படி பிஸாத்து தொண்ணூறு கோடியை இந்தப் பிஸாத்து மக்களிடமிருந்து பிச்சை வாங்க வேண்டி வந்தது. ஆனால் சுந்தர் பிச்சை பாருங்கள். பெயரில்தான் பிச்சை. சம்பளம் மூவாயிரம் கோடி. பார்த்தால் அய்யங்கார். சரி, சரி. லூசு அய்யங்கார்களும் இருக்கிறார்கள்தான். ஆனால் விஷயதாரி என்று யாரையாவது அண்ணாந்து நோக்கினால் அவர் அய்யங்காராக இருக்கிறார். அதுதான் புதிராக இருக்கிறது.

சரி, சாதிப் பிரச்சினை போதும். நேராக அவந்திகாவுக்கு வருகிறேன். அவளிடம் சரியான கத்தரிக்கோலும் இல்லை. கடைசியில் பார்த்தால், நான் வாழ்நாள் பூராவும் முடிதிருத்தும் கலைஞர்களிடம் என்ன வேண்டும் என்று கேட்டுப் போராடிக் கொண்டிருந்தேனோ அதை அசால்ட்டாகக் கொண்டு வந்து விட்டாள். பத்தே நிமிடம். தூள். உங்களுக்கு இந்தத் திறமையெல்லாம் எப்படி எங்கேர்ந்து வருகிறது என்று கேட்டேன். பிடிச்சுருக்குல்ல விடு என்று சொல்லி விட்டுப் போய் விட்டாள். இனிமேல் இவளிடம்தான் இந்த வேலை என்று இன்று மீண்டும் இரண்டாவது தடவையாக வெட்டிக் கொண்டேன். அதற்குள் ஒரு மாதம் ஆகி விட்டது. அதே அச்சு அசலாக போன மாதம் மாதிரியே ஒரு அசத்தல்.

ஆமாம், இதை எதற்குச் சொல்ல வந்தேன்? ஆங். புவி. என்ன வேண்டும் சாரு, சொல்லுங்கள். ஐ வில் கெட் இட்.

புவி, கெட் மீ அ ஜில்லட் ஃப்யூஷன் ப்ளேட்.

அடப் பாவி. உங்களைப் போன்ற *cranky guy*யைப் பார்த்ததே இல்லை. ஒரு ப்ளேடையா போய் கேட்பார்கள்.

இல்லை புவி, உனக்குத் தெரியாது என் பிரச்சினை என்று ஆரம்பித்து பெரிய கதை சொன்னேன்.

என்னவென்றால், என்னுடைய கன்னம் குழந்தையின்

கன்னத்தைப் போல் மிருதுவாக இருக்கும். பளிங்கு போல் வழுக்கும். ஆனால் ப்ளேடு போட்டால் முடி போகாது. நான் சவரம் செய்து கொள்ள ஆரம்பித்தபோதுதான் ஆர்க்கே சார் பற்றிய ஒரு விஷயமே எனக்குப் புரிந்தது. ஆர்க்கே சார் கணக்கு சார். கோபம் வந்தால் பிரம்பை எடுத்து விளாசித் தள்ளி விடுவார். வகுப்பில் ஒரு புத்திசாலிப் பையன் அவர் எப்போது கோபப்படுகிறார் என்று கண்டு பிடித்தான். அப்படிக் கண்டு பிடித்ததால்தான் புத்திசாலி என்கிறேனே தவிர மார்க் வாங்கும் விஷயத்தில் அவன் ஒரு கடைசி பெஞ்சுதான். பட்டாம்பூச்சி நாவலில் ஹென்றி ஷாரியர் அந்தத் தீவிலிருந்து எப்படித் தப்பிப்பார், ஞாபகம் இருக்கிறதா? மலையிலிருந்து கீழே சுற்றிலும் பார்த்தால் கடல். ஒரே பாறைகள். மேலே இருந்து கடல் அலைகளையே பார்த்துக் கொண்டிருப்பார் ஷாரியர். ஒருநாள் அவருக்குத் தெரிந்தது, வருகின்ற அலைகள் அனைத்துமே பாறையில் மோதுவதில்லை. ஆறு அலைகளுக்குப் பிறகு ஏழாவது அலைதான் பாறையில் மோதுகிறது. இந்தக் கணக்கு தவறுவதே இல்லை. அதன் பிறகு மேலேயிருந்து குதிக்க எவ்வளவு நேரம் ஆகிறது என்றெல்லாம் ஆராய்ந்து, ஒரு படகு செய்து தப்பிக்கிறார் ஷாரியர். அதுபோல அந்தப் பையன் வாரம் இரண்டு நாட்கள்தான் ஆர்க்கே சார் பிரம்பு எடுக்கிறார் என்று கண்டுபிடித்தான். அந்த இரண்டு நாட்களும் அவர் சவரம் செய்து கொண்டு மழமழ என்று வருகிறார். சரி, இதற்கும் ஆர்க்கே சார் பிரம்புக்கும் என்ன சம்பந்தம் என்று எனக்குக் கன்னத்தில் முடி வளர்ந்து பனாமா ப்ளேடால் சவரம் செய்து கொண்ட போதுதான் தெரிய வந்தது. அடடா, முப்பது வயதுக்கு உட்பட்ட நீங்களெல்லாம் அதிர்ஷ்டசாலிகள். உங்களுக்கு முளைத்தவுடன் கையில் மொபைல் ஃபோன் கிடைத்து விட்டது, கம்ப்யூட்டர் கிடைத்து விட்டது. உலகமே உங்கள் கையில். நீங்கள் செய்த இன்னொரு அதிர்ஷடம் என்னவென்றால், நீங்கள் பனாமா ப்ளேடைக் கொண்டு சவரம் செய்ததே இல்லை. எடுத்த எடுப்பில் ஜில்லட். அதிலும் ஃப்யூஷன். நாற்பத்தைந்து ஆண்டுகளுக்கு முன்னால் ஜில்லட் ஏது? இருந்திருக்கும். அதெல்லாம்

சபுராளிகளிடம்தான். நாங்களெல்லாம் கேள்வியே பட்டதில்லை. வெறும் பனாமாதான். அதைக் கொண்டு சவரம் செய்து கொண்டவுடன் யாருடனோ கத்திச் சண்டை போட்ட மாதிரி இருக்கும். கன்னமெல்லாம் ரத்தமாய் வழியும். ஒரே எரிச்சல். யாரையாவது கொலை பண்ணி விடுவோமோ என்று கிலியாக இருக்கும். நாள் பூராவும் அதே மனநிலையே தொடரும். அதில் ஆஃப்டர் ஷேவ் லோஷனை வேறு போட்டால் வெந்த புண்ணில் ஆல்கஹாலை ஊற்றியது போல் எரியும். நரகம். நானோ தினமும் சவரம் செய்து கொள்பவன். முகத்தில் முடி முளைத்த நாளிலிருந்து சவரம் செய்து கொள்ளாத நாளே இல்லை. தில்லியில் கொஞ்ச காலம் தாடி வைத்திருந்தேன், அந்தச் சில காலத்தைத் தவிர. கடைசியில் ஒரு நாற்பது வயது வாக்கில்தான் ஜில்லட் வாங்கக் கூடிய வசதி கிட்டியது. அதன் பிறகு கொஞ்சம் பரவாயில்லை. ஆனால் ஜில்லட்டும் எரிந்து கொண்டுதான் இருந்தது. சமீப காலமாய் ஃப்யூஷன் என்று ஒரு மேஜிக் ப்ளேட் வந்த பிறகுதான் சவரம் ஒரு இன்ப காரியமாக மாறியது.

லாக் டவுன் ஆரம்பிக்கும் முன்பே கடைகளில் இந்த ஜில்லட் ஃப்யூஷன் தீர்ந்து விட்டது. வெறும் ஜில்லட் தான். அது ஒரு வேஸ்ட். பனாவை விடத் தேவலாம் என்றாலும் ஃப்யூஷனைப் பயன்படுத்திய பின் இது தண்டம்.

இந்தப் பின்னணியில்தான் புவியிடம் கெட் மி எ ஜில்லட் ஃப்யூஷன் என்றேன்.

27.4.2020.

2

முடிதிருத்தும் கலைஞர் பெயர் ரமேஷ் என்றா சொன்னேன்? அடடா, தவறு. ரமேஷ் என்ற பெயரிலும் ஒரு முடிதிருத்தும் கலைஞர் இருக்கிறார். ஆனால் நான் குறிப்பிட்டது மகேஷ். நேற்று எழுதியதை நான் திரும்பப் படிக்கவில்லை. ஆனால் கனவில் நான் எழுதியது ரமேஷ் என்று புலப்பட்டது. இப்படி பகலில் செய்யும் தவறுகள் இரவில் கனவில் சுட்டிக்காட்டப்படும். உங்களுக்கும் இப்படி நடக்குமா தெரியவில்லை. எனக்குப் பல முறை நடந்துள்ளது. ரமேஷ், மகேஷ் இருவருமே முடிதிருத்தும் கலைஞர்கள். இருவருமே ஜெமினி அருகில் முடிதிருத்தகம் வைத்திருக்கிறார்கள். இருவருமே முக்கியஸ்தர்கள். இருவருமே அஜித், விஜய் ரேஞ்ஜில் முடிதிருத்துபவர்கள். ரமேஷ் கமல், ரஜினி ரேஞ்ச் என்று நினைக்கிறேன். ரமேஷை நான் சந்தித்ததில்லை. ராம்ஜியின் சிபாரிசின் பேரில் மகேஷை சந்தித்திருக்கிறேன். பிரமாதமான கலைஞர். முதல்நாள் எனக்கு முடிதிருத்தி விட்டு என்னோடு புகைப்படம் எடுத்துக்கொண்டார். அப்போது, "நான் அஜித், விஜய் போன்ற எல்லா நடிகர்களுக்கும் முடிதிருத்தியிருக்கிறேன். ஆனால் யாரோடும் புகைப்படம் எடுத்துக் கொண்டதில்லை. உங்களோடு மட்டுமே முதல் முதலாகப் புகைப்படம் எடுத்துக் கொள்கிறேன்" என்றார்.

ஏன் என்று கேட்டபோதுதான் தெரிந்தது, அவர் என் எழுத்துக்களைப் படித்திருக்கிறார், அவருக்குப் பிடித்த கவிஞர் தேவதேவன் போன்ற விஷயங்கள். நடிகர்களுக்கு இப்போது வெட்டுவதில்லை என்றும் சொன்னார். போனால் நீண்ட நேரம் காத்திருக்க வைக்கிறார்களாம். அடக் கடவுளே, நீ ஒரு கலைஞன். மகேஷ் ஒரு கலைஞர். ஒரு கலைஞனை இன்னொரு கலைஞனே மதிக்காவிட்டால் சமூகத்தில் வேறு எவன் மதிப்பான்? விடுங்கள். அந்த மகேஷை விட அவந்திகா நன்றாக வெட்டுகிறாள் என்பதுதான் நேற்று நான் சொல்ல வந்தது. இதைச் சொல்லாமல் வெறும் மகேஷ், ரமேஷ் என்றால் உங்களுக்கு என்ன புரியும்?

ஆனால் ஒரு அய்யங்கார் நண்பர் ஃபோன் செய்து "அதெல்லாம் நான் ஒத்துக் கொள்ள மாட்டேன். மக்கு அய்யங்கார் பல பேரை எனக்குத் தெரியும். அவந்திகா வேண்டுமானால் வேற்றுக்கிரகத்து ஜீவியாக இருக்கும்" என்றார். நான் கொஞ்சம் அரைத் தூக்கத்தில் இருந்ததால் அதிகம் விவாதிக்கவில்லை. மணி அப்போது பத்து இருக்கும். இரவு. நண்பருக்கு அப்போதுதான் இனிய மாலை. இப்போது என் பதில். எனக்கும் மக்கு அய்யங்கார் பலரையும் தெரியும்.

ஆங். மக்கு அய்யங்கார். மக்கு அய்யங்கார்களுக்கு நிறைய உதாரணங்கள் இருந்தாலும் – நான் சொல்ல வந்தது என்னவென்றால் – ஒரு நூறு புத்திசாலிகள் என்று எடுத்துக்கொண்டால், அதில் எண்பது பேர் அய்யங்காராக இருக்கிறார்கள் என்பது மட்டுமே. அய்யங்காரில் மக்கே இல்லை; எல்லா அய்யங்காரும் சுந்தர் பிச்சை என்றெல்லாம் நான் சொல்லவில்லை.

அய்யர்களையும் சும்மா சொல்லக் கூடாது. உடனே வரிந்து கட்டிக் கொண்டு மக்கு அய்யர் இல்லையா, என் தெருவிலேயே காண்பிக்கவா என்று வராதீர்கள். கிடைக்கின்ற புத்திசாலிகளில் அய்யங்காரை எடுத்து விட்டால் மீதி அய்யர்கள்தான். ஒரு உதாரணம் சொல்கிறேன். நாகேஸ்வர ராவ் பூங்காவில் என்னோடு நடப்பவர்களில் ஆதி என்று ஒருவர். அய்யர்

என்று சொல்லவே வேண்டாம். பார்த்தாலே நெற்றியில் எழுதி ஒட்டியிருக்கும். அது எப்படி? இந்திரா பார்த்தசாரதியைப் பார்த்திருக்கிறீர்களா? அவர் ஒன்றும் பெரிய நம்பிக்கையாளர் கிடையாது. அக்னாஸ்டிக் என்று நினைக்கிறேன். மிக நவீனமான சிந்தனை கொண்டவர். ஆனால் நெற்றில் ஸ்ரீசூர்ணம் இருக்கும். அவரே போட்டுக் கொண்டது அல்ல. அவரின் மரபணு போட்ட ஸ்ரீசூர்ணம் நெற்றியில் துல்லியமாகத் தெரியும். ஸ்ரீசூர்ணம் இட்ட மாதிரி ஒரு நெற்றி. உலக மகா கம்யூனிஸ்டான இந்து ராமியின் நெற்றியிலும் அதே ஸ்ரீசூர்ணம் இருக்கும். பார்த்தாலே தெரிந்து விடும். வடகலையா தென்கலையா என்று கூட சொல்லி விடலாம். என்னுடைய நண்பர் மட்டும் "நானெல்லாம் உடையவர் கைங்கரியம்" என்பார். (புரிந்து கொள்பவர் புரிந்து கொள்ளுங்கள். விண்டு சொன்னால் மண்டை உடைந்து விடும். வேண்டாம் எனக்கு வம்பு.) ஆனால் அவரைப் பார்த்தாலும் ஸ்ரீசூர்ணம் தெரியும். ஒருநாள் நண்பர் என்னைக் கேட்டார். கேட்டார் என்பதை விட அவர் குரலில் தெரிந்த பதற்றம்தான் எனக்கு ஆச்சரியமாக இருந்தது.

"சார், என்னைப் பார்த்தால் பாப்பான்னு தெரியுதா?"

"என்னாது, பாப்பானா? நெத்தீல துலக்கமா ஸ்ரீசூர்ணம் தெரியறது. நீர் தென்கலைன்னு கூட சொல்லிடலாம்" என்றேன்.

"ஐயோ, நான் பண்டிகை காலத்தைத் தவிர மத்த சமயத்திலே ஸ்ரீசூர்ணம் இட்டுண்ட்றது இல்லியே?" என்றார்.

"இப்போ தெரியறது நீர் இட்டது அல்ல; உம் முப்பாட்டன் உம் மரபணுவிலே இட்டது ஓய்" என்றேன்.

போடாமலே போட்டது போல இருக்கும். அது சரி, எதற்குக் கேட்டீர்கள் என்றேன்.

"கரை வேட்டி போட்ட ஒரு அரசியல்வாதி எடுத்த எடுப்பில் 'டேய் பாப்பாரப் புண்ட மவனே'ன்னு திட்டிட்டான். ரொம்ப அப்செட் ஆய்ட்டேன்."

"அவன் அப்படித் திட்டும் அளவுக்கு நீர் என்ன செய்தீர்?"

அவர் என்ன செய்தார் என்பது பற்றி விலாவாரியாக எக்ஸைல் நாவலில் எழுதியிருக்கிறேன். இந்தச் சம்பவத்தில் நண்பரின் ஒரே ஆச்சரியம், அவன் எப்படி அவர் ஜாதியைக் கண்டு பிடித்தான் என்பதுதான்.

இப்போது ஆதி கதைக்கு வருவோம். ஆதியின் பேத்திகள் அமெரிக்காவில் பிறந்து வளர்கிறார்கள். மைலாப்பூர் - நியூஜெர்ஸி கலாச்சாரப்படி பரத நாட்டியம், கர்னாடக சங்கீதம் எல்லாம் உண்டு. இதிலெல்லாம் ஒன்றும் விசேஷம் இல்லை. மேற்கத்திய சங்கீதத்தைக் கற்றுக் கொண்டு அமெரிக்கப் பத்திரிகைகளில் Prodigies என்று சொல்லப்படும் விதத்தில் சாதனை செய்து கொண்டிருக்கிறார்கள். ஒரு பெண் மேற்கத்திய இசையில், இளையவள் ஓவியத்தில். ஓவியம் என்றால் ஒரு உருவத்தைப் பார்த்து அப்படியே வரைவது அல்ல. அப்ஸ்ட்ராக்ட் பெய்ண்டிங். இரண்டையுமே பார்த்தேன். உலகத் தரத்துக்கும் மேலே. இப்படிப்பட்ட prodigiesஐ அந்த மரபணு உருவாக்கிக் கொண்டே இருக்கிறது. வசதி வாய்ப்பு என்பதை ஒப்புக் கொள்ள மாட்டேன். ஒடுக்கப்பட்ட சமுதாயத்தைச் சேர்ந்த ஒரு தொலைக்காட்சி நிலையத்திலிருந்து எனக்கு அழைப்பு. பேச்சு முடிந்ததும் நிர்வாக இயக்குனருக்கு சில மின்னஞ்சல்கள் அனுப்ப வேண்டியிருந்தது. அவரது மின்னஞ்சல் முகவரி கேட்டேன். அப்படியென்றால் என்ன என்று கேட்கிறார். வெளியே வந்து மிகுந்த சோர்வுடன் என் தோழியை அழைத்து, "என்னம்மா இது, நம் சமூகம் முன்னேற இன்னும் இரண்டாயிரம் வருஷம் ஆகும் போல் இருக்கிறதே?" என்றேன்.

இங்கே மைலாப்பூரிலும் சில prodigies-ஐப் பார்க்கிறேன். ஆ, சொல்ல மறந்து போனேன். சீனியின் பையன் ஆழிமழைக் கண்ணன். ஆழி கதைகளை நீங்கள் படித்தால் அது என்னவோ சீனியே இட்டுக் கட்டி எழுதியது போல் இருக்கும். பழகியவர்களுக்குத்தான் தெரியும், அவனைப் பற்றி சீனி எழுதியது கம்மி என்று. ஒருநாள் சென்னை புத்தக விழாவில் காயத்ரியின் காதுகளில் ரகசியமாக ஏதோ

சொன்னான் ஆழி. சீனி மற்றும் அனைவரும் இருந்தோம். அவன் சொன்னதைக் கேட்ட அடுத்த கணம் காயத்ரியின் முகத்தில் சொல்லவொண்ணா மகிழ்ச்சி. சொல்லி விட்டு "யாரிடமும் சொல்ல வேண்டாம்" என்று சொல்லி சத்தியமும் வாங்கிக் கொண்டான். அவன் போன பிறகு என்ன என்றேன். "நீங்க ரொம்ப அழகா இருக்கீங்க. இந்த ட்ரெஸ் உங்களுக்காகவே தச்சது போல இருக்கு" என்று சொல்லியிருக்கிறான். அப்போது அவன் வயது ஆறு இருக்கும். அன்றிலிருந்து இன்று வரை காயத்ரியைக் கையில் பிடிக்க முடியவில்லை. அது வேறு விஷயம்.

சரி, நம் குழந்தைகளும் எப்படி இருக்கின்றன என்று ஒருநாள் சோதித்துப் பார்த்தேன். சொந்தக்காரரின் நாலு வயதுக் குழந்தையிடம் உன் பேர் என்னடா செல்லம் என்றேன். வெளீல போடா ஒக்கால ஒளி என்றான். நான் வெளியேறும் வரை அதையே திரும்பத் திரும்பச் சொல்லிக் கொண்டிருந்தான். சொந்தக்காரருக்கும் என்னவோ போல் ஆகி விட்டது. 'ஏற்கனவே பாதி சொந்தம் புழலில் இருக்கிறது. இதுவும் இப்போதே தயாராகிறது' என்று நினைத்துக் கொண்டு நடையைக் கட்டினேன். இதனால் எல்லாம் ஹிட்லர் மாதிரி இனவாதத்தை நம்புகிறேன் என்று சொல்லி விட மாட்டீர்கள் என்றே நினைக்கிறேன். தெய்வத்தால் ஆகாது என்றாலும் முயற்சியால் முதலிடத்தைப் பிடிப்போம் என்ற கட்சியைச் சேர்ந்தவன் நான். இருந்தாலும் பொதுவாக இந்த மரபணுவின் லீலா விநோதங்களைக் குறித்த என் மூட நம்பிக்கைகளை உங்களோடு பகிர்ந்து கொண்டேன்.

நண்பர் இன்னும் சொன்னார். தானும் எவ்வளவு மக்கு அய்யங்கார் என்பதை நிறுவினார். அதை நான் ஆண்டாள் பாடின "வல்லீர்கள் நீங்களே, நானேதான் ஆயிடுக" என்ற அர்த்தத்தில் மட்டுமே எடுத்துக் கொண்டேன்.

சீனி ஒரு பெரிய உதாரணம். அவர் மட்டும் ஜெயலலிதாவிடம் சசிகலாவின் இடத்தில் இருந்திருந்தால் ஜெ. நிச்சயம் பிரதம மந்திரியாக இருந்திருப்பார். அப்படி ஒரு மூளை.

நேற்றைய அய்யங்கார் கட்டுரை ரொம்பப் பேருக்குப் பிடித்து விட்டது போல. ஒருமுறை சீனி சொன்னார். "நீங்கள்தான் இப்படிச் சொல்கிறீர்கள். இந்த அய்யங்கார்களையெல்லாம் பிடித்து ஒரு தீவில் போட்டு விட்டு நூறு நாட்கள் கழித்துப் போய்ப் பார்த்தால் ஒரு ஆள் கூட இருக்க மாட்டான். எல்லோருமே ஒருத்தரை ஒருத்தர் அடிச்சுக் காலி பண்ணியிருப்பான்."

ஒருமுறை ஒரு எழுத்தாளர் என்னிடம் சொன்னார், "நீ ஏன்தான் பணத்துக்குக் கஷ்டப்படுகிறாய் என்றே புரியவில்லை. நீ எழுதிக் குவித்துள்ளதையெல்லாம் கிண்டிலில் போட்டால் தாராளமாக மாதாமாதம் ஒரு பெரிய தொகை உன் கணக்கில் வந்து சேரும். நீ என்னவோ கையில் வெண்ணெயை வைத்துக் கொண்டு நெய்க்கு அலைகிறாய்."

இந்தப் பேச்சு சென்ற வாரம் என் நண்பர் ஒருவர் சொன்ன விஷயத்தைக் கேட்டபோது ஞாபகம் வந்தது. அவரும் ஒரு எழுபது எண்பது புத்தகங்கள் எழுதியிருப்பார். அவருக்குக் கிண்டிலில் மாதம் முப்பதாயிரம் ரூபாய் வருவதாகச் சொன்னார். எனக்கு இதில் இரண்டு தடைகள் இருந்தன. ஒன்று, இதில் நான் ஈடுபட்டால் ஸீரோ டிகிரி பப்ளிஷிங்கில் என் புத்தகங்களின் விற்பனை குறையுமா அல்லது அதற்கும் இதற்கும் எந்த சம்பந்தமும் இல்லையா என்பது தெரிய வேண்டும். கிண்டில் விற்பனை புத்தக விற்பனையை பாதிக்காது என்று நிச்சயமாகத் தெரிந்தால் மட்டுமே கிண்டிலில் ஈடுபடலாம். இன்னொன்று, கிண்டிலில் போட்டால் உடனடியாக இலவச பிடிஎஃப் பிரதிகள் இணையத்தில் வந்து விடுகின்றன. எனவே ஒரு ஆண்டு பொறுக்கலாம் என்று பார்க்கிறேன். வருடாந்திர ராயல்டி ஆறு லட்சம் ரூபாய் வந்தாக வேண்டும். மாதம் 50000 ரூ. அது அடுத்த ஆண்டும் முடியாவிட்டால் (முடியும் என்றே நம்புகிறேன். பார்ப்போம்) கிண்டிலில் பரிசோதிக்கலாம்.

ஆனால் எழுதுவதற்குக் கிடைப்பதே நாலைந்து மணி நேரமாக இருக்கும்போது அதையும் கிண்டிலுக்கு செலவு செய்வதா

என்ற குழப்பம் வேறு. எந்தப் பிரதிபலனும் எதிர்பார்க்காமல் நமக்காக வேறொருவர் அந்த வேலையைச் செய்தாலும் நம் நேரமும் அதில் கொஞ்சம் செலவாகத்தான் செய்கிறது.

என் நண்பர் ராமசுப்ரமணியன் பற்றி பலமுறை எழுதியிருக்கிறேன். நிலவு தேயாத தேசம் நூலை அவருக்கே சமர்ப்பணம் செய்திருக்கிறேன். அவர் காயத்ரியிடம் "உனக்கு ஐந்து கோடி ரூபாய் கிடைத்தால் என்ன செய்வாய்?" என்று கேட்டிருக்கிறார். உடனே அவள் ஒன்றும் சொல்லத் தோன்றாமல் "முதலில் நீங்கள் சொல்லுங்கள்" என்று பந்தை தன் கணவர் பக்கம் திருப்பியிருக்கிறாள். உடனே சற்றும் யோசிக்காமல் சடசடவென்று ராம், "ஐம்பது லட்சத்தை ஸ்ரீகாந்துக்குக் கொடுப்பேன். (ஸ்ரீகாந்த் ராமின் நண்பர்) அவனுக்குத்தான் பணத்தேவை அதிகமாக இருக்கிறது. ஐம்பது லட்சம் சாருவுக்கு. ஐம்பது ஷங்கருக்கு (நண்பர்). ஐம்பது தம்பிக்கு. உனக்கும் ராம்ஜிக்கும் பிசினஸுக்காக (ஸீரோ டிகிரி பப்ளிஷிங்) ஒரு கோடி. எவ்வளவு ஆச்சு? மூணு கோடி. ஒரு கோடியில் ஒரு முதியோர் இல்லம். இன்னொரு கோடியை வங்கியில் போட்டு அதில் வரும் வட்டியில் முதியோர் இல்லத்துக்கான செலவுகள். சரி, நீ இப்போ சொல்."

காயத்ரி "போட் கிளப்பில் ரெண்டு கோடிக்கு ஒரு அபார்ட்மெண்ட். சாருவுக்கு மாதாமாதம் வட்டி வருகிறாற்போல் அம்பது லட்சம் ஃபிக்ஸட் டெபாஸிட்டில்..." மீதிக்கு ஏதோ சொன்னாள். மறந்து விட்டேன். ராமை அடிக்கடி மகாத்மா என்று சொல்வேன். அதை மீண்டும் நிரூபித்திருக்கிறார்.

28.4.2020.

3

வெரலாற்றுத் தகவல்களைக் கொடுக்கும்போது அந்தக் காலத்து சினிமா பாட்டுப் புத்தகங்களில் கதைச் சுருக்கம் என்று போடுவார்களே அதை விடவும் கம்மியான அளவில்தான் விவரங்களைத் தெளித்துச் செல்கிறேன். இல்லாவிட்டால் இந்த நூல் ஆயிரம் பக்கங்களையும் தாண்டி விடும். உதாரணமாக, ஸ்பெய்னிலிருந்து தென்னமெரிக்கா சென்ற பாதிரியார்களில் ஒருவரான பார்த்தலோமெ தெ லாஸ் காஸாஸ் *(Bartolome de Las Casas)* எழுதிய *A Brief Account of the Destruction of the Indies* என்ற ஐம்பது பக்க புத்தகத்திலிருந்து ஒரு ஐந்து பக்கங்களையாவது மேற்கோள் காட்டியிருக்க வேண்டும். இந்தத் தொடருக்காக 1552-இல் எழுதப்பட்ட அந்த நேரடி சாட்சியத்தை முழுமையாகப் படித்தும் மேற்கோள்களை எடுத்து எழுதவில்லை. காரணம், இப்படியே இது ஆயிரம் பக்கங்களையும் தாண்டி விடும். அந்த நீட்சியைத் தவிர்க்கவே ஸ்பெய்ன் பற்றி எழுதும் போது அங்கே முஸ்லிம்கள் எப்படி நுழைந்தார்கள் என்பது பற்றித் தொடவில்லை. என்னுடைய இப்போதைய தேவை கருதி கிறித்தவம் அங்கே இஸ்லாமை எப்படி ஒடுக்கியது என்பது பற்றி மட்டுமே கவனம் செலுத்தினேன். எழுதும்போது மனதில் ஒரு

எண்ணம் ஓடியது, இது நியாயமா என்று. ஆனால் அதற்குள் நுழைந்தால் அது ஒரு நூறு பக்கம். என் வாசகர்கள் யாரும் ஃபேஸ்புக்கில் உலவும் மொக்கைகள் அல்ல என்பது என் அருமை வாசக நண்பர் அருண்மொழிவர்மனின் கடிதம் படித்த போது தெரிந்தது. சென்ற ஆண்டு அவந்திகாவும் நானும் எங்கள் குடியிருப்பில் ட்ரில்லிங் போட்டதால் தெருத்தெருவாக சர்விஸ் அபார்ட்மெண்ட் தேடி அலைந்து கொண்டிருந்த போது எங்கள் வீட்டில் தங்கிக் கொள்ளுங்கள் என்று கடிதம் எழுதிய பல நண்பர்களில் அருண்மொழிவர்மனும் ஒருவர். ஆனால் அவந்திகாவுக்கு சாப்பாட்டுப் பிரச்சினை என்ற ஒன்று இருப்பதால் அங்கே செல்லவில்லை. அருண்மொழிவர்மன் கோவையில் வசிப்பவர். மேலும், அவந்திகாவும் நானும் கடந்த இருபத்தாறு ஆண்டுகளில் சேர்ந்து ஜோடியாக எங்குமே சென்றதில்லை. வாழ்நாள் பூராவுமே எங்களைச் சார்ந்து ஏதேனும் நாயோ பூனையோ இருந்து வருவதால் இருவராக எங்கேயும் சென்றதில்லை. அவள் கூட ஆண்டுக்கு ஒருமுறை ஒன்றரை நாட்கள் ஆன்மீக செமினாருக்காக வெளியூர் செல்வாள். பதினான்கு ஆண்டுகளுக்கு முன்பு அவந்திகாவுக்கு லெப்டோஸ்பைரோஸிஸ் ஊரம் வந்து பிழைத்ததிலிருந்து வழக்கமாக நாம் சாப்பிடும் எந்த உணவும் அவளுக்கு ஒத்துக் கொள்ளாது. மிக மிக சாதுவான அரிசிச் சோறும்... எதற்கு விவரித்துக் கொண்டு? யோகிகள் சாப்பிடுவது போல்தான் சாப்பிட வேண்டும். அவளுக்குத் தேநீர் ரொம்பப் பிடிக்கும். ஆனால் குடிக்க முடியாது. குடித்தால் உடனடியாக ஆம்புலன்ஸ்தான். அதனால் இங்கேயே வீட்டுக்குப் பக்கத்தில் சர்விஸ் அபார்ட்மெண்ட் பார்த்துக் கொண்டோம். ஆனால் அது அத்தனை சுலபமானதாக இல்லை. லோக்கல் ஆட்களுக்குத் தரக் கூடாது என்று ஒரு விதி. தந்தால் இளம் ஜோடிகள் வந்து தங்கி தமிழ்க் கலாச்சாரத்தைக் கெடுத்து விடுகிறார்கள். அது தனிக்கதை. அந்த அருண்மொழிவர்மன்தான் இன்று ஸ்பெயின் விஷயம் பற்றிக் கடிதம் எழுதியிருக்கிறார். அந்தக் கடிதம்:

Dear Charu,

It was the Romans who derived the name Hispania. The history of Spain travels from Romans, Gothics and then to Turk tribes.

So Spain was not an Islamic state as you mentioned in the blog and later that was invaded and occupied by Christians. This is complete distortion of truth and history.

Christian invasions are very much similar and Synological to Islamic Turk invasions. I lived in Saudi for many years. In Jeddah there are still many places where there were Churches existing before Islam gained its roots in Mecca which is 30 minutes drive from Jeddah.

Similar to Spanish invasion of beautiful and god's own continent South America, it was the Turkish tribal army under the leadership of Muhammad started invading various parts of middle East like S. Arabia, Iraq, Jordan, Lebanon, Libya which once belonged to Romans, Coronthians, Christians in the chronological order and lastly invaded and occupied by Turkish tribes who emerged from Saudi Arabian deserts. They entered Europe through Turkey and later marched to Spain.

They dethroned the Iberians and claimed Spain. They occupied and ruled Spain few centuries and tried converting into an Islamic state. But later it was claimed back again by the Christian rulers and remained Christian state.

Under the Islamic Caliphate Turkish tribal invasion so many countries were converted to Islamic states similar to the South American and European invasion for Christians. Both the religions were converting countries by bloody war, sword and guns.

The two countries in the world that retaliated and escaped their invaders is India and Spain especially Islamic ones.

So please refrain from falsifying and distorting history as your heart is close to philosophy of Islam which is purely your personal choice and belief that nobody has the right to poke or barge in.

Good day to you.

Arunmozhivarman V.

இந்தக் கடிதத்தில் சொல்லப்பட்டிருப்பது முழுக்கவும் வரலாறு. யாரும் மறுப்பதற்கில்லை. என் கட்டுரையில் நான் இதையும் குறிப்பிட்டிருக்கத்தான் வேண்டும். தவறைச் சுட்டிக்காட்டியதற்கு மிகவும் நன்றி. ஆனால் இஸ்லாமிய ஆதிக்கத்தை நான் குறிப்பிடாததற்கு இன்னொரு முக்கிய காரணம், நாம் இப்படி வரலாற்றைப் பின்னோக்கியே பார்த்தால் அப்புறம் கி.மு. இரண்டாம் நூற்றாண்டில் ரோமானியர்கள் மேற்கு ஐரோப்பிய நாடுகளையும் மத்திய கிழக்கு நாடுகளையும் தங்கள் ஆட்சியின் கீழ் கொண்டு வந்ததையும் சொல்ல வேண்டியிருக்கும் இல்லையா? என்னுடைய மையப்புள்ளி கிறித்தவம் ஸ்பெய்னில் வசித்த முஸ்லிம்களை எப்படி அழித்தொழித்தது அல்லது மதம் மாற்றியது என்பதைப் பற்றியது. வரலாற்றின் குறிப்பிட்ட காலகட்டத்தைப் பற்றி எழுதும் போது அதற்கும் முன்னால் துருக்கியர், அதற்கும் முன்னால் ரோமானியர் என்றும் செல்வது தேவையற்றது என்று தோன்றியது. மேலும், மதம் என்பதே மனித குலத்துக்கு எதிரானதாகத்தான் இதுவரை இருந்து வந்துள்ளதை இதுகாறும் நடந்த போர்கள் நிரூபிக்கின்றன. ஆயிரம் ஆண்டுகள் நடந்த போர் ஒரு உதாரணம்.

அருண்மொழிவர்மனின் கடிதத்தில் இன்னொரு விஷயத்தையும் புன்னகையுடன் கவனித்தேன். "உங்கள் மனம் இஸ்லாமியத் தத்துவத்துக்கு நெருக்கமாக உள்ளது என்பதால் வரலாற்றைத் திரிக்காதீர்கள்." ஆனால் நான் ஒரு ஹிந்துத்துவா, இஸ்லாமிய விரோதி என்று பல முஸ்லிம் நண்பர்கள் கடிதம் எழுதிக் கொண்டிருக்கின்றனர். அவர்களுக்கான என் சுருக்கமான பதிலை நாளை எழுதுவேன். அருண்மொழி எழுதுவது உண்மைதான். என்னிடம் ஒருவித இஸ்லாமியச் சாய்வு உண்டு. அதற்குக் காரணம், கலாச்சார ரீதியானது. ஆனாலும் அதற்காக

தப்லீக் ஜமாத்தின் சமீபத்திய நடவடிக்கையை என்னால் நியாயப்படுத்த முடியாது.

புவியின் கடிதத்துக்கு நான் எழுதிய பதில் குறித்து அராத்து ஃபேஸ்புக்கில் எழுதியது இங்கே கவனிக்கத் தக்கது.

சாருவுக்கு புவி எழுதிய கடிதத்தில், சாருவிடம் நிறைய கண்டெண்ட் இருக்கிறது, நிறைய படித்திருக்கிறார் என்ற அர்த்தம் வருவது போல எழுதி இருந்தார். அதில் ஏதும் மாற்றுக் கருத்து இல்லை. ஆனால் சாருவின் அடையாளம் இது அல்ல.

ஜெயமோகன், எஸ்.ரா. எல்லாம் படிக்காத படிப்பா? சாருவின் வயதொத்த எழுத்தாளர்களில் பலரும் வண்டி வண்டியாகப் படித்துக் குவித்து இருக்கிறார்கள். இப்போது அது சுண்டைக்காய் போல அருகி விட்டது வேறு விஷயம்.

சாருவின் தனித்தன்மையாக நான் பார்ப்பது, அவர் எதை எல்லாம் தேர்ந்தெடுத்துப் படித்தார் மற்றும் அதை எப்படி அர்த்தம் செய்து நமக்குக் கொடுத்தார் என்பதைத்தான். ஏனென்றால், நம் நாட்டில் தகவல் வங்கி போல எல்லாவற்றையும் படித்து மண்டைக்குள் தகவல்களாகவே சேகரித்துத் திரிபவர்கள் ஏராளம். அந்தத் தகவல் வெறும் தகவலாகவே இருக்கும். ஆய்வு செய்ய மாட்டார்கள்.

> கல்வி கரையில கற்பவர் நாள்சில;
> மெல்ல நினைக்கின் பிணிபல – தெள்ளிதின்
> ஆராய்ந்து அமைவுடைய கற்பவே நீரொழியப்
> பாலுண் குருகின் தெரிந்து.

இந்த நாலடியார் பாடல்தான் நினைவுக்கு வந்தது.

அராத்துவின் குறிப்பின் இறுதியில் கொடுத்திருந்த நாலடியார் பாடலின் அர்த்தம் என்ன என்று சிலர் கேட்டிருந்தனர். கல்வி என்பது கரை காண முடியாத கடல். கற்பவரின் நாட்களோ (ஆயுள்) கொஞ்சம்தான். இதில் கொரோனா அது இது என்று

வேறு வந்து கொஞ்ச காலத்தைச் சாப்பிட்டு விடுகிறது. மீதி இருக்கும் சொற்ப காலத்தில் அறிவுடையோர் என்ன செய்கின்றனர் என்றால், நீர் கலந்த பாலிலிருந்து நீரைப் பிரித்து விட்டுப் பாலை மட்டும் அருந்தும் அன்னத்தைப் போல தனக்குப் பயனற்ற நூல்களைத் தவிர்த்து விட்டு சிறந்த நூல்களையே தேர்ந்தெடுக்கின்றனர். இங்கே சிறந்த என்றால் என்ன? இது ஒவ்வொருவருக்கும் வேறுபடும். அவரவரின் தத்துவ, அரசியல் நோக்கத்துக்கு ஏற்ப அவர்கள் தேர்ந்தெடுக்கும் நூல்கள் அமையும்.

ஏற்கனவே ஒரு இடத்தில் எழுதியிருந்தேனே, ஆல்பெர் கம்யு எழுதிய *Algerian Chronicles* என்ற நூலைப் படித்துக் கொண்டிருக்கிறேன் என்று? ஏன்? முஸ்லிம்கள் வசித்த அல்ஜீரியாவை ஐரோப்பியக் கிறித்தவ ஃப்ரான்ஸ் தன் காலனியாக்கிக் கொண்டு ஆண்டு வந்த போது அல்ஜீரியாவில் ஃப்ரெஞ்சுக்காரர்களும் ஏனைய ஐரோப்பியரும் மொத்தம் பத்து லட்சம் பேர் வாழ்ந்தனர்.

1956 ஜனவரி மாதம். ஓட்டல் அல்-ஜேஸய்ர் (El-Djazair) - அந்த ஓட்டலின் முன்னாளைய பெயர், ஓட்டல் செயிண்ட் ஜார்ஜ் (இந்தப் பெயர் விபரங்கள் எல்லாம் மிகவும் முக்கியம்). பதினாறு ஆண்டுகள் பாரிஸில் வசித்து விட்டுத் தன் தாய்நாடான அல்ஜீரியாவுக்குத் திரும்புகிறார் ஆல்பெர் கம்யூ. இஸ்லாமிய மக்ரீப் நாடுகளின் அல்-காய்தாவுக்கும் ஃப்ரெஞ்ச் ராணுவத்துக்கும் போர் நடந்து கொண்டிருக்கிறது. ஸஹாரா எண்ணெய் கம்பெனியில் பிணையக் கைதிகளாக வைக்கப்பட்டிருந்த பலருடைய இறந்து போன உடல்கள் ஓட்டல் வாசலில் வந்து இறங்கிக் கொண்டிருந்தன. ஆல்பெர் கம்யூவைக் கொன்று விட ஃப்ரெஞ்ச் வலதுசாரிகள் ஆட்களை அனுப்பி வைத்திருக்கிறார்கள். கம்யூ எனக்கு ஒரு இலக்கியவாதியாக அல்ல; ஒரு அல்ஜீரியனாகவே ஈர்த்துக் கொண்டே இருக்கிறார். ஃப்ரெஞ்ச் காலனியாதிக்கவாதிகள் எப்படி அல்ஜீரியர்களை அடிமைப்படுத்திச் சுரண்டினார்கள் என்பதைக் கண்கூடாகப் பார்த்து எழுதியவர் கம்யூ. கம்யூவின் வாழ்நாள் முழுவதுமே

அவரது தாய்நாடு பற்றிய ஏக்கம் அவர் எழுத்துக்களில் இருந்து கொண்டே இருந்தது. அவரது புகலிடமான ஃப்ரான்ஸில் அவர் வாழ்நாள் முழுதுமே ஒரு அந்நியனாகவே இருந்தார். அவரது உலகப் புகழ்பெற்ற ப்ளேக், அந்நியன் என்ற இரண்டு நாவல்களின் களமுமே அல்ஜீரியாதான். அவரது கட்டுரைகள் முழுக்கவும் அல்ஜீரிய நினைவுக் குறிப்புகளாகவே இருக்கின்றன. ஆனாலும் அல்ஜீரியா கம்யூவுக்கு நன்றி செலுத்தவில்லை. அங்கேயும் கம்யூ ஓர் அந்நியன். அல்ஜீரியாவின் பள்ளிப் புத்தகங்களில் கம்யூ இல்லை. புத்தகக் கடைகளிலோ நூலகங்களிலோ கம்யூவின் நூல்கள் இல்லை. அல்ஜீரியா கம்யூவின் நினைவை சுத்தமாகத் துடைத்தெறிந்து விட்டது என்கிறார் அல்ஜீரிய நாவலாசிரியர் Hamid Grine. இதில் வரும் கதைசொல்லி தன் உண்மையான தந்தை ஆல்பெர் கம்யூ என்று கண்டுபிடிக்கிறான்.

2010இல் கம்யூவின் ஐம்பதாவது நினைவு நாள் வந்தது. அதன் பொருட்டு கம்யூவின் எழுத்துக்களை அல்ஜீரியாவின் ஏழு நகரங்களில் வாசிப்பது என்ற ஒரு திட்டத்தை அல்ஜீரியாவின் சில புத்திஜீவிகள் ஏற்பாடு செய்தபோது அந்த வாசிப்புத் திட்டத்துக்கு அனுமதி மறுக்கப்பட்டது. ஏனென்றால், அல்ஜீரியப் போராளிகளுக்கும் அல்ஜீரியாவில் இருந்த ஃப்ரெஞ்ச் ராணுவ ஆட்சிக்கும் நடந்த உள்நாட்டுப் போரில் ஒரு லட்சம் பொதுமக்கள் இறந்து போயிருந்தனர்.

28.4.2020.

4

கம்யு ஒரு அல்ஜீரியனாகவே இருந்தாலும், தன் வாழ்நாள் முழுதும் மக்ரிப் அரபிகளையே ஆதரித்தாலும், அல்ஜீரியர்கள் கம்யூவைத் தங்கள் நினைவிலிருந்து துடைத்து அழித்து விட்டதற்குக் காரணத்தை உங்களில் யாராவது என்னுடைய சார்த்தர் பற்றிய கட்டுரைகளை ஞாபகத்தில் வைத்திருந்தால் இப்போது சொல்லி விடலாம். சார்த்தருக்கு அல்ஜீரியர்களை நேரடியாகத் தெரியாது. அவர் ஒரு தத்துவவாதி. அதிலும் அவரது தத்துவத்தின் மூலக்கூறுகளை அவர் ஜெர்மன் தத்துவவாதிகளிடமிருந்து பெற்றிருந்தார். ஜெர்மன் தத்துவவாதிகளோ - நீட்ஷேவையும் மார்க்ஸையும் தவிர்த்து - நேரடி வாழ்விலிருந்து பெரிதும் அந்நியமானவர்கள். இப்படிப்பட்ட சூழலில் ஃப்ரான்ஸ் ஃபானனின் *Wretched of the Earth* என்ற நூல்தான் மூன்றாம் உலக நாடுகளையும் அவைகளின் பிரச்சினைகளையும் நோக்கி சார்த்தரைத் திருப்பியது.

இப்படி அல்ஜீரியா பற்றிய நேரடி அனுபவம் இல்லாத, ஒரு பூர்ஷ்வா புத்திஜீவியான சார்த்தர் அல்ஜீரிய சுதந்திரப் போராட்டத்தின்போது அல்ஜீரியாவை ஆதரித்தார். இது இந்தியாவுக்கும் பாகிஸ்தானுக்கும் சண்டை நடக்கும்போது

ஒரு இந்திய எழுத்தாளன் பாகிஸ்தானை ஆதரிப்பதைப் போன்றது. தேச அடையாளங்களைக் கடந்து, உலகப் பாட்டாளி வர்க்கமே ஒன்று கூடுங்கள் என்று அறைகூவல் விடுக்கும் கம்யூனிஸ்ட் கட்சியே ஃப்ரான்ஸில் அல்ஜீரிய விடுதலைப் போராட்டத்தை ஆதரிக்கவில்லை. மிகுந்த தேசப்பற்றுடன் ஃப்ரான்ஸையே ஆதரித்தது. அப்போது ஒரு அல்ஜீரியனான கம்யு அல்ஜீரியா ஃப்ரான்ஸின் பகுதியாகவே இருக்க வேண்டும் என்று விரும்பினார். இதுதான் அல்ஜீரியர்கள் ஆல்பெர் கம்யூவை வெறுத்ததற்குக் காரணம். அவர்கள் அவரை ஒரு காலனியாதிக்க ஆதரவாளர் என்றே கருதினர். கம்யூவும் தன் மரணம் வரை அல்ஜீரியா பற்றிய தன் கருத்தை மாற்றிக் கொள்ளவும் இல்லை. ஆனாலும், கம்யூவின் எழுத்தில் அல்ஜீரியா ஒரு தீராத ஏக்கமாக இருந்து கொண்டே இருந்தது.

இந்தக் கொரோனா மட்டும் இருந்திராவிட்டால் என் பயண அட்டவணையில் இருந்த இடங்களில் முக்கியமானது அல்ஜீரியா. ஆல்பெர் கம்யு த்ரேயான் (Drean) என்ற ஊரில் பிறந்தார். அல்ஜீரியாவின் வடகிழக்குப் பகுதியில் உள்ள கடற்கரை நகரம் அது. கம்யு காலத்தில் இதன் பெயர் மோந்தோவி. இங்கிருந்து துனீஷியா முப்பது மைல் தூரம். ஃப்ரான்ஸின் பொர்தியூ (Bordeaux) பகுதியிலிருந்து அல்ஜீரியாவுக்குக் குடி பெயர்ந்த, திராட்சைத் தோட்டக் கூலித் தொழிலாளி ஒருவரின் மூன்றாவது தலைமுறை வாரிசுதான் கம்யு. கம்யு த்ரேயானில் பிறந்தார் என்றாலும் அல்ஜியர்ஸில்தான் படித்தது வளர்ந்தது எல்லாம். அவருடைய அந்நியனில் வரும் மெஹர்சோவும் (Meursault) அல்ஜியர்ஸைச் சேர்ந்தவன்தான். அந்நியனை இத்தாலிய இயக்குனர் லூச்சினோ விஸ்கோந்தி அதே பெயரில் (The Stranger – 1967) திரைப்படமாக எடுத்திருக்கிறார். இந்தப் படத்தின் முக்கியத்துவம் என்னவென்றால், அல்ஜியர்ஸ் நகரில் கம்யு வாழ்ந்த இடங்களிலேயே படம் எடுக்கப்பட்டிருக்கிறது. கம்யு அவர் காலத்திய ஐரோப்பிய எழுத்தாளர்களைப் போல் அல்லாமல் மிகக் கொடிய வறுமையில் வளர்ந்தார். அவர் அன்னைக்கு எழுதப் படிக்கத் தெரியாது. பல வகையிலும் கம்யு துரதிர்ஷ்டத்தோடேயே வாழ்ந்திருக்கிறார். அவர் தந்தை முதல்

உலகப் போரில் தலையில் வெடிகுண்டுச் சிதறல் பட்டு இறந்து போனார். தாய் எழுதப் படிக்கத் தெரியாதவர் மட்டும் அல்ல. காதும் முழுமையாகவே கேட்காது. அம்மாவுக்குத் தெரிந்ததே மொத்தம் நானூறு வார்த்தைதான் இருக்கும் என்கிறார் கம்யு. (கம்யு பற்றி அறிந்து கொள்ள விரும்புபவர்கள் படிக்க வேண்டிய முக்கியமான புத்தகம், *Albert Camus: A Life, By Olivier Todd.*) கம்யூவின் தாய் வீட்டு வேலை செய்துதான் கம்யூவைப் படிக்க வைத்திருக்கிறார். பின்னாளில் கம்யு ஒடுக்கப்பட்ட மக்களைப் பற்றியே அதிகம் கவனம் கொண்டதற்கு இதுதான் காரணம்.

(என் வாசகர்களுக்கு இன்னொரு பரீட்சை: கலகம் காதல் இசை நூலில் ராய் (Rai) இசை பற்றி எழுதும் போது கபீல் (Kabyle) என்ற பகுதி பற்றி விரிவாகக் குறிப்பிட்டிருந்தேன். அல்ஜீரியாவின் வடகிழக்குப் பகுதி கபீல். அந்தப் பகுதியின் மொழி தமாஸீத். ஞாபகம் இருக்கிறதா?)

ஆல்பெர் கம்யூவுக்கும் ஜான் ஜெனேவுக்குமான வித்தியாசத்தை நீங்கள் உணர்கிறீர்களா? கம்யூவின் மூதாதையர் ஃப்ரான்ஸிலிருந்து அல்ஜீரியாவுக்கு வந்து குடியேறிய கூலித் தொழிலாளர்கள். கம்யூவினால் தன் ஐரோப்பிய அடையாளத்தை விட முடியவில்லை. அதே சமயம் தான் பிறந்து வளர்ந்த மக்ரீப் அரபிகளிடமிருந்தும் உறவை அறுத்துக் கொள்ள முடியவில்லை. தன் வாழ்நாள் முழுதும் ஒரு அந்நியனாகவே வாழ்ந்தவர் கம்யு.

சுதந்திரத்துக்குப் பிறகான அல்ஜீரிய அரசு - அல்ஜீரிய சுதந்திரப் போராட்ட வீரர்களால் நிரம்பியிருந்த அரசு அது - கம்யூவை மன்னிக்கவே தயாராக இல்லை. கம்யு பற்றிய எந்தக் குறிப்பும் எந்தப் பாடப்புத்தகத்திலும் இல்லை. முழுக்க முழுக்க அவரை ஒரு ஐரோப்பியனாகவே ஒதுக்கி வைத்தார்கள். ஆனால் ஜெனே, ஃப்ரான்ஸில் பிறந்து வளர்ந்த 'சுத்தமான' ஃப்ரெஞ்சுக்காரராக இருந்தாலும், ஐரோப்பியக் கலாச்சாரத்தைத் தன் எலும்பின் மஜ்ஜையிலிருந்து வெறுத்தார். தன்னை ஒரு கிரிமினலாக நடத்திய ஐரோப்பாவை அவர் ஒருபோதும் மன்னிக்கத் தயாராக இல்லை. இத்தனைக்கும் அவர் செய்த குற்றம் சிறு திருட்டுகள் மற்றும் ஓரினச் சேர்க்கை. அப்போது ஃப்ரான்ஸில் ஓரினச்

சேர்க்கை மிகப் பெரிய குற்றம். அந்தக் காரணத்துக்காகவே ஆஸ்கர் ஒயில்டைக் கொன்றே போட்டது ஐரோப்பிய சமூகம். கிட்டத்தட்ட ஜெனேவுக்குக் கிடைத்ததும் அந்த மாதிரி தண்டனைதான். ஒயில்டுக்கும் ஒன்றும் மரண தண்டனை கொடுக்கவில்லை. காற்றாலைகளை இயக்கும்படியான தண்டனை. நம்மூரில் செக்கு இழுப்பது மாதிரி. ஏழெட்டு மணி நேரம் இழுக்க வேண்டும். ஒரே ஆண்டில் செத்துப் போனார் ஒயில்ட். ஜெனேவை அவரது குற்றங்களுக்காக ஏதோ நூறு ஆண்டுகளோ என்னவோ தண்டனை அளித்தது ஃப்ரெஞ்ச் நீதிமன்றம். அப்புறம் பிக்காஸோ, சார்த்தர் போன்ற புத்திஜீவிகள்தான் ஃப்ரெஞ்ச் அதிபருக்கு எழுதி ஜெனேவை விடுவித்தார்கள். அதற்காகவெல்லாம் அவர் ஃப்ரான்ஸ் மீது நன்றி பாராட்டவில்லை. இந்த நாட்டில் மனிதன் இருப்பானா என்று மொராக்கோ போய் விட்டார். போனது மட்டும் அல்ல; என் உடம்பு கூட ஃப்ரெஞ்ச் மண்ணில் புதைக்கப்படக் கூடாது, என்னை மொராக்கோவில்தான் அடக்கம் செய்ய வேண்டும் என்று உயில் எழுதி வைத்தார். ஜெனேயின் கல்லறை மொராக்கோவின் லராச்சே என்ற ஊரில் உள்ளது. அதுவும் என் பயணப் பட்டியலில் உள்ள இடம்.

இப்படி என் பிரேதம் கூட ஃப்ரான்ஸில் இருக்கக் கூடாது என்று சொன்ன ஜெனேவுக்கும், அல்ஜீரியா ஃப்ரான்ஸுடனேயே இருக்க வேண்டும் என்று வாழ்நாள் பூராவும் சொல்லிக் கொண்டிருந்த கம்யூவுக்கும் வித்தியாசம் புரிகிறதா? ஃப்ரான்ஸ் கிறித்தவம். ஃப்ரான்ஸ் ஐரோப்பா. ஃப்ரான்ஸ் வெள்ளை. ஃப்ரான்ஸ் ஃப்ரெஞ்ச். அல்ஜீரியா இஸ்லாம். அல்ஜீரியா ஆஃப்ரிக்கா. அல்ஜீரியா கறுப்பு. அல்ஜீரியா அரபி. ஏதாவது ஒரு இம்மியாவது சம்பந்தம் இருக்கிறதா? மேலும், ஃப்ரான்ஸ் அல்ஜீரியாவில் செய்தது பச்சையான ஏகாதிபத்தியம். காலனி ஆதிக்கம். எப்படி அல்ஜீரியா ஃப்ரான்ஸின் பகுதியாக வாழ முடியும்? ஒரு அடிமை எஜமானனுடன் எப்படி கைகோர்த்து வாழ முடியும்? கம்யூவுக்கு ஒரு முஸ்லிமின் உணர்வு புரியவில்லை.

இங்கே இன்னொன்றும் ஞாபகம் வருகிறது. ஜெனே மொராக்கோவில் மட்டும் இல்லை. பாலஸ்தீனம் சென்று

பாலஸ்தீனிய கெரில்லா போராளிகளின் பதுங்கு குழிகளிலும் வாழ்ந்தார். யாஸர் அராஃபத்தின் நண்பராக விளங்கினார். "நீங்கள் ஒரு ஓரினச் சேர்க்கையாளர் ஆயிற்றே? இஸ்லாம் அதைக் கடுமையாக விமர்சனம் செய்யும் மதம் ஆயிற்றே?" என்று அவரிடம் கேட்கப்பட்ட போது - இதே கேள்வி வில்லியம் பர்ரோஸிடமும் கேட்கப்பட்டது, பர்ரோஸ் மொராக்கோவில் வாழ்ந்தார் - இருவரும் சொன்ன பதில் ஒன்றுதான். ஐரோப்பா (பர்ரோஸின் விஷயத்தில் அமெரிக்கா) ஓரினச் சேர்க்கையை வன்கலவிக்குச் சமமாகப் பார்த்தது. ஆயுள் தண்டனையெல்லாம் கொடுத்தது. ஆனால் மொராக்கோவில் அதற்கு மதரீதியான தடையெல்லாம் இருந்ததே தவிர அது வெறும் ஏட்டளவில்தான்; யாரும் அதைத் தீவிரமாக எடுத்துக் கொள்வதில்லை. ஒரு ஓரினச் சேர்க்கையாளனுக்கு மொராக்கோவின் வாழ்க்கை லகுவாக இருந்தது. யாரும் அங்கே அவனைக் கிரிமினலாகப் பார்க்கவில்லை.

சரி, ஒவ்வொரு இடத்தையும் நான் எப்படி என்னோடு இணைத்துக் கொள்கிறேன் என்றால் இப்படியாகத்தான். உதாரணமாக, அல்ஜியர்ஸ் நகரில் லா கஸீனோ தெ கோர்னீச் (La Casino de Corniche) என்று ஒரு மதுபான விடுதி இருக்கிறது. மதுபான விடுதி என்றதும் இங்கே இந்திய அர்த்தத்தில் நினைக்கக் கூடாது.

அங்கெல்லாம் - அப்படியென்றால், அல்ஜீரியா, துனீஷியா போன்ற நாடுகளில் - மதுபான விடுதி என்றால் அந்த இடத்துக்குக் குடும்பம் குடும்பமாக வந்து களியாட்டம் போட்டுக் கொண்டிருப்பார்கள். இளைஞர்களும் இருப்பார்கள்.

லா கஸீனோ போக வேண்டும் என்பது என் ஆசைகளில் ஒன்று. எதிரே மத்திய தரைக் கடல். முழுக்க முழுக்க இசை. முழுக்க முழுக்க இசை. ராய் இசை. ராய் இசை என்றால் என்ன என்று என்னுடைய கலகம் காதல் இசையில் பாருங்கள். அல்லது, ஷாப் காலீதின் சில பாடல்களையும் கேட்கலாம்.

https://www.youtube.com/watch?v=ybEBzZ3YPok&t=10s

கீழே வருவது ஷாபா வார்தாவின் ராய் பாடல். இந்தப் பாடலுக்கு யாருமே நடனமாடாமல் கேட்கவே முடியாது. (ஷாப் என்றால் ராய் பாடகன், ஷாபா என்றால் ராய் பாடகி). நண்பர்களே, இப்போது இந்தப் பாடலைக் கேளுங்கள். அநேகமாக இதுவரை நீங்கள் கேட்டிராததாக இருக்கலாம்.

தமிழர்களுக்கெல்லாம் இளையராஜா எப்படியோ அப்படித்தான் எனக்கு ராய் பாடகர்கள் அத்தனை பேரும். அதனால்தான் நான் ஒரு கலாச்சார இஸ்லாமியன் என்கிறேன். அடுத்த ஜென்மம் எனக்கு இருந்தால் நான் அல்ஜீரியாவிலோ துனீஷியாவிலோதான் பிறக்க விரும்புகிறேன். காரணம், அந்த நிலம். அந்தக் கடல். அந்த மண். அந்தப் பெண்கள். அந்த உணவு. அந்த மணம். எல்லாவற்றையும் விட அந்த இசை. அந்த லா கஸீனோ தெ கொர்னோச்சேவில் கொஞ்சம் வைன் அருந்தி விட்டு ஷாபா வார்தாவின் ராய் பாடல்களுக்கு நடனம் ஆடாமல் சாகக் கூடாது. இந்தக் கொரோனா முடிந்ததும் முதல் வேலை அதுதான். இன்ஷா அல்லாஹ். வருகிறீர்களா சீனி?

இந்த இணைப்பில் ஷாபா வார்தா வந்து கொண்டே இருக்கிறார். கேளுங்கள்.

https://www.youtube.com/watch?v=Lnj19h7uiCQ&t=2s

https://www.youtube.com/watch?v=Cdisqc-zM1M&t=10s

ஷாப் ஹமீதின் ராய் பாடல்.

https://www.youtube.com/watch?v=CWPdXTLDr1Y

ஷாப் பிலாலும் எனக்குப் பிடித்த மற்றொரு ராய் பாடகர். ஆனால் ராய் இசைக்கே பிதாமகர் ஷாப் ஹாஸ்னிதான். இந்தியாவில் பிரபலமானவர் ஷாப் காலித்.

பின்வருவது ஷாப் பிலால்.

https://www.youtube.com/watch?v=F8QKpRbTkPw&t=1s

இஸ்லாமிய நாடுகளிலேயே எனக்கு அதிகம் பிடித்தது அல்ஜீரியாதான். கடந்த ஒரு ஆண்டாக அங்கே மக்கள் வீதிகளில்

வந்து போராடி, இருபது ஆண்டுகளாக அதிபர் பதவியில் இருந்த ஊழல் மன்னன் அப்துல் அஸீஸ் பூத்தேஃப்ளிகாவைத் தூக்கி எறிந்து விட்டார்கள். இதே போன்ற போராட்டம்தான் இஸ்லாமியர்கள் பெரும்பான்மையாக வசிக்கும், மற்றொரு ஃப்ரெஞ்ச் காலனியாக இருந்த லெபனானிலும் நடந்து வருகிறது.

29.4.2020.

5

அய்யங்கார்களின் மரபணு - பொதுவாகவே பிராமணர்களின் மரபணு பற்றி எழுதினேன். அதில் இன்னும் நிறைய பாக்கி உள்ளது. ஸ்ரீரங்கத்தில் பார்த்திருக்கிறேன். அய்யங்கார் பையனும் அ-பிராமணப் பையன்களும் ஒன்றாகச் சேர்ந்து குடித்துக் கும்மாளம் அடித்துக் கொண்டு கிடப்பான்கள். கல்லூரி மாணவர்கள். தேர்வு வரும். அ-பிராமணப் பையன்கள் தேர்வில் தோல்வி அடைந்து விடுவான்கள். அய்யங்கார் பையன் மட்டும் நூற்றுக்குத் தொண்ணூற்றெட்டு வாங்கித் தேர்ச்சி அடைவான். இத்தனை எடுத்தும் மெடிக்கல் கிடைக்கவில்லை; இட ஒதுக்கீடே கூடாது என்றும் புலம்புவான். அதன் பிறகு வாழ்நாள் பூராவும் இட ஒதுக்கீட்டுக்கு எதிராகவே வாதம் பண்ணிக் கொண்டிருப்பான். மத்திய வயதில் தீவிர ஹிந்துத்துவாவாகவோ தீவிர இடதுசாரியாகவோ தீவிர பெரியாரிஸ்டாகவோ மாறுவான். அப்படி ஒருசில அய்யங்கார் பையன்களை எனக்குத் தெரியும். இதையெல்லாம் வெறுப்பினால் சொல்லவில்லை. பொறாமையினால் சொல்கிறேன். இந்த அய்யங்கார் மரபணுவில் ஏதாவது புரட்சி கிரட்சி பண்ணி நம்முடைய மரபணுவில் கலந்து ஓட்டு மாங்காய் மாதிரி பண்ணினால்தான் நமக்கும் ஏதாவது

விடிவு வருமா என்று கூட நான் யோசித்துண்டு. சும்மா விளையாட்டுக்கு சொல்லவில்லை. கொஞ்சம் பக்கங்களைப் பின்னால் தள்ளினால் ரோகு மீனை வெறுமனே உச்சரிக்க என்ன பாடுபட்டார் நம் ஆள் என்று எழுதியிருக்கிறேன். அதேபோல் ஜெகா ஒரு குறிப்பு எழுதியிருக்கிறார், பாருங்கள்.

தம்பி கடைக்கு போவோமா?

அண்ணே நீங்க இருங்கண்ணே, நா போய் வாங்கிட்டு வர்ரே.

ரைட்டு, தம்பி *parsley*ன்னு ஒரு பாக்கெட் இருக்கும், *coriander* ன்னு ஒரு பாக்கெட் இருக்கும். ரெண்டும் ஒரே மாதிரி இருக்கும்ன்றதால இத சொல்றே. *Coriander*ன்னு இருக்குற பாக்கெட்ட வாங்கிக்க. அந்த ரேக்குலயே மேல துருவுன தேங்கா இருக்கும் அதையும் வாங்கிக்க.

இடைல நாலஞ்சு கால்.

ரிசல்ட்: மல்லிப் பொடி பாக்கெட்டு, முழு தேங்கா குடுமியுடன்.

எங்க புள்ளிங்கோ எல்லா பயங்கரோம்.

• பொதுவாக விபரம் தெரிந்த பிராமணர்கள் தஞ்சாவூர்ப் பக்கம் பெண்ணோ பிள்ளையோ எடுக்க மாட்டார்கள், கொலைகாரப் பேர்வழிகள் என்று. பேச்சிலேயே எதிராளி நாண்டுகிட்டு சாகணும். அப்படி ஒரு பேச்சு. அப்படி ஒரு குயுக்தி. அப்படி ஒரு தந்திரம். ஆனால் தஞ்சாவூர் அ-பிராமணன் ஒரு அசடு. மேலே பார்க்கிறீர்கள் அல்லவா, அதேதான். இல்லையென்றாலும் பிரபு கங்காதரன், சாரு நிவேதிதா போன்றவர்களைப் பார்த்தால் தெரிந்து கொள்ளலாம்.

எனக்கு நெருங்கிய ஒரு நண்பர். அவர் வாழ்ந்த இடம் கொஞ்சம் விளிம்புநிலை மனிதர்கள் அதிகமாக வசிக்கும் பகுதி. நண்பருக்கு சேர்வார் தோஷத்தினால் படிப்பு வரவில்லை. பள்ளி இறுதியில் பார்டரில் பாஸ். மேலே படிக்கவில்லை. ஆனால் ஒரு சர்வதேச வங்கியில் வைஸ் பிரஸிடெண்ட்டாக இருந்து பத்து ஆண்டுகளுக்கு முன்னால் துபாயில் 40000 திர்ஹாம் ஊதியம் வாங்கியவர். பட்டப் படிப்பு இல்லாமல்

அந்தப் பதவி கிடைப்பதில் தடங்கல் ஏற்படும் போல் தெரிந்ததால் முன்கூட்டியே பட்டப் படிப்பையும் தபாலில் முடித்து விட்டார். தேர்வுகளுக்கும் படிக்கவில்லை. சும்மா காண்டாக்ட் கிளாஸில் கேட்டவைதான். என்ன சமூகம் என்று சொல்லத் தேவையில்லை. அய்யர்.

என் தம்பி. சொந்தத் தம்பி. கடைசிப் பையன். படிப்பு வரவில்லை. அ-பிராமணர்களுக்குப் படிப்பு வரவில்லை என்றால், திருடலாம். கூலி வேலை செய்யலாம். அரசியலில் சேர்ந்து சொத்து சேர்க்கலாம். குடிகாரன் ஆகலாம். தற்கொலை செய்து கொள்ளலாம். அவன் கூலி வேலையைத் தேர்ந்தெடுத்தான். வீட்டுக்கு மின்சார வேலை செய்வார்கள் இல்லையா, அம்மாதிரி வேலைகளுக்கு எடுபிடி. மேலே உயரம் ஏறி வேலை செய்ய வேண்டும். பிறகு கொத்தனார் வேலை. இப்படிப் பல வேலைகள். அவன் இப்படி சிரமப்படுவதைப் பார்த்து விட்டு கோழிப் பண்ணை வைக்க உதவி செய்தேன். ஒரே ஆண்டில் கோழிகள் அனைத்தும் சீக்கு வந்து செத்து விட்டன. ஒரே கடன். பிறகு நைனா அவனுக்கு என்னென்னவோ உதவிகள் செய்தார்கள். ஒன்றும் விளங்கவில்லை. ஆள் சினிமா ஆக்டர் மாதிரி இருப்பான். எந்தக் கெட்ட பழக்கமும் கிடையாது. கோபமே வராது. தங்கம் என்றால் அப்படித் தங்கம். அதைப் பார்த்து ஒரு பணக்கார வீட்டில் பெண் கொடுக்க முன்வந்தார்கள். அவர்களின் சொத்து பத்துகளைப் பார்த்துக் கொண்டு பெண்ணையும் கண் கலங்காமல் பார்த்துக் கொள்ள வேண்டும். வீட்டோடு மாப்பிள்ளை எல்லாம் இல்லை. தனிக் குடித்தனமே இருந்து கொள்ளட்டும். ஆள் மசியவில்லை. ஏற்கனவே ஒரு பெண்ணைக் காதலித்துக் கொண்டிருந்தான். ஏற்கனவே திருமணம் ஆகி ஒரு குழந்தையோடு இருந்தாள் பெண். அவளைத் திருமணம் செய்து கொண்டான். அவளுக்கு ஒரு வளர்ப்பு மகள் இருந்தாள். இதிலெல்லாம் தப்பு எதுவும் இல்லை. புரட்சி செய்ய வேண்டியதுதானே? ஆனால் என்ன பிரச்சினை என்றால், இவனும் பிச்சைக்காரன். அவளும் பிச்சைக்காரி. படிப்பும் இல்லை. சமைக்கவும் தெரியாது. இவன் நன்றாக சமைப்பான். குழந்தையும் பெற்றுக் கொள்ள இயலாது.

பார்க்கவும் அச்சு அசல் கமலா காமேஷ் மாதிரி இருப்பாள். அது சரி, ஷேக்ஸ்பியர்தான் அழகாகச் சொல்லியிருக்கிறாரே, *Beauty is in the eye of the beholder* என்று. எல்லாம் சரி, கண்ணில்லாத ஒருவன் வாய் பேசாத காது கேளாத ஒருத்தியைக் கல்யாணம் செய்து கொள்ளலாமா என்பதே என் கேள்வி. படிப்புதான் வரவில்லை, வாழ்க்கையில் ஒரு காரியத்தைக் கூடவா ஒழுங்காகச் செய்யக் கூடாது?

நானும் செய்ய மாட்டேன். சொதப்புவேன்தான். ஆனால் ஒருமுறை அப்படி ஆகி விட்டால் உஷாராகி அதற்குப் பிறகு அனுபவசாலிகளின் பேச்சைக் கேட்காமல் எதுவுமே செய்ய மாட்டேன். அவந்திகாவைத் திருமணம் செய்து கொள்ளும் போது கூட, ஏற்கனவே ஒரு முறை அடி வாங்கியிருக்கிறோமே, இன்னொரு முறை உயர்குடியில் போய் மாட்டலாமா என்று அவந்திகாவை அழைத்துக் கொண்டு போய் என் நண்பரிடம்தான் கேட்டேன். வாழ்க்கையில் ரொம்பவும் முன்னேறிய அதிபுத்திசாலியான ஒரு அய்யர் அவர்.

தம்பி கதை சோகமாகவே முடிந்தது. நாற்பத்தைந்து வயதிலேயே புற்றுநோய் வந்து குரூரமான முறையில் இறந்து போனான். சென்ற அத்தியாயத்தில் என் சொந்தக்காரர்கள் புழலில் இருக்கிறார்கள் என்று வேடிக்கையாகச் சொன்னேன். புழலில் இருந்தால் கூடப் பரவாயில்லை. உயிரோடு இருக்கிறார்கள் என்று சொல்லிக் கொள்ளலாம். எல்லாம் பொட்டு பொட்டென்று நாற்பது வயதிலேயே ஹார்ட் அட்டாக் வந்து போய்ச் சேர்ந்து விட்டார்கள். எல்லாம் குடி.

ஏன் நம் சீனியையே எடுத்துக் கொள்ளுங்கள். ஆதி திராவிடர் நலப்பள்ளியில் படித்தவர். இப்போது எப்படி இருக்கிறார்? அவரிடம் நான் அடிக்கடி சொல்வேன்.

அந்த மரபணுவில் ஏதோ விஷயம் இருக்கிறது. அதற்காக வெஜ் சாப்பிடு, பூண்டு வெங்காயம் சாப்பிடாதே என்று சொன்னால் உதைப்பேன். ஆனால் இப்போதைய பிராமண சமூகம் திராவிடத்தைப் பார்த்து இதோ நானும் வருகிறேன் உன் கூட என்று சொல்லி போட்டி போட்டுக் கொண்டு புழுதியில்

புரண்டு கொண்டிருக்கிறது. எங்களையா படிப்பாளிகள் என்று சொன்னாய்? இதோ பார் என்று சரஸ்வதியைத் தம் குலத்திலிருந்தே விரட்டி விட்டு விட்டு லட்சுமியே சரணம் என்று விழுந்து விட்டார்கள். நாலு வீடா? போதாது. எட்டு கட்டு. டாலரைக் குவி. ஒரு ஆள். கலிஃபோர்னியாவில் தனி வில்லாவில் இருக்க வேண்டிய அளவுக்கு சம்பளம். ஒண்டுக் குடித்தனம் மாதிரி டப்பா அபார்ட்மெண்ட்டில் வாழ்ந்தார். கிடைக்கிற டாலரெல்லாம் இங்கே தி. நகரில் வீடுகளாக மாறிக் கொண்டிருந்தன. வில்லாவில் இருந்திருந்தால் கொரோனா பயம் இல்லாமல் இருந்திருக்கலாம். இப்போது நெருக்கமான அபார்ட்மெண்ட்டில் ஒரே கதவை எல்லோரும் திறக்கிறார்கள். பயம். உயிருக்கே பயம். பிராமணனின் வாழ்க்கை இப்படி ஆகி விட்டது.

இன்னொன்று சொல்கிறேன். பிராமணன் எப்படி ஆகி விட்டான் என்பதற்கு ஒரு உதாரணம். இது காயத்ரி சொன்னது. காயத்ரி வீட்டில் நோ கார்லிக், நோ ஆனியன். முதல் தளம். கீழே வீட்டின் உரிமையாளர். பிராமணர். ஒருநாள், பிறந்து சில தினங்களே ஆன, வழி தவறி வந்து விட்ட ஒரு பூனைக்குட்டிக்குப் பால் கொடுத்திருக்கிறாள். உடனே வீட்டுக்கார மாமா, முகத்தைச் சுளித்தபடி, "இதுக்குப் பேசாமல் பூண்டு வெங்காயமே சாப்பிட்டுண்டு இருக்கலாம்" என்றாராம். ஈரமற்றுப் போய் விட்டார்கள். அறம் தாழ்ந்து விட்டது. அறம் வீழ முதல் அடி எடுத்து வைத்தவன் பிராமணன்.

இதைச் சொல்லும் போது சில நல்ல பிராமண இயல்புகளையும் சொல்ல வேண்டும். சமீபத்தில் ஒரு மலையாளப் படத்தில் நாயின் பெயர் பிரபாகரன் என்று வந்தது குறித்து நடந்த சர்ச்சை. அதே படத்தில் ஒரு தமிழ் அய்யர் அவர் வீட்டுக்குக் குடி வந்த மலையாளியிடம் பீஃப் கொடு என்று கேட்பது பற்றி எந்த பிராமணனும் கம்பைத் தூக்கிக் கொண்டு வீதிக்கு வரவில்லை என்பதை கவனியுங்கள். அவன் தன் முன்னேற்றத்தைப் பார்க்கிறான். ஆனால் மற்றவர்களோ எதற்கெடுத்தாலும் சண்டை, சண்டியர்தனம் பண்ணிக்

கொண்டு திரிகிறார்கள். அதுவும் உண்மைத்தன்மையோடு இருந்தாலும் பரவாயில்லை. பொய்ப் போராட்டம். *Fake.* ஈழத்தில் தமிழர்கள் ஆயிரக்கணக்கில் கொல்லப்பட்ட போது இத்தனை வீரம் இவர்களுக்குப் பொங்கவில்லையே? இப்போது மட்டும் பொங்குகிறதே? காரணம், சும்மா வெற்றுச் சவடால். இப்படிப் பண்ணிப் பண்ணியே இவர்கள் உருப்படாமல் போய்க் கொண்டிருக்கிறார்கள்.

இந்த சூழலிலிருந்துதான் நான் வந்தேன். என் சண்டியர் மாமாக்களையும், படித்துப் பெரிய ஆளாகி விட்ட இன்னொரு மாமாவையும் பார்த்து படிப்பே நம்மை விடுதலை செய்யும் என்று உணர்ந்தேன்.

29.4.2020.

6

கடந்த பூச்சி பதிவுகள் பற்றி அராத்து எழுதியது:

சாரு தொடர்ந்து இஸ்லாமிய நாடுகளைப் பற்றியும் அவர்களின் கொண்டாட்டமான கலாச்சாரத்தைப் பற்றியும், அவர்களின் இலக்கியம், இசை பற்றியும் எழுதிக்கொண்டே இருக்கிறார். இங்கே இருக்கும் இந்திய முஸ்லிம்களுக்கே இதெல்லாம் விசித்திரமாக இருக்கும். இங்கே இந்தியாவில் கட்டுப்பெட்டியான இந்துக்களுக்கு நடுவே வாழ்வதால் இந்திய முஸ்லிம்கள் இறுக்கமாக வாழ்வதைத் தங்கள் கலாச்சாரமாக ஆக்கிக் கொண்டார்கள் என்று தோன்றுகிறது.

★★★

என் எழுத்து வாழ்க்கையில் பூச்சி தொடரைப் போல் இந்த அளவுக்கு எதிர்வினைகள் வந்ததில்லை. நிறைய வசை கடிதங்கள். ஆனால் இந்த வசை கடிதங்களை வசை என்று சொல்ல முடியாது. கெட்ட வார்த்தை கடிதங்கள் அல்ல. கோட்பாட்டு ரீதியாக என்னைத் தாக்குபவை. என்னைத் தவறாகப் புரிந்து கொண்டவை. ஆனால் தத்துவார்த்த நோக்கில் வரும் மற்ற பல கடிதங்களைப் பிரசுரித்து அவை பற்றிய நீண்ட விவாதங்களைத் தொடரலாம். நேரமில்லை. நேற்றைய என் கட்டுரை சுமார் ஆயிரம் வார்த்தைகள்தான் இருந்தன.

ஆனால் அதை நாள் பூராவும் எழுதிக் கொண்டிருந்தேன். கம்யு பற்றியும் அல்ஜீரியா பற்றியும் எழுதிய போது கம்யுவின் அல்ஜீரியன் க்ரானிகிள்ஸில் சில கட்டுரைகளைப் படிக்க வேண்டியிருந்தது. முழுப் புத்தகத்தையுமே படித்து விட்டுத்தான் எழுத நினைத்தேன். அப்படிச் செய்தால் அது ஆய்வுக் கட்டுரையாகப் போய் விடும். இந்தப் பூச்சியின் ஓட்டம் போய் விடும். அதனால்தான் குறிப்பிட்டேன், அந்தக் காலத்துப் பாட்டுப் புத்தகத்தில் வரும் கதைச் சுருக்கம் மாதிரிதான் இந்தத் தொடர். எல்லாவற்றைப் பற்றியும் ஒவ்வொரு வரி.

பின்வரும் கடிதம் ஏப்ரல் 25 அன்று வந்தது.

அப்பா,

பூச்சி தொடர் படித்து வருகிறேன். அற்புதம். நீங்கள் குறிப்பிட்டிருக்கும் 'க்ரனாடா' கதை[1] எகிப்திய நாவலாசிரியர் *Radwa Ashour* எழுதியது என்று இணையத்தின் வழியாகத் தெரிந்துகொண்டேன். அந்த நாவலை வாசிக்க ஆர்வமாக இருக்கிறது. கூடிய விரைவில் வாசித்துவிடுவேன். இந்தக் கதையை முன் வைத்து சில விஷயங்களைப் பகிர்ந்துகொள்ள ஆசைப்படுகிறேன். (இதை நாம் பேசும்போது பகிர்ந்துகொள்ள ஆசைதான்; ஆனால் நீங்கள் அழைக்கும்போது பேச வரவில்லை. – தமிழ்நாட்டுப் பாணியில் சொல்ல வேண்டுமென்றால் விஜய்யோ அஜீத்தோ தன்னுடைய ரசிகனுக்கு ஃபோன் செய்து பேசினால் எப்படி இருக்குமோ அதே மனநிலையில் இருப்பேன்.) அதனால்தான் பேசும்போது பேசாமல் இப்போது எழுதுகிறேன்.

அந்தக் கதையின் பின் இருக்கும் வரலாற்றிலிருந்து ஆரம்பிக்கிறேன். இந்தக் கதை நிகழும் நூற்றாண்டில்தான் *Inquisition* தலைவிரித்தாடியது. 'நல்ல' காரணத்திற்காகத்தான் *Inquisition* ஆரம்பமானது. ('நல்ல' என்று குறிப்பிடக் காரணம் கொஞ்ச நேரத்தில் சொல்கிறேன்.)

---

1 'க்ரனாடா' நாவல் பற்றிய விவரங்கள் பூச்சி முதல் தொகுதியில் விவாதிக்கப்பட்டிருக்கிறது.

கிறிஸ்துவத்தின் அடிப்படையான போதனைகள் தவறான போதனைகளால் சவாலுக்குள்ளானபோது தொமினிக்கன் சபைத் துறவிகள் சரியான போதனைகளை மக்களிடம் கொண்டு சேர்க்க ஏற்படுத்தப்பட்டதுதான் Inquisition. (சரியான தமிழ் வார்த்தை அகப்படவில்லை). இதற்கு முன் நடந்த சிலுவைப் போர்கள் ஏற்படுத்தாத தாக்கத்தை தொமினிக்க சபையின் அறிவு சார்ந்த போதனைகள் நிகழ்த்தின. அதேபோல இயேசு சபை வேறொரு பாதையில் மதத்தை போதித்தது. தொமினிக்க சபை ப்ளேட்டோவின் தத்துவங்களால் கவரப்பட்ட அகஸ்டினின் வழியைப் பின்பற்றி வந்தது. அந்த சபையின் முக்கியமான துறவி தாமஸ் அக்வினாஸ். அக்வினாஸ் அரிஸ்டாட்டிலின் தத்துவங்களால் கவரப்பட்டவர். க்ரனாடா கதையின் ஆன்மா என்று நான் நினைக்கும் இடத்தில் இந்த இருவரின் பெயர்களும் வருகின்றன.

//மனித விந்துவைச் சேகரித்து அதை புருஷர்களின் சரீரத்தில் வைத்துப் பாதுகாக்கும் சைத்தான்கள் பற்றி ஞானி அகஸ்டின் தனது புனித நூலின் மூன்றாம் பாகத்தில் சொல்கிறார். மேலும், மிகப் பெரும் அறிஞரான Walafrid Strabo-வும் யாத்ராகமம் ஏழுக்கான வியாக்கியானத்தில் பூமியெங்கும் சுற்றியலையும் சைத்தான்கள் எல்லாவிதமான வித்துக்களையும் சேகரித்து, அவற்றின் மூலம் அசாதாரணமான ஜீவன்களை உருவாக்குவதாகக் குறிப்பிடுகிறார்.//

(மிகப் பெரும் அறிஞர்... அதற்குப் பிறகு வரும் பெயர் தாமஸ் அக்வினாஸ் பெயராகத்தான் இருக்கும் என்று கருதுகிறேன். அகஸ்டினின் எந்தப் புத்தகத்தில் இந்தக் குறிப்பு வருகிறது என்று கண்டுபிடிக்க முடியவில்லை. நாவலில் எதுவும் குறிப்பிட்ட நூலின் பெயர் வருகிறதா என்பதை பிறகு சொல்லுங்கள்.)

கிறிஸ்துவ போதனைகளைக் காப்பற்ற - அதாவது யாரும் தவறான போதனைகளைப் பின்பற்றினால் அவர்களுக்கு சரியான போதனைகளை வழங்க ஏற்படுத்தப்பட்ட Inqui-sition, பிறகு தவறான புரிதல் உள்ளவர்களை தண்டிக்க ஆரம்பித்தது. தண்டனை வழங்குவதில் ருசி கண்டவர்கள்

அதையே முழு நேரமாக செய்ய ஆரம்பித்தார்கள். எளிய மனிதர்களின் நம்பிக்கைகள் ஒடுக்கப்பட்டன. இப்படியாகக் கொலை செய்யபபட்டவள்தான் ஜோன் ஆஃப் ஆர்க். பிறகு தாங்கள் இழைத்த தவறை உணர்ந்து திருச்சபை ஜோனுக்கு புனிதர் பட்டமளித்து கௌரவித்தது. *The Name of the Rose* நாவலிலும் ஒரு *Inquisition* வரும். அதைத் திரைப்படமாகத்தான் பார்த்தேன். படத்தில் தண்டிக்கும் தொமினிக்க துறவியாக நடித்தது ஆப்ரஹாம் முரே. (அமாத்யூஸ் படத்தில் சலியேரியாக நடித்தவர்).

'நல்ல' என்று குறிப்பிட்டதன் காரணத்தைச் சொல்லிவிடுகிறேன். கதையின் ஆன்மா என்று நான் கருதும் பகுதி இதுதான்: புன்னகைத்தார் நீதிபதி; அவர் எப்போதுமே தனது உதவியாளர்களிடம் பரிவுடனும் கருணையுடனும்தான் நடந்து கொள்வார். ஏனென்றால் அவருக்கு நன்கு தெரியும், திருச்சபையின் மீது அவர்களுக்கு இருக்கும் அளவு கடந்த நம்பிக்கையே அந்தக் கோபத்தின் காரணம் என்று.

"என் அருமை அலோன்ஸோ, சைத்தான் என்பது ஆவி ரூபத்தில் இருப்பது. அதற்கு உடம்பு கிடையாது. ஒரு ஜீவனை உண்டு பண்ணும் சக்தி அதற்குக் கிடையாது."

"ஆனால் தந்தையே! சைத்தான் இந்த பூமியின் ஒரு மூலையிலிருந்து மற்றொரு மூலைக்கு அலைந்து உயிரின் வித்துக்களைத் தேடியெடுத்து புருஷர்களின் வித்துகள் உட்பட தான் விரும்பும் தீய உயிர்களை உருவாக்குகிறதே? மனித விந்துவைச் சேகரித்து அதைப் புருஷர்களின் சரீரத்தில் வைத்துப் பாதுகாக்கும் சைத்தான்கள் பற்றி ஞானி அகஸ்டின் தனது புனித நூலின் மூன்றாம் பாகத்தில் சொல்லுகிறார். மேலும், மிகப் பெரும் அறிஞரான *Walafrid Strabo*-வும் யாத்ராகமம் ஏழுக்கான வியாக்கியானத்தில் பூமியெங்கும் சுற்றியலையும் சைத்தான்கள் எல்லாவிதமான வித்துக்களையும் சேகரித்து, அவற்றின் மூலம் அசாதாரணமான ஜீவன்களை உருவாக்குவதாகக் குறிப்பிடுகிறார். அதே வியாக்கியானத்தில் ராட்சஸப் பிறவிகள் என்பவை காமாந்தகரமான சைத்தான்கள்

ஸ்த்ரீகளுடன் வெட்கங் கெட்டு சம்போகம் செய்வதால் ஜனிப்பவை என்ற குறிப்பும் இடம்பெறுகிறது."[2]

மிகெல் அகிலாரின் ஆழ்ந்த வாசிப்பும், நீண்ட கால அனுபவமும் அவரது குரலில் ஒரு சுய நம்பிக்கையை ஏற்படுத்திக் கொடுத்தன. அவருடைய வாதம் மிகுந்த நிதானமாகவும் தெளிவாகவும் அமைந்திருந்தது.

"அருள் தந்தை அந்தோனியோ கூறியதுபோல் சைத்தான் ஒரு ஆவி. குழந்தையை உருவாக்குவதென்பது ஸ்தூல சரீரம் ஒன்றின் குணாம்சம். சைத்தான்கள் எவ்வளவு வலிமையுடைவையாக இருந்தாலும், அவைகளின் திறமை எவ்வளவு விசேஷமானதாக இருந்தாலும், அவைகள் பீடித்திருக்கும் சரீரத்தின் மூலமாக அவைகளால் ஒரு ஜீவனை உருவாக்க முடியாது. இந்தப் பூமியில் அவைகளால் வியாதிகளைப் பரப்ப முடியும். புயல்களை உருவாக்க முடியும். புருஷர்களை நடும்ஸகர்களாக மாற்ற முடியும். அவைகள் எங்கே சென்றாலும் தங்களோடு நரகத்தையும் உடன் எடுத்துச் செல்ல முடியும். தங்களை எதிர்க்காத சரீரத்தைப் பிடித்துக் கொள்ள முடியும். மனிதர்களைத் துன்புறுத்தவும் அழிக்கவும் முடியும். சைத்தான்களால் இது எல்லாம் முடியும். சைத்தான்காளால் இது எல்லாம் முடியும். ஆனால் ஒரே ஒரு உயிருள்ள ஜீவனைக்கூட மனித சரீரத்தில் அவைகளால் உருவாக்க முடியாது."

"அப்படியானால் அந்தக் குழந்தை சைத்தானுடையது இல்லை?"

அலோன்ஸோவின் குரல் பரிதாபமாக இருந்தது.

அதற்குள் அருள் தந்தை அகாபிதா பதில் சொன்னார். "இல்லை, அந்தக் குழந்தை சைத்தானுடையது அல்ல. அது வேறொரு மனிதனுடையது. அவனிடமிருந்த விந்து ஒரு சைத்தானால் நேரடியாகவோ அல்லது வேறொரு சைத்தான் மூலமாகவோ கையகப்படுத்தப்பட்டிருக்க வேண்டும். ஏனென்றால்

---

2   இங்கே விவரிக்கப்படும் கதை ராத்வா அஷ்ஷரின் க்ரனாடா நாவலில் இடம் பெற்றுள்ளது. அந்நாவலின் சிறுபகுதி இந்த நூலாசிரியர் மொழிபெயர்த்த 'ஊரின் மிக அழகான பெண்' என்ற தொகுதியில் உள்ளது.

சைத்தான்கள் பலவிதமானவை. இந்த வழக்கில் அந்தக் குழந்தை சைத்தானின் சக்தியால் உருவாகவில்லை. ஆனால் அதில் சைத்தானின் பங்கு மறைமுகமாக உள்ளது. நமக்கோ, குற்றம் சாட்டப்பட்டுள்ள பெண்ணுக்கோ தெரியாத ஒரு மனிதனின் மூலமாக சைத்தான் அந்தக் காரியத்தை நடத்தியுள்ளது."

ஏன் இந்தப் பகுதியை கதையின் ஆன்மா என்று சொல்கிறேன் என்றால், இதில் அறிவு சார்ந்த உரையாடல் இடம் பெறுகிறது. தர்க்கம் முக்கிய பங்கு வகிக்கிறது. தன்னை நிறுவிக்கொள்ளும் அதிகாரம் வெளிப்படுகிறது. தரவுகள் முக்கியப்படுத்தப்படுகின்றன. ஒரு பெண்ணையும் அவளது குழந்தையையும் தண்டிக்க நியாயம் கற்பிக்கப்படுகிறது. ஒரு மதம் தன்னை நிறுவிக்கொள்ள இம்மாதிரியான செயல்களில் ஈடுபடுகிறது. ஆனால் நீங்கள் சொல்வது போல இலக்கியங்களில் எந்தப் பிரச்சனையும் இல்லை. சூஃபிகள் மற்றும் சித்தர்களின் ஆன்மிகத்தை இலக்கிய ஞானம் இல்லாமல் புரிந்துகொள்ள முடியாது என்று நினைக்கிறேன். தாமஸ் அக்வினாஸ் பற்றிச் சொல்லியிருந்தேன் அல்லவா? எனக்கு தாமஸ் அக்வினாஸ் எழுதிய *Summa Theologica* (அநேகமாக உலகில் எழுதப்பட்ட மிகப் பெரிய புத்தகம் இதுவாகதான் இருக்கும். ஜெயமோகனின் 'வெண்முரசு' அந்த சாதனையை முறியடிக்கலாம்[3].) படிப்பதற்கு மிகவும் சலிப்பாக இருக்கும்.

Metaphysics படிக்காமல் அந்தப் புத்தகத்தைப் புரிந்துகொள்ள முடியாது. கடவுளை முழுமையாகப் புரிந்துகொள்ள எழுதப்பட்ட புத்தகம். தன் வாழ்நாளின் இறுதியில் தான் எழுதிய அந்தப் பொக்கிஷத்தை நெருப்பில் தூக்கிப்போட முனைந்தார் தாமஸ். பின்னர் அது காப்பற்றப்பட்டு அச்சானது. இறுதிக் காலத்தில் அவர், கடவுளைப் புரிந்து கொள்ள எவ்வளவு எழுதினாலும் எல்லாம் குப்பைதான் என்ற ஞானத்தை அடைகிறார். எனக்கு பேரறிஞர் தாமஸை விட பின்னாளைய தாமஸைத்தான் பிடிக்கும். நற்கருணை கத்தோலிக்கக் கிறிஸ்துவத்தின் ஆணி வேர். அதைப் புரிந்து கொள்வது மிகவும் சிரமம். தாமஸ்

---

3 *அக்வினாஸின் சும்மா தியலாஜிகா - 18 லட்சம் வார்த்தைகள், வெண்முரசு
- 23 லட்சம் வார்த்தைகள்

பற்பல பக்கங்கள் அதைக் குறித்து எழுதியுள்ளார். ஆனால் அதை விடச் சிறந்ததாக நான் கருதுவது அவர் எழுதிய ஒரு கவிதையை:

Down in adoration falling,
Lo! the sacred Host we hail,
Lo! oe'r ancient forms departing
Newer rites of grace prevail;
Faith for all defects supplying,
Where the feeble senses fail.

தமிழில்...

மாண்புயர் இவ்வருள் அனுமானத்தைத்
தாழ்ந்து பணிந்து ஆராதிப்போம்
பழைய நியம முறைகள் அனைத்தும்
இனி மறைந்து முடிவு பெறுக
புதிய நியம முறைகள் வருக
புலன்களாலே மனிதன் இதனை
அறிய இயலாக் குறையை நீக்க
விசுவாசத்தின் உதவி பெறுக.

அதுவும் அந்தக் கடைசி மூன்று வரிகள் போதும். இதைத்தான் இலக்கியம் செய்கிறது.

அதேபோல கதையின் ஆன்மா என்று நான் குறிப்பிட்ட இடத்தில் ஒரு 'பேரன்பு' வெளிப்படுவதையும் கவனித்தேன். நீங்கள் அடிக்கடி சொல்வதுபோல 'அன்பு' எப்படியெல்லாம் கொலை செய்கிறது என்பதை கவனித்தேன். நான் அன்புக்கு எதிரானவன் அல்ல. கிரேக்க மொழியில் அன்பு என்ற சொல்லுக்கு எனக்குத் தெரிந்த அளவில் மூன்று சொற்கள் இருக்கின்றன. அதில் இயேசுவும் சித்தர்களும் சூஃபி ஞானிகளும் விட்டுச்சென்ற அன்பு *Agape*. கொலை செய்யும் அன்பை போன்றதல்லாமல் சுதந்திரமானது அந்த அன்பு. க்ரனாடா கதையில் சலீமா கழுமரத்தை நோக்கி இழுத்துச் செல்லப்படும்போது அந்த அன்பைத்தான் மௌனமாக போதிக்கிறாள். மிகவும் அற்புதமான கதை.

கதையில் 'அகாபிதா' என்ற வார்த்தையின் அர்த்தம் புரியவில்லை. நேரம் கிடைக்கும்போது தெளிவுபடுத்துங்கள்.

வளன்

★★★

அன்புள்ள சாரு அப்பாவிற்கு,

நீண்ட நாட்களுக்குப் பின் மீண்டும் உங்களுக்குக் கடிதம் எழுத வேண்டும் என்று ஒரு ஆசை உண்டானது. காரணம் பூச்சி.

பூச்சி தொடரைத் தவறாமல் படித்து வருகிறேன்.

பாத்திரம் தேய்ப்பதில் தொடங்கி மிஷல் ஃப்கோவை எவ்வாறு அணுக வேண்டும் என்பது வரை ஒரு மனிதன் எழுத முடியுமா? அதுவும் சுவாரசியமாக? முடியும், அது என் இலக்கியத் தந்தையால்.

நான் ஓஷோவின் புத்தகத்தில் படித்த வரி ஒன்றை இங்கே கூற விரும்புகிறேன். *See things as they are.* அந்த வரியை வாசித்ததோடு சரி, அதை வாழ்வில் பயன்படுத்துவதைப் பற்றி நினைத்தது கூட இல்லை. பின்னாளில் முயற்சிக்கவும் முடியவில்லை. ஆனால் ஒரு ஆன்மிகத் தேடலில் கிடைக்காத ஒன்று என் வாழ்வில் ஒரு எழுத்தாளரிடமிருந்து கிடைத்தது என்பதுதான் உண்மை.

உங்களை நோக்கி என்னை ஈர்த்த உங்கள் எழுத்து எனக்கு போதித்த பாடம் அந்த வரிகள்தான். முக்கியமாக பூச்சி தொடர் மீண்டும் மீண்டும் எனக்கு அதை உரக்க சொல்லிக்கொண்டே இருந்தது. ஜீவகாருண்யம், மத நம்பிக்கை, தனிமைப்படுத்தப்பட்ட வெகுஜன மனோபாவம் போன்ற தலைப்பில் எழுதிய மற்றும் விவாதித்த உங்கள் கட்டுரைகள் கூறுவது ஒன்றுதான்.

சாரு என்ற மனிதனின் தனிப்பட்ட கருத்து அல்ல அவை. அவை அனைத்தும் இருத்தலியல் உண்மையென்றுதான் (*existential truth*) கூற வேண்டும். அதையும் ரசிக்கக் கூடியதாகவும், எளிதாக விளங்கிக்கொள்ளும் வகையிலும் கற்பிக்கும் ஆசான்தான் நீங்கள்.

வாழ்வின் சாரத்தை அடியோடு உறிஞ்சி, நம்மையும் நம் உணர்ச்சிகளையும் அடிமைப்படுத்தும் உத்தியோகத்தையும் பணத்தையும் பெரிதென நினைக்கும் கூட்டத்தின் நடுவே வாழ்கிறோம். இவர்களுக்கு இடையிலிருந்துகொண்டு பார்க்கையில் எனக்கு உங்கள் பூச்சி தொடர் ஒரு கலங்கரை விளக்கமாகத் தெரிகிறது. ஆன்மிகம் கூட ஒரு புள்ளிக்கு மேல் வியாபாரமாக மாறிவிடுகிறது; அப்படி மாற்றியமைக்கப்பட்டு இருக்கிறது. வெகுஜனக் கூட்டத்திலிருந்து அகதியாக வெளியேறுபவர்களுக்கு எழுத்தாளன் மட்டுமே தன் தோணியுடன் அவர்களை மறுகரைக்குக் கூட்டிச் செல்ல காத்துக்கொண்டிருக்கிறான். அப்படிப்பட்ட அகதியாகிய எனக்கு உங்கள் தோணியில் இடம் கொடுத்ததற்கு நன்றி என்ற வார்த்தை போதாது.

See things as they are. அது வாக்கியம் அல்ல, அறிவு அல்ல, ஒரு உணர்தல். அது உங்கள் பூச்சி தொடர் மூலம் எனக்கு மீண்டும் மீண்டும் கிடைக்கிறது.

உங்கள் பொன்னான நேரத்தை வீணாக்க விரும்பவில்லை.

முடிப்பதற்கு முன், வெறும் *ABCD* சொல்லிக் கொடுப்பதற்கு ஆண்டுக்கு ஐம்பதாயிரம் முதல் ஒரு லட்சம் வரை செலவு செய்யும் பெற்றோர்களில் நானும் ஒருவன். அப்படி இருக்கையில் ஒரு ஆண்டு முழுவதும் உட்கார்ந்து படித்தால் கூட உங்கள் எழுத்தில் உள்ள தகவல்களை முடிப்பது கடினம். ஆகையால் எனக்கு நானே மீண்டும் ஒருமுறை ஞாபகப்படுத்திக்கொள்கிறேன். இது இலவசமாகப் படிக்கும் எழுத்து அல்ல. மூன்று மாதத்திற்கு உரிய சந்தா கட்டிவிட்டேன். வரும் மாதங்களில் அதைக் கண்டிப்பாகத் தொடர்வேன்.

I will always pray for your good health and your family!

இப்படிக்கு உங்கள் அன்பான வாசகன்,

கார்த்திக்.

30.4.2020.

7

காலையில் எட்டரை மணிக்கு மாடியிலிருந்து கீழே வந்தேன். நண்பர் சந்தானம் மூன்று நாட்களாக என்னோடு பேசுவதற்கு முயற்சி செய்கிறார். என்னால் ஃபோனை எடுக்கவே முடியவில்லை. ஏன் என்று இந்தப் பதிவைப் படித்தால் உங்களுக்குப் புரியும். காலையில் நடைப் பயிற்சி செய்யும் சமயத்தில் என்னை ஃபோனில் பிடிக்க முடியாது. மாலையில் அழைப்பார். அப்போதுதான் நான் அவசர அவசரமாக எழுதிக் கொண்டிருப்பேன். எடுக்க இயலாது. ஏனென்றால் – வேண்டாம் – இதைப் படித்து முடிப்பதற்குள் உங்களுக்குப் புரிந்து விடும். மற்றொரு நண்பர் சுந்தரமும் மூன்று நாட்களாக என்னோடு பேச முயற்சி செய்கிறார். முடியவில்லை. ஐந்து நிமிடம் பேசப் போகிறோம், ஐந்து நிமிடமா கிடைக்கவில்லை என்று உங்களுக்குத் தோன்றலாம். படியுங்கள், புரியும்.

எட்டரைக்கு மாடியிலிருந்து இறங்கினேன். எப்போதும் இரவு உணவு ஒரு ஆப்பிளும், நூறு மில்லி பசும்பாலும்தான். பாலில் ஏழெட்டு பூண்டைப் போட்டு காய்ச்சிக் குடிப்பது நீண்ட நாள் வழக்கம். பெரிய பூண்டை இரண்டு மூன்று துண்டுகளாக நறுக்கி பாலில் போட்டு, கொஞ்சம் மஞ்சள் தூளும் இரண்டு மூன்று குங்குமப்பூவும் போட்டுக் காய்ச்ச வேண்டும். நீங்களும்

இதைச் செய்தால் கொழுப்பு, ரத்த அழுத்தம் போன்ற பிரச்சினைகள் அண்டாது. இரவில் வெறும் ஆப்பிளும் பாலும் என்பதால் காலை எட்டரைக்கே கொலைப்பசி பசிக்கும். மேலே கிளம்பும்போதே டிகாக்ஷன் போட்டு வைத்து விட்டுப் போவேன் என்பதால் வந்த கையோடு பாலைக் காய்ச்சி டிகாக்ஷனைப் போட்டு காஃபி குடித்தேன்.

நேற்று ராமசுப்ரமணியன் பிரெட் பாக்கெட்டும் காஃபித்தூள் ஒரு கிலோவும் வாங்கிக் கொண்டு வந்து கொடுத்தார். முன்பெல்லாம் கால் கிலோவுக்கு மேல் எக்காரணம் கொண்டும் வாங்க மாட்டேன். எனக்குக் காஃபித் தூள் புதிதாக இருக்க வேண்டும். ஒரு வாரம் ஆனதுமே மக்கிப் போனதுபோல் தோன்றும். ஏனென்றால், நானெல்லாம் எந்த ஜாதி என்றால், காஃபிக் கொட்டையை புதிதாக வறுத்து காஃபி மேக்கர் என்ற மெஷின் மூலம் அரைத்துத் தூள் எடுத்து வடிகட்டி டிகாக்ஷன் எடுத்து காஃபி போட்டு குடிக்கிற ஆள். அப்படிப்பட்ட ஆசாமிகள் இந்தப் பூவுலகில் இப்போதும் இருக்கின்றனரா? அப்படியெல்லாம் குடித்தால் சக மனிதர்கள் எனக்கு விஷம் வைத்து விடவும் வாய்ப்பு இருக்கிறது என்பதால் அந்த அளவுக்குப் போகாமல் கால் கால் கிலோவாக வாங்கிப் பயன்படுத்துவது வழக்கம். அந்த அளவு ஜாலிக்கெல்லாம் இப்போது காலம் இல்லை என்பதாலும் மக்கள் வெறி கொண்டு பொருட்களை வாங்கிக் கொண்டிருக்கிறார்கள் என்பதாலும் ஒரு கிலோவாகவே வாங்கி விடுங்கள் என்று ராமிடம் சொல்லியிருந்தேன்.

நேற்றே இந்த பிரெட்டைக் காலி பண்ணியிருக்க வேண்டும். ராம் எட்டரைக்கே கொண்டு வந்து கொடுத்தார். ஆனால் மஞ்சள் முழுக்கு நடக்கவில்லை. அவந்திகா ஒன்பதேகாலுக்குத்தான் எழுந்து வந்தாள், நீ ஏன் என்னை எழுப்பவில்லை என்ற புகாருடன். (அதாவது, எட்டரைக்கே எழுப்பியிருக்க வேண்டுமாம்.) "சரி, நாளையிலிருந்து எழுப்பி விடுகிறேன்" என்றேன். ஏற்கனவே புகாருடன் எழுந்தவளை சீக்கிரம் மஞ்சள் முழுக்கு செய் என்று சொல்ல முடியாது. அதனால் வீட்டுக்கு

வெளியே வைத்திருந்த பிரெட்டையும் காஃபித்தூளையும் நான் வீட்டுக்குள் எடுத்துக் கொண்டு வரத் துணியவில்லை. யோசித்தேன். ஒரு சின்ன வாளியில் தண்ணீரையும் மஞ்சளையும் கலந்து கூட வைத்து விட்டேன். பசி அப்படி. ஆனால் நான் மஞ்சள் நீராட்டு செய்தால் அதில் ஏதாவது குறை இருக்கும். மற்ற விஷயங்களில் குறை வைக்கலாம். கொரோனா விஷயத்தில் விளையாட முடியாது. "ஏம்மா, ராம் மட்டும் இதை எடுத்து வரவில்லையா?" என்று கேட்டு கீட்டு வைத்தோமானால் தொலைந்தோம். "அவர் வயது என்ன? உன் வயது என்ன?" இதுதான் ஆயுதம். அதிர்ஷ்டவசமாக என் நண்பர்களின் வயது எல்லாம் என்னை விட இருபது முப்பது கம்மி. சிலருக்கு நாற்பது கூட கம்மி. மட்டுமில்லாமல், இந்தக் கொரோனா எல்லாம் சீனக் கம்னாட்டிகளால் இந்த பூலோகத்துக்கு அறிமுகப்படுத்தப்படுவதற்கு முன்பே எனக்கு சகலவிதமான கொரோனா அறிகுறிகளும் இருந்தன. மூச்சு விடுவதில் சிரமம், அடிக்கடி தும்மல், அவ்வப்போது மூக்கு ஒழுகல், இன்ன பிற. "அதனால் மூடிட்டு இரு" என்பது அவந்திகாவின் அறிவுரை. சரி, அவளே பார்த்து மஞ்சள் நீராட்டு நடத்தட்டும் என்று நேற்று கோதுமை உப்புமா செய்து விட்டேன். ஏற்கனவே இரண்டு முறை அதைச் செய்து பார்த்திருந்தேன். அதன் செயல்முறையையும் ஒரு சிநேகிதியிடமிருந்து கேட்டு வைத்திருந்தேன்.

முதலில் கடுகு டப்பா, பெருங்காய டப்பா, உளுத்தம் பருப்பு டப்பா, கடலைப் பருப்பு டப்பா சகலத்தையும் எடுத்து வைத்துக் கொண்டேன். மிளகாய் டப்பாவை எடுத்து மூன்றே மூன்று குண்டு மிளகாயை எடுத்து அதன் காம்பைக் கிள்ளிப் போட்டு விட்டு வைத்துக் கொண்டேன். நான் மட்டுமே சாப்பிட்டால் பச்சை மிளகாய்தான். ஆனால் அவந்திகாவுக்கு பச்சை மிளகாய் எமன். உடனே ஆம்புலன்ஸ்தான். அதனால் காய்ந்த மிளகாய். அதிலும் காஷ்மீரத்து நீள மிளகாய் இல்லை. நம்மூர் குண்டு மிளகாய்.

இது எல்லாவற்றையும் ஒவ்வொன்றாக அப்போதைக்கப்போது எடுத்தால் கடுகு எண்ணெயில் கருகி விடும். சமையலின்

மிகப் பெரிய பாடமே கடுகு தாளிக்கும் போது மிகச் சரியாக இருக்க வேண்டும் என்பதுதான். சில ஆண்டுகளுக்கு முன்பு ஒரு சமையல்கார அம்மாள் இருந்தார். நன்றாக சமைப்பார். தாளிக்கும் போது கோட்டை விட்டு விடுவார். ஏனென்றால், எப்போதுமே ஸ்டவ்வை முழுசாக எரிய விட்டுத்தான் சமைப்பார். கடுகு கருகி விடும். முழுச் சமையலும் கசக்கும். சொல்லிச் சொல்லிப் பார்த்து நிறுத்தி விட்டேன். கறிவேப்பிலையை ஃப்ரிஜ்ஜிலிருந்து எடுத்து கழுவி வைத்துக் கொண்டேன்.

இப்போது ரெண்டு வெங்காயம், ஒரு தக்காளி இரண்டையும் வெட்டி வைத்தேன். கேரட்டும் போடலாம். வீட்டில் கேரட் இல்லை. சென்ற முறை செய்த போது கேரட் போட்டேன். இப்போது வாணலியை ஸ்டவ்வில் வைத்து கடுகு, உளுத்தம் பருப்பு, கடலைப் பருப்பு, மிளகாய் எல்லாவற்றையும் போட்டேன். கடுகு வெடித்த பிறகு பெருங்காயம்? பொறுங்கள். இப்போதே பெருங்காயத்தைப் போட்டால் மணம் போய் விடும். (காயத்ரி பாடம்). பிறகு அதில் வெங்காயத்தையும் பிறகு தக்காளியையும் போட்டு வதக்கி, பிறகு ரெண்டு டம்ளர் தண்ணீர் ஊற்றினேன். கொதித்ததும் ஒரு டம்ளர் கோதுமை ரவையை சுற்றி வரப் போட்டு - போடும் போது கரண்டியால் கிளறிக் கொண்டே இருக்க வேண்டும், இல்லாவிட்டால் கட்டி கட்டியாக இருக்கும் - நன்றாக இரண்டு முறை கிளறி விட்டு விட்டு மூடி வைத்தேன். இது எல்லாவற்றுக்கும் ஸ்டவ் 'ஸிம்'மில் இருக்க வேண்டும். (கவனியுங்கள் அராத்து, இப்போதுதான் முதல் முதலாக ஆங்கில வார்த்தை வருகிறது. 'ஸிம்'முக்குத் தமிழில் எப்படி எழுதுவது என்று தெரியவில்லை.) ஒரு ஐந்து நிமிடம் கழித்து எடுத்தால் கோதுமை ரவா உப்புமா தயார். அதன் மேலே கொஞ்சமாய் கொத்துமல்லிக் கீரையை நறுக்கிப் போட்டு, முதல் நாள் வைத்த சாம்பாரைத் தொட்டுக் கொண்டு சாப்பிட்டேன். இது நேற்று கதை.

நேற்றே அவந்திகா கையினால் மஞ்சள் நீராட்டு முடிந்து பிரெட் ஃப்ரிஜ்ஜில் இருந்தது. நேற்று முரளி வேறு திருவல்லிக்கேணியிலிருந்து ஒரு கிலோ வென்ணெய் வாங்கி

வந்து கொடுத்தார். அவர் ஜக்கி வாசுதேவின் தீவிர பக்தர். என்னுடைய தீவிர வாசகர். இப்படி பலர் இருக்கிறார்கள். கேட்டால் ரெண்டு பேர் பேசுவதும் ஒன்றுதான் என்கிறார்கள். பேசாமல் ஒரு காவியைக் கட்டிக் கொண்டால் உலகம் பூரா வலம் வரலாம். ஆனால் நமக்கு cult உருவாக்குவதில் நம்பிக்கை இல்லை. ப்ரெட்டை டோஸ்ட் பண்ணி, வெண்ணெய் தடவி, சாஸ் தொட்டுக் கொண்டு சாப்பிட்டேன். அவந்திகாவும் கேட்டாள். அவளுக்கும் கொடுத்தேன்.

கொரோனா காலத்திலும் சரி, கொரோனா இல்லாவிட்டாலும் சரி, உணவு எப்போது கிடைக்கும் எங்கே கிடைக்கும் என்ற அறிகுறியே தெரியாத நிலையில்தான் எப்போதுமே வாழ்கிறேன். சாப்பிடுவதற்குக் காசைக் கொடுத்திருக்கிறார் பெருமாள். ஆட்டோ பிடித்து ஆர்.ஏ. புரம் சங்கீதாவுக்குப் போய் பெங்களூர் தோசை சாப்பிட முடியுமா? தனியாகப் போவது அலுப்பு. சந்தானம் சனி ஞாயிறு மட்டும்தான் சாப்பிடுவார். மற்ற நாட்களில் ஓட்டலில் சாப்பிட வீட்டில் அனுமதி இல்லை. (நான் சமைச்சது வேஸ்ட் ஆறதே?) சுந்தரம் அலுவலகத்துக்கு ஓட வேண்டும். பாரதி மெஸ்ஸில் எனக்குப் பிடித்த மாதிரி இல்லை. மற்றொரு முக்கியக் காரணம், பாரதி மெஸ் காஃபி மகா கொடுமை. காஃபி நன்றாக இல்லாத இடங்களில் நான் கை நனைப்பதில்லை. அதனால் வீட்டுக்கு வந்து மாவு இருந்தால் தோசை போட்டு சாப்பிடுவேன். இந்த லட்சணத்தில் பேலியோவாவது மண்ணாங்கட்டியாவது. மதிய உணவு மத்தியானம் மூன்று மணிக்குக் கிடைக்கும். அதுவும் நானே சாதம் வடித்து, கறிகாய் திருத்தி, சகலமும் செய்து வைத்தும் அப்போதுதான் தயாராகும். அவந்திகாவும் ஒன்றும் சும்மா இருக்க மாட்டாள். தோட்டத்துச் செடிகளுக்குத் தண்ணீர் ஊற்றுவது, வீடு பெருக்கித் துடைப்பது, துணிகளை வாஷிங் மெஷினில் போடுவது, இப்படி அவளுக்கு வேலை இருந்து கொண்டே இருக்கும். சமையல் உள்ளுக்குள் அவள் வரவே மதியம் ஒன்றரை இரண்டு ஆகி விடும். எனக்கு இந்தப் பேலியோகாரர்களைப் பார்த்தால் பொறாமையாக இருக்கும்.

இப்போது கொரோனாவின் காரணமாக அவந்திகாவுக்குக் கடுமையாக வேலை கூடி விட்டது. நான் பாத்திரம் தேய்க்கப் போனேன். மேல் வீட்டு கலெக்டரின் பணியாள் ஜான் என்னிடம் பணம் வாங்கிக் கொண்டு மீன் கடைக்குப் போனார். நான்கு கிலோ சூரையும் அரை கிலோ வவ்வாலும் வாங்கி வரச் சொன்னேன். அரை மணி நேரத்தில் வந்து விட்டார். காலை நேரம் என்பதால் கூட்டம் இல்லையாம். 1600 ரூபாய் ஆயிற்று. நொச்சிக்குப்பம் வலையில் 800 ரூபாய்க்குள் இருக்கும். பாத்திரம் தேய்த்து முடித்து விட்டு மீன்களை சுத்தப்படுத்த ஆரம்பித்தேன். அவந்திகாவுக்கு ஆப்பிளும் நாலைந்து மாதுளம் பழங்களும் வாங்கிக் கொண்டு வந்து கொடுத்தார் எங்கள் குடியிருப்பின் மேனேஜர். சொன்னேன் இல்லையா, யாருக்கும் பழம் வாங்கத் தெரியாது என்று. எட்டு ஆப்பிளில் நாலு அழுகினது. மாதுளை எங்குமே கிடைக்கவில்லையாம். அள்ளிக் கொண்டு போயிருப்பார்கள். ராமும் அப்படித்தான் சொன்னார். அவந்திகா எல்லா பழங்களையும் பால்கனியில் வைத்துக் கொண்டு அமர்ந்தாள். எல்லாவற்றுக்கும் மஞ்சள் நீராட்டு செய்ய வேண்டும். பழங்களின் தோலில் கொரோனா இருந்தால் என்ன செய்வது? அதற்கும் முன்னால் ஜானும் மேனேஜரும் கொடுத்த மீதிப் பண நோட்டுகளையெல்லாம் சோப்புப் போட்டு கழுவி கொடியில் க்ளிப் போட்டுக் காய வைத்தாள். நான் சொன்னேன், யாரும் பழங்களையெல்லாம் கழுவுவதில்லையாம் என்று. அதனால்தான் மெட்ராஸில் ரொம்பப் பேருக்குக் கொரோனா வந்து விட்டது என்றாள். கோயம்பேடு மார்க்கெட்தான் கொரோனா தலைமையகம். அங்கிருந்துதான் பழங்கள் வருகின்றன.

மீன் கழுவி முடித்த போது பன்னிரண்டு மணி. அதற்கப்புறம் கொஞ்சம் மீனை எடுத்து வேக வைத்து ஐந்து பூனைகளுக்கும் கொடுத்தேன். அவக் அவக் என்று சாப்பிட்டன. கொலைப் பசி. அப்புறம் கீழே போய் கீழ்த்தளத்தில் திரியும் பூனகளுக்கும் *cat food* கொடுத்தேன். மணி ஒன்று. பிறகு, சின்ன வெங்காயம், பூண்டு, தக்காளி, இஞ்சி எல்லாம் நறுக்கி வைத்து விட்டு, அரிசி களைந்து வைத்து விட்டுக் குளிக்கப் போனேன். சாப்பிட்டு முடித்த போது மணி மூணு.

அப்பாடா என்று எழுத உட்கார்ந்த போது இன்று எழுதக் கிடைத்தது ஆறு மணி நேரம் என்று கணக்கிட்டது மனம். அப்போது பார்த்து அவந்திகா இந்த நாலு ஆப்பிளை நறுக்கிக் கொடுப்பா, கெட்டும் போல் இருக்கு, ஜூஸ் போடறேன் என்றாள். இனிமேல் செகண்ட் ஷிப்ட்லதான் வேலை செய்வேம்மா, எதுக்கும் என்னைக் கூப்பிடாதே என்று சொன்னேன். அவளே ஆப்பிளை நறுக்க ஆரம்பித்தாள்.

★★★

என் பள்ளி பற்றிச் சொல்லியிருக்கிறேன். ரொம்ப ஜனநாயகபூர்வமான பள்ளி. தண்ணி போட்டு விட்டு பள்ளிக்கு வருவதிலிருந்து வாத்தியாரையே அடிப்பது வரை போகும். ஆனால் பசங்களுக்கு ஊட்டி பள்ளியைக் கண்டால் கொஞ்சம் ஆகாது.

"அவங்களும் நம்ம பசங்கதாம்ப்பா, எப்படிப் பார்த்தாலும் எல்லாம் இலக்கியம்தானே?"

"அடப் போங்க சாரு. நீங்க கனிஞ்சிட்டீங்க…"

அதோடு நான் காலி. இந்தப் பூச்சியை ஆரம்பித்ததிலிருந்து தினந்தோறும் மாணவர்கள் விலகிக் கொண்டே இருக்கிறார்கள். தினந்தோறும் சேர்ந்து கொண்டும் இருக்கிறார்கள். ஆனால் உள்வட்டம் மட்டும் அலுங்காமல் குலுங்காமல் அப்படியே இருக்கிறது.

1.5.2020.

8

இன்றைக்கு சீக்கிரமே தூங்கப் போய் விடலாம் என்று நினைத்தேன். அந்த நினைப்பில் மண்ணைப் போட்டு விட்டார் பக்கத்துத் தெரு அய்யங்கார். இந்த உலகத்திலேயே துரதிர்ஷ்டமான விஷயம் எது என்று நினைக்கிறீர்கள்? இர்ஃபான் கான், ரிஷி கபூர் மரணங்களைப் பார்த்த போது, இந்தக் கொரோனா காலத்தில் இறப்பதுதான் என்று நினைத்தேன். கெட்டதிலும் கொஞ்சம் நல்லது என்னவென்றால், நல்ல காலம் அவர்கள் கொரோனாவினால் போகவில்லை. அப்படியிருந்திருந்தால் முகத்தைக் கூடக் காண்பித்திருக்க மாட்டார்கள். என்ன இருந்தாலும் இளவயது மரணம் கொடுமையானதுதான். அதை விடக் கொடுமை, இப்படி கொரோனா காலத்தில் மரணம் தழுவுவது. ஆனால் இதையெல்லாம் விடக் கொடுமையானது ஒன்று உள்ளது என்று ஒரு ஐந்து நிமிடங்களுக்கு முன்னால் தெரிய வந்தது. இந்த உலகத்திலேயே கொடுமையான விஷயம் அதுதான். மரணம் அல்ல. மரணத்தை விட பல்லாயிரம் மடங்கு கொடுமையானது. நம் இன்னுயிர் நம்மிடம்தான் இருக்கும். ஒழுங்காக சாப்பிடுவோம். ஒழுங்காகத் தூங்குவோம். பணத்துக்கும் உறவுகளுக்கும் ஒன்றும் கேடு வராது. ஆனால் உலகமே பார்த்து நம்மைக் கேலி பண்ணிக் கொண்டிருக்கும்.

உலகமே பார்த்து நம்மை நையாண்டி செய்து கொண்டிருக்கும். அப்படி ஒன்று நடப்பது கூட நமக்குத் தெரியாது. ஆங்கிலத்தில் *Laughing stock* என்பார்களே, அப்படி ஆவதுதான் மரணத்தை விட, கொரோனா கால மரணத்தை விடக் கொடூரமானது. நேற்றுதான் எழுதினேன் மக்கு அய்யங்கார்களும் இருக்கிறார்கள் என்று. அதை இத்தனை சீக்கிரமா நிரூபித்துக் காட்டுவது? எனக்கு இதில் சந்தோஷமே இல்லை. தலையைச் சுவரில் கொண்டு போய் நங் நங் என்று முட்டிக் கொள்ளலாம் போல் இருக்கிறது. இப்படியா ஒருத்தர் - உலகமே அறிந்த ஒருத்தர் மற்றவர்களின் கேலிக்கு ஆளாவது? ஒருத்தர் கூட "நீங்கள் எழுதியிருப்பது சுத்தப் பேத்தல்" என்று அவரிடம் சொல்லக் கூடாதா? இத்தனைக்கும் அவர் சுஜாதாவுக்கு நண்பராக இருந்திருக்கிறார். இப்போது ஜெயமோகனுக்கும் நண்பராக இருக்கிறார். சகிக்க முடியவில்லை ஐயா. உங்கள் பக்கத்தில் நிற்பதற்குக் கூட தகுதியில்லாத தற்குறிகள் எல்லாம் உங்கள் கவிதையைப் போட்டு நக்கல் அடிப்பதைப் பார்க்கும் போது எனக்குக் கூசுகிறது. மனிதன் காட்டுமிராண்டியாய் இருந்த போது ஆடையில்லாமல் நடமாடினான். சரி. இப்போதும் அப்படியே நடமாட முடியுமா? செய்தால் பைத்தியம் என்றுதானே சொல்வார்கள்? அதேபோல் வெண்பாவும் மரபுக் கவிதையும் பழக்கத்தில் இருந்தது ஒரு காலம். அதைப் போய் இப்போது எழுதினால் சிரிக்கத்தானே செய்வார்கள்?

இதோ பாருங்கள் அந்தக் கவிதை. கவிதையின் மேலே அடையாளப் புகைப்படத்தில் பாரதியார் வேஷம் வேறு. சகிக்கவில்லை.

> ஊரடங்கும் உயிருக்கு பயந்து - பிணி
> உமக்கடங்காது புரிந்து கொள்வீர்.
> தண்ணீர்க்கடங்கா நெருப்பு இது.
> நீர், போதாதிதற்கு யாமும் வேண்டும்.
> மக்களைக் காக்க மக்களே மருந்து.
> மனம் மாறு, அரசே
> மதம் மாறவல்ல

எம் கட்டளை
மனிதனை நேசிக்க வேண்டுகோள்

உண்மையிலேயே மனிதனை நேசிக்கும் ஒருத்தரால் இப்படி ஒரு கவிதை எழுத முடியுமா? இன்று இரவு என் தூக்கத்தைக் கெடுத்து விட்டீரே, இதுதான் நீர் சொல்லும் மனித நேயமா? ஊர் உலகத்தின் *laughing stock* ஆக நாம் இருக்கிறோம் என்பது கூடத் தெரியாமல் இருப்பது எத்தனை பெரிய துரதிர்ஷ்டம் தெரியுமா?

பெருமாளே, என்னதான் இவர் நாஸ்திகராக இருந்தாலும் இவரைக் கொஞ்சம் காப்பாற்றும்! ஒரு சக மனிதன் இப்படி நையாண்டி செய்யப்படுவதை என்னால் பார்த்துக் கொண்டிருக்க முடியவில்லை!

1.5.2020.

9

என் எழுத்தின் வாசனை கூட அறியாதவர்கள் "நம்ம மதத்தைத் திட்டி எவனோ சாரூன்னு ஒருத்தன் எழுதியிருக்கான், பாத்தியா?" என்று நண்பர்கள் சொல்வதைக் கேள்விப்பட்டு, பூச்சியைப் படித்து விட்டு என்னைத் திட்டி கடிதம் எழுதுகிறார்கள். அந்த அன்பர்களுக்கு இனிமேல் பதில் எழுதுவதில்லை என்று முடிவு செய்து விட்டேன். ஏனென்றால், என் எழுத்தோடு பத்து வருடப் பரிச்சயம் உள்ளவர்களே தப்பும் தவறுமாகப் புரிந்து கொள்ளும் நிலையில் இப்படிப் புதிதாக வரும் அசடுகளைப் பற்றிக் கவலைப்பட ஏதுமில்லை. இப்படி எழுதுபவர்கள் ஹிந்து மற்றும் இஸ்லாம் என்ற இரண்டு தரப்பினரும்தான். ஒரு தரப்பு மட்டுமே இல்லை. ஹிந்து ஆதரவாளர் என்னை முஸ்லிம்கள் சார்பாகப் பேசுவதாகவும், முஸ்லிம்கள் என்னை ஹிந்துத்துவா என்றும் மோடி ஆதரவாளன் என்றும் குற்றம் சாட்டுகிறார்கள். எல்லோரும் அல்ல; ஒரு சிலர். ஒரு ஹிந்துத்துவர் என்னை தி.க.வுக்கு வேலை செய்கிறவன் என்கிறார். பெரியாரின் ஆவி அவரைச் சும்மாவே விடாது. ஹிந்துத்துவவாதிகளுக்கு நான் பதில் சொல்ல விரும்பவில்லை. ஆனால் முஸ்லிம் அன்பர்களுக்கு சில விஷயங்களைச் சொல்ல விரும்புகிறேன். முதலில் நான் உடல் ரீதியாகவே இஸ்லாமிய அடையாளத்தோடு

வாழ்கிறேன். இப்போதைய சமாதான காலத்தில் பிரச்சினை இல்லை. இனி வரப் போகும் காலம் இப்படி இருக்காது. மதக் கலவரங்கள் சூழும் காலமாகவே இருக்கும். அந்த நிலைமைக்கு இரு சாராருமே சம அளவில் காரணம். மோடி பதவிக்கு வந்த பிறகு முஸ்லிம்கள் தங்களைத் தனிமைப்படுத்திக் கொண்டே செல்கின்றனர். எல்லா முஸ்லிம்களும் தீவிரவாதி இல்லை என்பது போலவே எல்லா ஹிந்துவும் ஹிந்துத்துவா இல்லை. சொல்லப் போனால் ஹிந்துக்களில் பாதிப் பேர் தங்கள் மத அடையாளத்தைப் புறக்கணித்து விட்டு முற்போக்குகளாகவும், கம்யூனிஸ்டுகளாகவும், இடதுசாரிகளாகவும், நாத்திகர்களாகவும், மதச்சார்பு இல்லாதவர்களாகவுமே இருக்கின்றனர்.

மோடியின் இரண்டாவது தேர்தலில் கிறித்தவக் கல்விக் கூடங்களில் மோடிக்கு எதிராக தேர்தல் பிரச்சாரம் நடந்ததை நான் கண்கூடாகவே பார்த்தேன். அதேபோல் மெக்காவில் மோடி வெற்றி பெறக் கூடாது என்று சில தமிழ் முஸ்லிம்கள் தொழுகை நடத்திய காணொலியையும் பார்த்தேன். இந்தக் காணொலியைப் பல லட்சம் ஹிந்துக்கள் பார்த்தார்கள். பார்த்த அத்தனை பேரும் மோடிக்கு ஓட்டுப் போட்டார்கள். பார்த்த போதே பதறினேன், அடக் கடவுளே, இது மோடிக்கு ஆதரவாக அல்லவா போகும் என்று. அதற்காக மோடியை எதிர்க்கவே கூடாதா என்று கேட்கலாம். உண்மையிலேயே எனக்குப் பதில் தெரியவில்லை. எதிர்க்கலாம். ஆனால் இந்த மாதிரி அல்ல. அப்படி எதிர்க்கும்போது ஒரு ஹிந்து – இதுவரை மதச்சார்பற்றவனாக இருந்தவன் – இப்போது ஒருங்கிணைகிறான். இந்த ஆபத்தை மட்டுமே நான் சுட்டிக்காட்டிக் கொண்டே இருக்கிறேன். இதைச் சுட்டிக் காட்டினால் நான் மோடி ஆதரவாளனா? என்னையே நீங்கள் மோடி ஆதரவாளன் என்று சொன்னால் நாளை உங்களோடு யார் இருப்பார்? நீங்கள் மட்டுமேதான் உங்களைப் பற்றிப் பேச வேண்டும். அது பற்றிக் கவலையில்லை என்று நீங்கள் நினைத்தால், திரும்பத் திரும்ப மோடிதான் வருவார். நஷ்டம் முஸ்லிம்களுக்கும் என்னைப் போன்ற புத்திஜீவிகளுக்கும் ஒட்டு மொத்த இந்திய சமூகத்துக்கும்தான்.

சில எதார்த்த நிலைகளை முஸ்லிம்கள் கண் கொண்டு பார்க்க வேண்டும். இதெல்லாம் ஹிந்துக்கள் என்னிடம் சொன்ன கதைகள். யோகேஷ் என்று ஒரு அன்பர். அவருடைய அலுவலக சகா காதர். யோகேஷுக்கு ஒரு பையன். இப்போது முப்பத்தைந்து வயது. கேரளத்தின் மா அமிர்தானந்த மயி ஆசிரமத்தில் சேர்ந்து விட்டான். அமெரிக்காவில் உத்தியோகத்தில் இருந்தவன். இப்போது ஆசிரமத்தில் இருக்கிறான். ஆக, யோகேஷின் வம்சம் அவர் மகனோடு முடிவுறுகிறது.

காதருக்கு நான்கு குழந்தைகள். யோகேஷ் காதரிடம் இந்தக் காலத்தில் இப்படி நான்கு குழந்தைகளை வளர்க்க எப்படிக் கட்டுப்படி ஆகிறது என்று கேட்கிறார். காதர் சொல்கிறார்: நம் சந்ததியை இந்த உலகத்தில் வளர்த்து விடுவதை விட வேறு என்ன கடமை நமக்கு இருக்கிறது யோகேஷ்?

யோகேஷ் என்னிடம் சொன்னார், "நான் மிகப் பெரிய தப்பு செய்து விட்டேன். நானும் ஒரு நான்கு குழந்தைகளைப் பெற்றுக் கொண்டிருக்க வேண்டும். குறைந்தது ஒரு ரெண்டாவது. இப்போது பாருங்கள், என்னோடு என் வம்சமே அழிந்து விட்டது." ஏனென்றால், அவரும் அவர் பெற்றோருக்கு ஒரு குழந்தைதானாம். இப்படியாகத்தான் ஹிந்துக்கள் அஞ்சுகிறார்கள், எங்கள் மதம் அழிந்து விடும் என்று. இதற்கு மோடி என்ன செய்ய முடியும் என்று கேட்டேன். அவரிடம் பதில் இல்லை. ஒரு கலாச்சாரம், ஒரு மதம், ஒரு இனம், ஒரு மொழி அழிந்து போகிறது என்றால், அதன் அழிவுக் கூறுகளை அது தன்னுள்ளேயேதான் கொண்டிருக்கிறது. அழிவு வெளியிலிருந்து வருவதில்லை. தீதும் நன்றும் பிறர் தர வாரா என்பது மதத்துக்கும் பொருந்தும். ஒரு காலத்தில் இருந்த லெமூரியாக் கண்டமே இன்று இல்லாமல் போகவில்லையா? ஆனால் எத்தனையோ மொகலாயப் படையெடுப்புகளாலும், மொகலாய சாம்ராஜ்யங்களாலும், பிரிட்டிஷ் ஏகாதிபத்தியக் கொள்ளைக் கூட்டத்தாலும் அழியாத ஹிந்து மதம் இப்போதைய இந்திய முஸ்லிம்களாலா அழிந்து விடப் போகிறது? இன்னொரு விஷயம். பணம் பணம் என்று மனிதர்கள் பணத்தையே வழிபாடு செய்து கொண்டிருக்கும் இன்றைய நிலையில்

உண்மையான ஹிந்து தர்மம் எங்கே இருக்கிறது? கோவிலுக்குப் போவதெல்லாம் ஒரு மத அடையாளமா என்ன? அங்கே போகும் பக்தர்களுக்கு சுயநலத்தைத் தவிர வேறு என்ன இருக்கிறது? எல்லா உயிர்களிடத்தும் பிரம்மத்தைக் காண்பவனே உண்மையான ஹிந்து. அப்படிப் பார்த்தால் காதரிடமும் இப்ராஹீமிடமும் கூட அவன் பிரம்மத்தையே காண வேண்டும். நான் அப்படிக் காண்கிறேன். ஆனாலும் நான் ஒரு ஹிந்து அல்ல. ஏனென்றால், நான் மதங்களுக்கு அப்பாற்பட்டவன். நான் இறை நம்பிக்கையாளனாக இருந்தாலும் மதத்தை விரும்பாதவன். மதம் மனிதனைப் பிரிக்கிறது. மதத்தின் பெயரால்தான் இங்கே கோடிக்கணக்கான பிணங்கள் விழுந்திருக்கின்றன. இஸ்லாத்துக்குள்ளேயே ஸன்னிகளுக்கும் ஷியாக்களுக்கும் எத்தனை சண்டை? இன்று சிரியாவே பிணக்காடாக மாறியதற்கு யார் காரணம்? வேண்டாம், அந்த அரசியலுக்குள் செல்ல வேண்டாம்.

ஒரு உண்மையான வைஷ்ணவனின் அடையாளம் என்ன என்று பத்ம புராணம் சொல்லுகிறது. அதாவது, பகவான் விஷ்ணுவே இதைச் சொல்லியிருக்கிறார் என்கிறது புராணம்.

"காமமும் கோபமும் இல்லாதவன்; பிறருக்குத் தீங்கு இழைக்காதவன். பேராசையும் பொறாமையும் இல்லாதவன். அன்பே உருவானவன். உண்மையே பேசுபவன். இவனே உண்மையான வைஷ்ணவன்.

என்னையும் உன்னையும் சங்கரனையும் சமமாக பாவிப்பவன். பாகவதத்தையும் சாளக்கிராமக் கல்லையும் தன் இல்லத்திலே எப்போதும் வைத்திருப்பவன். பசியாலும் தாகத்தாலும் தவிப்பவர்களுக்கு உணவும் நீரும் அளிப்பவன். தாவரங்களைப் பராமரித்து அரச மரத்தை வளர்ப்பவன். அவனே வைஷ்ணவன்."

இத்தனை விரிவான வியாக்யானத்தை ஒரு பக்திப் பாடலாக பதினைந்தாம் நூற்றாண்டில் வாழ்ந்த நரசிங் மேத்தா அற்புதமான பஜனாகப் பாடியிருக்கிறார். அதுதான் மகாத்மாவின் ஆசிரமத்தில் பொழுதெல்லாம் கேட்டுக் கொண்டிருந்த வைஷ்ணவோ ஜனதோ பாடல். அதன் அர்த்தம் என்ன?

நாமக்கல் கவிஞர் அதைத் தமிழில் மொழிபெயர்த்திருக்கிறார்.

வைஷ்ணவன் என்போன் யாரெனக் கேட்பின்
வகுப்பேன் அதனைக் கேளுங்கள்...
பிறரது துன்பம் தனதென எண்ணும்
பெருங்குணத் தவனே வைஷ்ணவனாம்;
உறுதுயர் தீர்த்ததில் கர்வம் கொள்ளான்
உண்மை வைஷ்ணவன் அவனாகும்;
உறவென மனிதர் உலகுள யாரையும்
வணங்குவோன் உடல்மனம் சொல் இவற்றில்
அறமெனத் தூய்மை காப்பவன் வைஷ்ணவன்;
அவனைப் பெற்றவள் அருந்தவத்தாள்.

விருப்பும் வெறுப்பும் விலக்கிய நடுநிலை
விளங்கி ஆசைகள் விட்டவனாய்
ஒருப்புடன் அன்னிய மாதரைத் தாயென
உணர்வான் வைஷ்ணவன்; தன் நாவால்
உரைப்பதிற் பொய்யிலன்; ஒருபோ தும்அவன்
ஊரார் உடைமையைத் தொடமாட்டான்;
வரைப்புள குணமிவை வகிப்பவன் எவனோ
அவனே உண்மை வைஷ்ணவனாம்.
மாயையும் மோகமும் அணுகா தவனாய்
மனத்தினில் திடமுள வைராக்கியன்;
நாயக னாகிய ஸ்ரீராா மன்திரு
நாமம் கேட்டதும் மெய்ம்மறந்து
போய், அதில் பரவசம் அடைகின்ற அவனுடைப்
பொன்னுடல், புண்ணிய தீர்த்தங்கள்
ஆயன யாவையும் அடங்கிய க்ஷேத்திரம்
ஆகும்; அவனே வைஷ்ணவனாம்.

கபடமும் லோபமும் இல்லா தவனாய்க்
காம க்ரோதம் களைந்தவனாய்,
தபசுடை அவனே வைஷ்ணவன்; அவனைத்
தரிசிப் பவரின் சந்ததிகள்
சுபமடைவார்கள்; எழுபத் தோராம்

தலைமுறை வரையில் சுகமுறுவர்;
அபமறப் புனிதம் அடைகுவர்; பிறப்பெனும்
அலைகடல் நீந்திக் கரைசேர்வார்.
இப்படிப்பட்டவனே உண்மையான ஹிந்து.

என்னை இஸ்லாமிய விரோதி என்று நினைப்பவர்கள் முதலில் தப்புத் தாளங்கள் என்ற நூலைப் படித்துப் பார்க்க வேண்டுமாய்க் கேட்டுக் கொள்கிறேன். அல்லது, குறைந்தபட்சம் அதில் உள்ள தொழுகையின் அரசியல் என்ற கட்டுரையை மட்டுமாவது படியுங்கள். நாத்திகனாக இருந்த என்னை மொராக்கோவைச் சேர்ந்த தாஹர் பென் ஜெலோன் என்ற முஸ்லிம் எழுதிய *The Blinding Absence of Light* என்ற நாவல்தான் இறை நம்பிக்கையாளனாக மாற்றியது. காரணம் என்னவென்றால், இந்த நாவலில் ஒரு சிறைச்சாலை வருகிறது. அது உண்மையில் நடந்த கதை. மொராக்கோ மன்னர் ஹசனைக் கொலை செய்ய ராணுவச் சதி நடந்த போது, அந்தக் கலவரத்தில் தப்பி விட்ட மன்னர் சதியில் ஈடுபட்டவர்களை ஒரு பாதாள இருட்டுச் சிறையில் அடைத்தார். ஆறுக்கு ஆறு அடி கொண்ட ஒரு இருட்டுப் பொந்து அது. வெளிச்சத்தின் ஒரு கீற்றைக் கூட பார்க்க முடியாது. கைதிகளில் யாராவது இறந்து விட்டால் மய்யத்தை கபர்ஸ்தானுக்கு எடுத்துச் செல்லும் போது மட்டும் கைதிகள் வெளியே வரலாம். ஒரு வேளை உணவும் நீரும் அந்த இருட்டுப் பொந்தில் வைக்கப்படும். கழிவுகளைப் போக்க அதிலேயே ஒரு துளை இருக்கும். எல்லாமே கும்மிருட்டுக்குள்தான். பலரும் எலி, தேள் போன்ற ஜந்துக்கள் கடித்து இறந்து போகிறார்கள். சிலர் பைத்தியம் பிடித்து இறக்கிறார்கள். சிலர் வயிற்றுப் போக்கினால் சாகிறார்கள். மொத்தம் இருபது பேரில் ஐந்து பேர் மட்டும் எஞ்சுகிறார்கள். இப்படி அவர்கள் சுமார் பத்து ஆண்டுகள் அந்தப் பொந்துக்குள் அடைந்து கிடந்து ஃப்ரெஞ்ச் அரசின் முயற்சியால் விடுவிக்கப்பட்டார்கள். அந்தப் பொந்தில் இத்தனை காலம் யாராலும் உயிர் வாழ முடியாது.

அப்படியானால் அந்த ஐந்து பேரால் எப்படி அது முடிந்தது என்று விசாரித்த போது அந்த ஐந்து பேரும் *Soul Travel* என்ற அனுபவத்தைத் தொடர்ந்து அனுபவித்திருக்கிறார்கள் என்று தெரிய வருகிறது. அதாவது, அடைக்கப்பட்ட அன்றிலிருந்து தொடர்ந்து - இடைவெளியே இல்லாமல் - ஒருவர் மாற்றி ஒருவர் குரானை ஓதிக் கொண்டே இருந்திருக்கிறார்கள். அவர்களுக்குக் குரான் மனனமாகவே தெரிந்திருந்தது. அப்படி ஓதும் போது ஒரு கட்டத்தில் அவர்கள் மெக்காவில் இருந்ததாக உணர்ந்திருக்கின்றனர். அந்தக் காலகட்டத்தில் மெக்காவில் அவர்கள் பார்த்ததை நாவலில் கூறுகிறார்கள். அவர்களின் உடல்தான் அந்த இருட்டுப் பொந்தில் இருந்ததே தவிர ஆன்மா மெக்காவில் இருந்துள்ளது.

இதுதான் என்னை இறை நம்பிக்கையாளனாக மாற்றியது. கடவுள் இருக்கிறாரோ இல்லையோ, இறை நம்பிக்கை எனக்கு உயிர் வாழும் திறனையும் வலுவையும் எதிர்காலம் குறித்த நம்பிக்கையையும் அளிக்கிறது. அந்த நூலில் சொல்லப்பட்டவை எதுவும் கட்டுக்கதை அல்ல; உண்மைச் சம்பவங்கள்.

★★★

என்னை இஸ்லாமிய விரோதி என்று விமர்சித்துக் கடிதம் எழுதியுள்ள அன்பர்களுக்கு ஒரு கேள்வி: தப்லிக் ஜமாத்தை விமர்சித்தால் நான் எப்படி இஸ்லாமிய விரோதி ஆவேன்? நான் உண்மையில் ஒரு முஸ்லிமாகப் பிறந்திருந்தால் கூட இது போன்ற விமர்சனங்களையே எதிர்கொண்டிருப்பேன். ஏனென்றால், இந்தியாவில் வசிக்கும் சில முஸ்லிம்களின் மன அமைப்பு அடிப்படைவாதத்தில் ஊறியிருக்கிறது. தவறான செயல்களில் ஈடுபடும் ஹிந்து சாமியாரை யாரேனும் விமர்சித்தால் ஹிந்துக்கள் யாரும் பொங்கி எழுகிறார்களா? இல்லையே? தப்லிக் ஜமாத் மாநாட்டில் கூடியவர்களில் பலருக்குக் கொரோனா தொற்று இருப்பது தெரிந்த பிறகு அவர்கள் என்ன செய்தார்கள் என்பதுதான் இப்போதைய கேள்வி. மாநாட்டில் கூடியதைத் தவிர வேறு எந்தத் தவறும் செய்யாத அவர்கள் தொற்று ஏற்பட்டிருக்கிறது என்று தெரிந்தவுடன் அரசு ஊழியர்களுடன்

ஒத்துழைத்துத் தனிமைப்பட்டு இருக்காமல் ஓடி ஒளிந்து விட்டார்கள் என்பதுதான் அவர்கள் மீதான குற்றச்சாட்டு. பலரும் இன்னும் கூட கிடைக்கவில்லை. அவர்களால் எந்த அளவு முடிகிறதோ அந்த அளவுக்கு மற்றவர்களுக்கும் கொடுத்து விட்டார்கள். சென்ற வாரம் கூட தமிழ்நாட்டில் தனிமைப்பட்டிருந்த எட்டு எத்தியோப்பிய முஸ்லிம்கள் ஊரில் சுற்றிக் கொண்டிருக்கும் போது கைது செய்யப்பட்டார்கள். அவர்களும் தில்லி தப்லிக் ஜமாத்தில் கலந்து கொண்டவர்களே. ஒரு சிலர் அவர்களுக்கு மருத்துவம் பார்க்க வந்த செவிலியர் மீது எச்சில் துப்பியிருக்கிறார்கள். ஒருவர் அம்மணமாக ரகளை செய்த காணொலியையும் பார்த்தோம். இது எல்லாமே என்ன விளைவுகளை ஏற்படுத்தும்? இதையெல்லாம் ஒரு ஹிந்துவான நானா கண்டிப்பது? யார் கண்டித்திருக்க வேண்டும்? இன்றளவும் எனக்கு தப்லிக் ஜமாத்துக்கு ஆதரவாகத்தான் கடிதங்கள் வந்து கொண்டிருக்கின்றன. ஏதோ நான் அவர்களைத் தீவிரவாதிகள் என்று சொல்லி விட்டதைப் போல என் மீது பிராது தொடுக்கிறார்கள். தப்லிக் ஜமாத்தினர் செய்த முட்டாள்தனமான காரியங்களால்தானே தமிழ்நாட்டில் இவ்வளவு பேருக்குத் தொற்று ஏற்பட்டது என்று கேட்டால், ஹைதராபாத் மந்திரி வீட்டில் நடந்த திருமணத்தால் தொற்று பரவவில்லையா என்று எதிர்க் கேள்வி! எதிர்க் கேள்வியால் நம் தரப்பு நியாயப்படுத்தப்பட்டு விடுமா? திருமணத்தில் என்ன உலக நாடுகளில் இருந்து விருந்தினர்கள் வந்தார்களா? மலேஷிய அரசே தப்லிக் ஜமாத்தும் மலேஷியாவில் தொற்று பரவியதற்கு முக்கிய காரணம் என்று குற்றம் சாட்டியிருக்கிறதே, அப்படியானால் மலேஷிய அரசும் இஸ்லாமிய விரோதியா?

இது குறித்து தமிழ் இந்துவில் வெளிவந்த புதுமடம் ஜாபர் அலி எழுதிய ஒரு முக்கியமான கட்டுரையிலிருந்து சில பகுதிகளைத் தருகிறேன்:

"சீனாவைக் கடந்து இத்தாலியும் ஜெர்மனியும் கொரோனாவால் பாதிக்கப்பட்டு, இந்திய அரசு கொரோனாவைத் தடுக்கும் முன்செயல்பாடுகளை எடுத்துக்கொண்டிருந்த நாட்களில் இந்தியாவில் எல்லா மதங்களிலுமே ஆயிரக்கணக்கானோர்

பங்கேற்கும் திருவிழாக்கள் நடந்துகொண்டிருந்தன. மத நம்பிக்கை கொண்டவர்கள் என்றாலும், 'இது மிக ஆபத்தான விஷயமாயிற்றே!' என்று வெளியிலிருந்து பார்த்தவர்களும் எல்லா மதங்களிலும் இருந்தனர். தப்லீக் ஜமாஅத் மாநாடும் அவற்றில் ஒன்று. என்னைப் போல எவ்வளவோ முஸ்லிம்கள் இந்த முட்டாள்தனத்தை இந்த விஷயம் தெரிந்து முதலாகச் சாடிக்கொண்டுதான் இருக்கிறோம்.

நாடாளுமன்றக் கூட்டம்கூட நடந்துகொண்டிருந்த நாட்கள் அவை. மார்ச் 22 'நாடு தழுவிய சுய ஊரடங்கு'க்குப் பிறகே இந்தியச் சமூகம் கொரோனாவின் தீவிரத்தை உணரலானது. பல மாதங்களுக்கு முன்னரே திட்டமிடப்பட்ட மாநாடு அது, அழைக்கப்பட்டவர்கள் மூவாயிரத்துக்கும் மேற்பட்டோரும் டெல்லிக்கு வந்துவிட்ட நிலையிலேயே மார்ச் 13 அன்று அந்த மாநாடு நடத்தப்பட்டுவிட்டது என்றெல்லாம் பிற்பாடு நியாயங்களை தப்லீக் ஜமாஅத் அமைப்பினர் சொன்னாலும், முட்டாள்தனம் அல்லது பொறுப்புகெட்டதனம் என்று மட்டுமே அதைச் சொல்ல முடியும். ஏனென்றால், மார்ச் 13 அன்றே டெல்லி அரசு 'இருநூறு பேருக்கு மேலானோர் கூடும் எந்த நிகழ்ச்சியையும் நடத்தக் கூடாது' என்று சொல்லிவிட்டதோடு, 'கொரோனா தொற்றால் பாதிக்கப்பட்ட வெளிநாடுகளிலிருந்து வந்தவர்கள் தங்களைத் தனிமைப்படுத்திக்கொள்ள வேண்டும்' என்றும் அறிவுறுத்தியது. இந்த இரண்டு விதிமுறைகளையுமே தப்லீக் ஜமாஅத் அமைப்பினர் மீறியிருக்கிறார்கள். சட்டரீதியாக இதைப் பேசுவதைக் காட்டிலும், தார்மீக ரீதியாகப் பேசுவது முக்கியம்.

இந்தியாவில் ஏறத்தாழ இருபது கோடி முஸ்லிம்கள் இருக்கிறார்கள். இவர்களை மையமாக வைத்து இயங்கும் அமைப்புகள் ஆயிரக்கணக்கில் இருக்கின்றன. இந்தக் குழுக்கள் ஒவ்வொன்றுக்கும் ஒவ்வொரு நிலைப்பாடு உண்டு; மொத்தமாக இந்த அமைப்புகள் இடையே ஆயிரம் முரண்பாடுகள் உள்ளன. அமைப்புகள் இடையிலேயே இவ்வளவு வேறுபாடுகள் என்றால், இந்த அமைப்புகளுக்கும் ஒட்டுமொத்த முஸ்லிம் மக்களுக்கும் இடையே மட்டும் எப்படி ஒரே சிந்தனை

இருக்க முடியும்? ஒரு மதத்தின் பெயரால், ஏதோ ஒரு சிறு அமைப்பு செய்யும் தவறுக்கு ஒட்டு மொத்த முஸ்லிம் சமூகமும் எப்படிப் பொறுப்பேற்க முடியும்? நான் மட்டும் அல்ல; எனக்குத் தெரிய பெரும்பான்மை முஸ்லிம்கள் தப்லிக் ஜமாஅத் மாநாடு எல்லா வகையிலும் முட்டாள்தனமானது என்றே நினைக்கிறோம்; அதை நியாயப்படுத்தும் ஒருவர் மத அடிப்படைவாதியாகத்தான் இருக்க முடியும்; அப்படி சிலர் இருக்கிறார்கள் என்றால், அவர்களைப் போன்றவர்கள் எல்லா மதங்களிலும் இருக்கிறார்கள். இதை நாம் புரிந்துகொள்ள வேண்டும்."

இதற்கும் மேல் இது பற்றி நான் விவாதிக்க விரும்பவில்லை.

மோடி ஒரு ஃபாஸிஸ்ட் என்று நான் பலமுறை எழுதி விட்டேன். அதற்காக அவர் செய்யும் ஒவ்வொரு காரியத்தையும் எதிர்த்துக் கொண்டிருக்க வேண்டிய அவசியம் இல்லை. ஏனென்றால், மோடி மத்திய அரசியலுக்கு வரும் முன்பாகவே நான் காஷ்மீருக்கான விசேஷ அந்தஸ்தை ரத்து செய்ய வேண்டும் என்று எழுதியவன். அப்படியானால் அதை மோடி செய்து விட்டார் என்பதாலேயே எப்படி எதிர்க்க முடியும்? சுத்தப் பைத்தியக்காரத்தனம் அல்லவா அது? மேலும், குடியுரிமைச் சட்டத்திலும் அவர் என்ன எல்லா முஸ்லிமும் நாட்டை விட்டு ஓடுங்கள் என்றா சொன்னார்? வட கிழக்கு மாகாணங்களில் – குறிப்பாக அஸ்ஸாமில் – பல ஆயிரம் பேர் பாங்ளாதேஷில் இருந்து புலம்பெயர்ந்து வந்தவர்கள். அவர்களிடம் எந்தக் காகிதங்களும் கிடையாது. ஆவணங்கள் இல்லாமல் என்னால் ஃப்ரான்ஸில் போய் குடியேறி அந்த நாட்டின் குடிமகனாகி விட முடியுமா? அகதியாய் அலையலாம். அவ்வளவுதான். அதையேதான் அரசும் சொன்னது. நீ அகதி என்று. இவர்களோ நான் இந்தியக் குடிமகன்கள் என்றார்கள். இதற்காக திருச்சி பாலக்கரை முஸ்லிம் வீதிக்கு வந்து போராடிய போது அதை ஹிந்துக்கள் ஊன்றி கவனித்ததை நான் பார்த்தேன். அதற்குள் கொரோனா வந்து விட்டது.

இப்போதும் சொல்கிறேன். உம்பர்த்தோ எக்கோ ஃபாஸிஸத்துக்கு பதினான்கு பொது குணாம்சங்களைச் சொல்கிறார். அவை அத்தனையும் மோடிக்கும் அவர் கூட்டத்துக்கும் மிகப் பொருத்தமாக இருக்கிறது.

1. பாரம்பரியத்தின் பல்வேறு அம்சங்களையெல்லாம் ஒன்றாகத் திரட்டி முழுமையாக மாற்றுதல்.

2. நவீனத்துவத்தை எதிர்த்தல்.

3. செயலுக்காகவே செயல்களில் ஈடுபடுதல். உ-ம். அமீத் ஷா. அதாவது, சிந்தனையைக் காயடித்தல். (இதை மாவோயிஸ்டுகளும் செய்வது வழக்கம்)

4. முரண்பாடு தேசத் துரோகம்

5. மாறுபாடுகளின் மீதான பயம். (நீ மாட்டுக் கறி தின்பவனா? அப்படியானால் நீ என் எதிரி)

6. *Frustration.* பொருளாதார ரீதியாக மிகுந்த எரிச்சலுடன் இருக்கும் மத்தியதர வர்க்கம்தான் உடனடியாக ஃபாஸிஸத்துக்குள் தன்னை நுழைத்துக் கொள்ளும். அவர்களுடைய பொருளாதார நலிவுக்குக் காரணம் கிடைக்க வேண்டும்.

7. ஒரு எதிரியை உருவாக்குவது.

8. எளியவர்கள் மற்றும் வறியவர்கள் மீதான அருவருப்பு.

இப்போதைய கொரோனா ஊரடங்கில் கூட இதை நீங்கள் காணலாம். *Survival of the fittest.* பட்டினி கிடக்கிறாயா? கிட. வாழ வழியில்லையா? செத்துப் போ. தினக் கூலியா? அதற்கு நான் என்ன செய்ய? நீங்கள்தானே சார் பிரதம மந்திரி? அதற்காக 135 கோடி ஜனத்துக்கும் நானா ரொட்டியும் சப்ஜியும் கொடுக்க முடியும்? எக்கேடாவது கெட்டுப் போ. உனக்குத் திறமையிருந்தால் படித்து முன்னேறியிருக்கலாம்தானே? என்னையே பார். டீக்கடையில் நின்றவன் இன்று இந்த தேசத்துக்கே ராஜா. உனக்குத் துப்பு இல்லை.)

9. நீ ஹீரோ. (ஹீரோ என்றால் தியாகம் செய்ய வேண்டும். உயிர்த் தியாகம். தேசத்துக்காக. தேச முன்னேற்றத்துக்காக. பாரம்பரியத்துக்காக. செய் அல்லது செத்து மடி. தேசத் துரோகிகளைக் கொன்று விட்டு சிறைக்குச் செல்லுங்கள். மதக் கலவரமும் இந்த ஹீரோயிஸம்தான்!)

10. ஆணாதிக்கமும் ஆயுதம். (டேய், நான் ஆம்பளை!)

11. மொழியைக் குறுக்கு. மொழி செழுமையானால் சிந்தனை வளரும். சிந்தனை ஃபாஸிஸத்தின் எதிரி.

இன்னும் சில உள்ளன. எல்லாம் மோடியையும் அவரது கோஷ்டியையும் நேரில் பார்த்து எழுதியது போல் உள்ளது. ஆனால் மோடி வருவதற்கு முன்பே எழுதியது.

ஆனாலும் மோடி அதிர்ஷ்டக்காரர். தொழில்களெல்லாம் முடங்கிப் போய் நாடு படுகுழியில் கிடந்தது. இப்போது அதை கொரோனாவின் தலையில் போட்டுத் தப்பி விடுவார். Hunters சீரிஸில் ஒரு காட்சி. நாஜி யூதனிடம் கேட்கிறான்.

"நீ இத்தனை பெரிய கோடீஸ்வரனாக இருக்கிறாயே? உன்னுடைய டாலர் அழுக்குப் படிந்ததுதானே? (ஊழல் செய்து சம்பாதித்த பணம்தானே என்கிறான்.) நீ எப்படி அறம் பேச முடியும்?"

"அழுக்குப் படிந்திருந்தால் பரவாயில்லை. கழுவி விடலாம். ஆனால் உன் டாலரில் ரத்தம் படிந்திருக்கிறது. எவ்வளவு கழுவினாலும் போகாது."

அதேபோல் மோடியின் ரூபாய் நோட்டுக்களில் ரத்தம் படிந்திருக்கிறது.

தியாகராஜரின் 'நனு பாலிம்ப நடசி வச்சிதிவோ நா ப்ராணநாத' என்ற கீர்த்தனைக்கு நல்ல மொழிபெயர்ப்பு தேவைப்படுகிறது. யாரேனும் உதவ முடியுமா?

2.5.2020.

10

சென்ற ஆண்டு நான் வெப்சீரீஸிலேயே மூழ்கிக் கிடந்த போது மெஸையா என்ற ஒரு தொடரைப் பார்த்தேன். அது பற்றி யாரும் குறிப்பிடாதது ஒரு ஆச்சரியம். அந்தத் தொடரைப் பார்த்தவர்களால் அதை மறக்கவே இயலாது. அதன் கதை அப்படி. இயேசு கிறிஸ்து இப்போது மீண்டும் தோன்றினால் எப்படி இருக்கும் என்பதே கதை. என்ன ஒரு கற்பனை! அதற்காகவே அந்தத் தொடரைப் பார்க்கலாம். அரபியில் மெஸ்ஸி மெஸ்ஸி என்று அழைக்கிறார்கள். மெஸ்ஸி என்பது மெஸையா போல. யேசுவின் அற்புதங்களையெல்லாம் கதைகளாகத்தானே படிக்கிறோம். ஆனால் மெஸையா இந்தத் தொடரில் தினமும் ஒரு அற்புதம் செய்கிறார். அமெரிக்க ஆட்சி அதிகார மாளிகையின் முன்னே உள்ள நீர்நிலையின் மீது ஆயிரக்கணக்கானோர் முன்னிலையில் நடந்து செல்கிறார். செத்தவர்களைப் பிழைக்க வைக்கிறார். அமெரிக்க அரசு இவரை இஸ்லாமியத் தீவிரவாதி என்று சிறையில் அடைத்து கொல்லப் பார்க்கிறது. ஆனால் இவர் யேசுவைப் போல் அதையெல்லாம் தியாக உள்ளத்துடன் ஏற்றுக் கொள்வதில்லை. சுலபமாகத் தப்பி விடுகிறார். அதே சமயம் மிக மிக மிக *unpredictable*-ஆகவும்

இருக்கிறார். ஒரு சீஸன்தான் முடிந்திருக்கிறது. இந்த ஆண்டு எந்த வெப்சீரீஸ்ஸும் பார்க்கக் கூடாது என்று இருக்கிறேன். மெஸையா மட்டும் இரண்டாவது சீஸன் வந்தால் பார்க்க வேண்டும்.

அதேபோல் *The Hunters* என்ற சீரீஸ். அமேஸான் ப்ரைம். பொதுவாக நான் நெட்ஃப்ளிக்ஸை விட்டு வேறு எங்கும் போக மாட்டேன். ஏனென்றால், இது எல்லாமே கடல் மாதிரி. உள்ளே இறங்கினால் இழுத்துக் கொண்டு போய் விடும். ஒரு வாசக நண்பர் நான் வெப்சீரீஸ் பற்றி எழுதுவதைப் பார்த்து விட்டு இதை சிபாரிசு செய்தார். பொதுவாக இப்படிப்பட்ட சிபாரிசுகள் என் ரசனைக்கு ஒத்து இருப்பதில்லை. (கேம் ஆஃப் கார்ட்ஸ் அப்படித்தான் ஆனது) ஆனால் தெ ஹண்ட்டர்ஸ் அபாரம். பல சமயங்களில் கேங்வார் மாதிரி இருந்தாலும் அதில் வரும் யூதப் பிரச்சினை இதை ஒரு மறக்க முடியாத தொடராக ஆக்கி விடுகிறது.

மற்றபடி பல நண்பர்கள் இதை அவசியம் பாருங்கள் என்று சிபாரிசு செய்யும் தொடர்களை என்னால் பத்து நிமிடம் கூடப் பார்க்க முடியவில்லை. என் ரசனை அப்படி. ஆனால் அவ்வப்போது உலக சினிமா பார்க்க வேண்டும் என்று ஆர்வப்படுகிறேன். *Mubi* தளத்தில் சேர வேண்டும். சேர்ந்தால் உலக சினிமா பார்க்கலாம். முன்னால் ஒரு மாதம் சேர்ந்து பார்த்தேன் போல. என் மின்னஞ்சல் முகவரி அதில் பதிந்துள்ளதால் அவ்வாறு யூகிக்க வேண்டியுள்ளது. மீண்டும் சேர ஆவன செய்ய வேண்டும்.

நான் ஸெலிக் மாதிரி என்றேன் காயத்ரியிடம். ஸெலிக் வூடி ஆலன் படம். ஸெலிக் யாரோடு பழகுகிறானோ அவர் மாதிரி ஆகி விடுவான். "என்னது, நீங்களாவது மற்றவரைப் போல் ஆவதாவது, உலகமே அழிந்து விடும்" என்றாள் காயத்ரி. ஓரளவு சரிதான் அது. ஸெலிக்குக்கும் எனக்கும் கொஞ்சம் வித்தியாசம் உண்டு. அடிப்படை வித்தியாசம். ஸெலிக் இரண்டாம் உலகப் போரின் போது நாஜிகளோடு சேர்ந்து கொண்டு நாஜியாகவே மாறி விடுவான். அதுவரை ஜெர்மன்

மொழியில் அக்ஷரம் கூடத் தெரியாதவன் படு சரளமாக ஜெர்மன் பேசுவான். சொன்னேனே, யாரோடு பழகுகிறானோ அவருடைய குணாதிசயங்களைப் பெற்றுக் கொள்வான். இங்கே விருப்பம் என்ற விஷயமும் இருக்கிறது. என்னுடைய விருப்பம் எதிராளியை மீறிச் செல்வதல்லவா? எனவே என்னைச் சுற்றி வியாபித்துள்ள மைலாப்பூர் அமீத் ஷாக்களோடு சேர்ந்து சுற்றுவேனே தவிர நானும் ஒரு அமீத் ஷாவாக மாறவே மாட்டேன்.

ஆனால் என் நண்பர் ராம்ஜியிடமிருந்து சில விஷயங்களைக் கற்றுக் கொண்டேன். அவற்றில் முக்கியமானது, கனிதல். அதாவது, எதிராளி எத்தனை எரிச்சலூரட்டக் கூடிய விதத்தில் பேசினாலும் கனிந்து, தணிந்து பேசுவதன் காரணமாக ராம்ஜி பல நண்பர்களை வென்றெடுத்து வெற்றிப் பாதையை நோக்கிப் போவதை கண்கூடாகப் பார்த்திருக்கிறேன். அதே சமயம் முரட்டுத்தனமாக நடந்து கொள்ளும் நான் தோல்வி அடைவதோடு மன உளைச்சலும் அடைந்து, அதற்கும் ஆதரவு நாடி ராம்ஜியையே அணுகுவதையும் பார்த்து நானே நொந்து போய், என் கண் முன்னே ஒருத்தர் மனிதர்களை வென்றெடுப்பது எப்படி என்று நடத்திக் காட்டிக் கொண்டிருக்கும் போது நாம் ஏன் இப்படி வீணாய்ப் போகிறோம் என்று நினைத்து எடுத்த முடிவுதான் இந்தக் கனிதல். மட்டுமல்லாமல் பெண்கள் மத்தியில் வேறு கொடி கட்டிப் பறக்கிறார் ராம்ஜி. அடிப்படைக் கல்வி இதுதான். அவர் கற்றுக் கொடுக்காமலேயே நானாக அவரிடம் படித்துக் கொண்டது. ஒரு பெண் தன் புகைப்படத்தை ஃபேஸ்புக்கில் போடுவார். உடனே என்ன நடக்கும் தெரியுமா? ஊரடங்கு முடிந்தது என்று சொன்னதும் டிபார்ட்மெண்டல் ஸ்டோருக்கு அடித்துப் பிடித்துக் கொண்டு ஓடும் மெண்டல்களைப் போல் தொள்ளாயிரத்து சொச்சம் பேர் வந்து விருப்பக்குறி போட்டு காமெண்ட்டுகள் போட்டு அதகளம் செய்வார்கள். உடனே நான் "நீ இருக்கும் இடம் என்ன? உனக்கெல்லாம் இது எதற்கு?" என்று திட்டுவேன். உடனே அந்தப் பெண்ணுக்கு எரிச்சலும் கோபமும் வரும். ஊரே பாராட்டுகிறது, இந்த ஆளுக்குப்

பார், பொறாமை வயித்தெரிச்சல் என்று. ராம்ஜியோ அவர் பங்குக்கு ஒரு விருப்பக்குறி போட்டு விட்டு சத்தம் போடாமல் நழுவி விடுவார். பிறகு எப்படியும் நாங்கள் பேசும்போது அந்த மங்கையர் திலகத்தின் தலையை உருட்டாமலா இருக்கப் போகிறோம்?

"என்ன ராம்ஜி இது, இப்படி அக்கிரமத்துக்கெல்லாம் லைக் போட்டுட்டு இருக்கீங்க? நீங்களே இதுபோன்ற லூசுத்தனத்தை வளர்த்து விடலாமா?" என்று கேட்டால், "நமக்கென்ன சார்? நாம் லைக் போடறதைத்தானே அவங்க விரும்பறாங்க? அவங்க விரும்பறதை செய்வோமே?" என்பார்.

"ஓகே, ஆனா இது தப்பில்லையா?"

"எது, லைக் போட்றதா, போட்டோ போட்றதா?"

"லைக் போட்றதுக்குத்தான காரணம் சொல்லிட்டீங்களே, போட்டோ போட்றது..."

"சார், அது ஒரு லூசுன்னா நீங்களும் ஒரு லூசு சார். இதைப் பத்தியெல்லாம் இவ்ளோ சீரியஸா எடுத்துக்கலாமா?" என்று ஆரம்பித்து பாலியல் குறித்த இந்தியர்களின் உளவியல் பற்றியும் *voyeurism* பற்றியும் அரை மணி நேரம் பேசுவார்.

"இத்தனை பேசுகிற நீங்கள் லைக் போடும்போது மட்டும் தவறாமல் ஆஜராகி விடுகிறீர்களே?"

"சார், லூசுங்க கிட்ட லூசுங்க மாதிரிதானே நடந்துக்கணும்?"

ஆனால் அம்மணிகள் பேசும்போது ராம்ஜியின் முகபாவத்தைப் பார்க்க வேண்டுமே. ஏதோ ஆன்மீக குருநாதர்கள் பேசும்போது அவர்களின் மாணாக்கர்கள் கேட்பார்களே அதேபோல் கண்கள் பூக்கக் கேட்டுக் கொண்டிருப்பார். இப்போது சொல்லுங்கள், நான் ராம்ஜியைப் பின்பற்ற வேண்டுமா வேண்டாமா?

ஐயோ, இதற்கு எனக்கு ராம்ஜியிடமிருந்தும் அம்மணிகளிட மிருந்தும் எத்தனை பாட்டு கிடைக்கப் போகிறதோ?

என்னை அசத்தும் அளவுக்கான ஒரு மாணவரை இதுவரை நான் சந்தித்ததில்லை. பல விஷயங்களில் என்னை பிரமிக்க வைக்கும் சீனிவாசன், புவனேஸ்வரி, ஸ்ரீராம் போன்றவர்களையும் சேர்த்தே சொல்கிறேன். சிறந்த மாணாக்கர் என்றால் எப்படி இருக்க வேண்டும்? பதினைந்து இருபது ஆண்டுகளுக்கு முன்பு நான் மதிப்புரை எழுதிய ஒரு திரைப்படம். ஆறு மாதங்களுக்கு ஒருமுறையாவது அது பற்றிக் குறிப்பிட்டு எழுதுவேன். அதைப் பார்த்தால்தான் மனிதர்கள் குறித்த என் அவநம்பிக்கையை, அருூயையைப் புரிந்து கொள்ள முடியும் என்றும் சொல்லி விட்டேன். ம்ஹூம். யாரும் அசைவதாக இல்லை. லூயிஸ் புனுவல் இயக்கிய விரிதியானா (Viridiana). சரி, அதை விடுங்கள். இந்த ப்ளாட்ஃபார்ம் என்ற படம் நம் கை முன்னே நெட்ஃப்ளிக்ஸில் கிடைக்கிறது. அதைப் பார்த்தால் என் மானுட வெறுப்பைப் புரிந்து கொள்ளலாம். அடப் போய்யா, லொல்லு பண்ணிக்கிட்டு. நீயே பாத்து நீயே சொல்லு. கேட்டுக்குவம். எல்லாம் ஃபாஸ்ட் ஃபூட் காலம். இதையெல்லாம் உடனுக்குடன் பார்த்து என்னோடு விவாதிக்கக் கூடிய ஒரு ஆத்மாவைக் கூட இதுகாறும் நான் கண்டதில்லை. ஆனால் நான் வாழ்நாள் பூராவும் என் ஆசிரியர்களுக்கு இப்படிப்பட்ட "சிறந்த" மாணவனாகவே இருந்திருக்கிறேன். எதையாவது குறிப்பிட்டால் அன்று இரவே அதை முடித்து விட்டு மறுநாள் பேசும்போது சொல்லி விடுவேன். ஆனால் துரதிர்ஷ்டவசமாக அதை அவர்கள் பாராட்டியதே இல்லை. மாறாக, இவன் என்ன நம்மை மிஞ்சப் பார்க்கிறான் என்ற வன்மத்தோடேதான் பார்ப்பார்கள்.

போகட்டும். விரிதியானா, ப்ளாட்ஃபார்ம். இரண்டு படங்கள். விரிதியானா நிச்சயமாக ஒரு க்ளாசிக். படம் எடுத்தவர் அப்படிப்பட்டவர். ஆனால் இரண்டுமே பேசுவது ஒரே பொருள். அந்தப் பொருள் என்ன என்று இப்போது பார்க்கப் போகிறோம். என் நண்பர் ராம் பற்றி எழுதியிருக்கிறேன். மகாத்மா. அது போன்ற ஒரு சில மகாத்மாக்கள் இந்த மைலாப்பூரில் உண்டு. அவர் இரண்டு தினங்களுக்கு முன்பு காலை நடைப் பயிற்சி சென்று கொண்டிருந்த போது கட்டி

முடிக்கப்படாத ஒரு கட்டிடத்தின் முன்பு ஒரு கூட்டம் நின்று கொண்டிருப்பதைக் காண்கிறார். என்னடா இது, லாக்டவுன் சமயத்தில் இத்தனை பெரிய கூட்டம் என நினைத்து அவர்களிடம் கேட்கிறார். பார்த்தாலே தெரிகிறது, எல்லோரும் வட இந்தியர். எல்லோரும் ஒரிஸா. கட்டிடத் தொழிலாளர்கள். அவர்கள் நின்று கொண்டிருக்கும் கட்டிடத்தில்தான் வேலை செய்கிறார்கள்.

இப்பொது லாக் டவுன் சமயத்தில் வேலை இல்லை. பட்டினி கிடக்கிறோம்.

என்ன இது, முப்பது நாட்களாக பட்டினியா? அம்மா உணவகத்தில் போய் சாப்பிடலாமே?

நாங்கள் மொத்தம் பதினெட்டு பேர். எப்படி சார் இத்தனை பேர் போய் சாப்பிடுவது? ஒவ்வொருத்தருக்கும் பத்து ரூபாய் என்றாலும் ஒரு வேளைக்கு 180 ரூ. ஆயிற்றே?

அப்படியா, அம்மா உணவகத்தில் உணவு இலவசம் என்று கேள்விப்பட்டேனே?

இல்லை சார். ஓட்டலை விட ரொம்ப மலிவு. காலை உணவு அஞ்சே ரூபா. மதிய உணவு பத்து ரூபா. ஆனால் அஞ்சு பத்து என்றாலும் பதினெட்டு பேருக்கு பெரிய தொகை வருமே? ஒரு மாதமாக வேலையே இல்லை.

ஏன், உங்கள் பில்டர் உங்களுக்கு உதவி ஒன்றும் செய்யவில்லையா?

நல்ல மனிதர்தான் சார். ஆனாலும் அவருக்கும் என்ன கஷ்டமோ தெரியவில்லையே? அவருக்கே வேலை இல்லாமல் எங்களுக்கு எப்படி உதவி செய்வார்?

சரி, நீங்கள் என்ன சாப்பிடுவீர்கள்? ரொட்டியா, சாவலா?

நாங்கள் ஒடிஸாதான் சார். உங்களைப் போல் சாவல்தான் சார். சாவலும் டாலும் இருந்தாலே போதும் சார்.

உடனே ராமும் நண்பரும் போய் ஒரு மூட்டை அரிசியும் பத்து கிலோ துவரம் பருப்பும் அஞ்சு கிலோ தக்காளியும் உப்பும

வாங்கிக் கொண்டு வந்து கொடுத்திருக்கிறார்கள். ராமுக்கு 1500 ரூ. செலவு. இதைக் கேள்விப்பட்ட போது அந்த பில்டர் பெயர் என்ன என்று கேட்டேன். தென் சென்னையின் பிரபலமான நிறுவனம். அந்த நிறுவனத் தலைவர் என் வாசகர். அவருக்கு போன் போட்டுக் கேட்டேன். கடந்த இரண்டு மாதமாக ஒரு பைசா குறைக்காமல் முழுச் சம்பளமும் கொடுத்துக் கொண்டிருப்பதாகவும், அடுத்த மாதம் வேலை ஆரம்பித்து விடும் என்றும், தேவைப்பட்டால் வீட்டின் மதிப்பில் இதைச் சேர்த்தாலும் சேர்ப்பேனே தவிர தொழிலாளர்களின் சம்பளத்தில் பிடிக்க மாட்டேன் என்றும் சொன்னார். அது நான் எதிர்பார்த்ததுதான். அவரே ஒரு *philanthropist*. பிறகு அம்மா உணவகம் பற்றியும் விசாரித்தேன். ஊரடங்கு அமலில் உள்ள மே 17 வரை அம்மா உணவகங்களில் உணவு இலவசம்தான். இலவசம் என்பதால் தரம் குறைந்து விடக் கூடாது என்பதற்காக அதிகாரிகளும் முதல் மந்திரியும் திடீர் திடீரென்று வந்து சோதனையிடுகிறார்கள். என் வீட்டுக்கு எதிரிலேயே ஒரு அம்மா உணவகம் உள்ளது. ஆக, அந்தத் தொழிலாளர்கள் இரண்டு பொய்களைச் சொல்லியிருக்கிறார்கள். சரி, பணமாகக் கொடுக்காத வரை நல்லதுதான். ஆனால் பில்டர் பணமாகத்தான் கொடுக்கிறார். கார்ல் மார்க்ஸ் தோல்வியுற்ற இடம் இது. என்னுடைய இந்தக் கருத்தை விமர்சிக்க விரும்பும் நண்பர்கள் தயவுசெய்து நான் மேலே குறிப்பிட்ட இரண்டு படங்களையும் பார்த்து விட்டு செய்யவும். இல்லையேல் அவர்களோடு நான் விவாதிக்க மாட்டேன்.

எங்கள் குடியிருப்பில் மூன்று வாட்ச்மேன்களும் ஒரு மேனேஜரும் உண்டு. அவர்களில் ஒருவர் சிந்தாதிரிப்பேட்டையிலிருந்து வருபவர் என்பதால் அவருக்குக் காலை, மதியம், இரவு மூன்று வேளையும் உணவு கொடுப்பது அவந்திகாவின் வழக்கம். இது தவிர காலையும் மாலையும் தேநீர். சிற்றுண்டிச் சாலைகள் மூடியிருப்பதால் இந்த ஏற்பாடு. அவந்திகாவின் அடிப்படையே தவறு. நானாக இருந்தால் தர மாட்டேன். ஏனென்றால், வீட்டுக்கு எதிரிலேயே அம்மா உணவகம் உள்ளது. சரி, தானத்திலேயே சிறந்தது அன்ன தானம் என்பார்கள்.

ஆனால் அதற்கான காலமெல்லாம் காலாவதியாகி விட்டது என்பது என் கட்சி. இப்படியெல்லாம் எழுதுகிறேனே தவிர நடைமுறை வேறு. எப்போதும் இரவு உணவு எனக்கு ஒரே ஒரு ஆப்பிள்தான். அதை மீறிப் பசித்தால் அரை டம்ளர் பசும்பால். அதிகம் குடித்தால் வயிற்று வலி வரும். ஆனால் நேற்று சாம்பாரும், ரசமும் எனக்குப் பிடித்த மாதிரி இருந்ததால் இரவு உணவுக்கு சோறும் சாம்பாரும் சாப்பிடுகிறேன் என்று சொல்லியிருந்தேன். போய்ப் பார்த்தபோது சோறு இல்லை. கீழே வாட்ச்மேனுக்குக் கொடுத்தாகி விட்டது. அவந்திகா பதற்றமடைந்தாள். சே சே, அடுத்தவரின் பசி ஆற்றுவதுதான் முதல் கடமை என்று சொல்லி விட்டு வழக்கம் போல் ஆப்பிளை சாப்பிட்டேன். ஆனால் நாம் ஒரு சின்ன உதவி – அதுவும் நமக்காக இல்லை, பூனைகளுக்காகக் கேட்டால் அதை அளிக்க மறுக்கிறார்கள்.

ஆம், அந்த சிந்தாதிரிப்பேட்டை வாட்ச்மேனிடம் அவந்திகாவும் நானும் ஒரே ஒரு உதவி கேட்டோம். அவருக்கு எந்த வேலையும் இல்லை. கேட் திறக்கும் வேலை கூட இல்லை. யாரும் உள்ளே வராமல் பார்த்துக் கொள்ள வேண்டும். எப்போதும் மொட்டுவளையைப் பார்த்துக் கொண்டு பாட்டு கேட்டுக் கொண்டிருப்பதுதான் வேலை.

நான் இரண்டு வேளை கீழே போய் பூனைகளுக்கு சாப்பாடு போடுகிறேன். ஒருநாள் அங்கே இருந்த தண்ணீர்ப் பாத்திரத்தை எட்டிப் பார்த்து விட்டு ஒரு பூனை பயந்தடித்துக் கொண்டு ஓடியது. பார்த்தால் ஒரே பாசி. இலை தழை. தெருப்பூனைகள் கூட அதைக் குடிக்க பயந்தன. அந்தப் பாத்திரத்தில் தினமும் தண்ணீர் மாற்றுங்கள் என்பதுதான் நானும் அவந்திகாவும் கேட்ட உதவி. இன்றைய நாள் வரை ஒரு நாள் கூட அதில் அந்த வாட்ச்மேன் தண்ணீர் மாற்றியது இல்லை. அவந்திகாதான் கீழே இறங்கி இறங்கிப் போய் தண்ணீர் மாற்றுகிறாள். இத்தனைக்கும் கீழேயே தண்ணீர்க் குழாயும் இருக்கிறது. எத்தனையோ முறை சொல்லியாகி விட்டது. இது மட்டும் அல்ல. நாம் எது சொன்னாலும் கேட்பதில்லை. ஆனால்

அந்த மனிதரை ஏய் வாட்ச்மேன் என்று மிரட்டும் மற்ற வீட்டுக்காரர்களைக் கண்டால் ஒரே குரலுக்குக் குழைந்து குழைந்து ஓடுகிறார். ஒருநாள் என்னைப் பார்க்க நண்பர் ஒருவர் வந்தார். அவர் கலெக்டராகப் பணி புரிகிறார். மகாத்மா ரகம். ஆதலால், சிவப்பு விளக்குக் காரில் வராமல் சாதா காரில் வந்திருக்கிறார். இந்த வாட்ச்மேன் அவர் காரை வாசலிலேயே மறித்து காரை எங்கேயாவது வெளியே நிறுத்தி விட்டு நடந்து வாருங்கள் என்று சொல்லியிருக்கிறார். என் பெயரைச் சொல்லியும் இந்த மரியாதை. என் பக்கத்து வீட்டுக்காரரின் பெயரைச் சொல்லியிருந்தால் காரை உள்ளே விட்டிருப்பார். இல்லையென்றால், பக்கத்து வீட்டுக்காரரிடமிருந்து ஒத்தாம் பாட்டு கிடைத்திருக்கும். இது எனக்கு எப்படித் தெரியும் என்றால், நண்பர் என்னிடம் சொல்லவில்லை. காரை எங்கே விட்டீர்கள் என்று நானாகக் கேட்டேன்.

என்ன பிரச்சினை என்றால், இந்த விளிம்புநிலை மக்களையெல்லாம் சமமாகக் கருதி தோள் மேல் கை போட்டால் டேய் ங்கோத்தா நீ நம்ம ஆள்தானேடா, உனக்கு என்ன சுன்னிக்குடா மரியாதை என்கிறார்கள். அவ்வளவுதான் பிரச்சினை. முதலில் அவந்திகாவை வா போ என்று அழைத்தார்கள். அவள் ஒரு பாட்டு விட்டதும்தான் மரியாதைக்கு மாறியது. நான் எப்படியென்றால், பேசவே மாட்டேன். வாயையே திறக்க மாட்டேன். திறந்தால்தானே பிரச்சினை?

நண்பர் சந்தானம் ஆட்டோக்காரர் போன்றவர்களையெல்லாம் ஒருமையிலேயே விளிப்பார். இது உங்களை அறியாமலேயே உங்களுக்குள் இருக்கும் பிராமணீயம் அது இது என்று திட்டித் திட்டி அப்புறம் அதை அவர் விட்டு விட்டார். விட்டதும் அவருக்குக் கிடைத்த முதல் மரியாதை என்ன தெரியுமா? அவர்களின் குடியிருப்பு வாட்ச்மேனை ஆரம்பத்திலிருந்து வாங்க போங்க என்றே அழைத்திருக்கிறார் சந்தானம். ஏய் வாட்ச்மேன் எல்லாம் இல்லை. பெயர்தான். அந்த வாட்ச்மேனும் முதியவர். ஒருநாள் சந்தானம் தன் குடும்பத்துடன் வெளியூர் போய்

விட்டு வீடு திரும்பியிருக்கிறார். காலையில் நடைப் பயிற்சிக்கு செல்லும் போது சந்தானதி எதிரே வந்த வாட்ச்மேனிடம், "ஏங்க, எனக்குத் தபால் ஏதாவது வந்துதா?" என்று கேட்க, அதற்கு அந்த வாட்ச்மேன் எகத்தாளமான குரலில் "ஒனக்கு எந்தப் போஸ்டாபீஸ்ல காலங்காத்தால ஆர்ற மணிக்கு தொறந்து வச்சிக்கிறான்?" என்றாராம். உடனே சந்தானம், "நேத்து முந்தாநேத்தெல்லாம் வந்துதான்னு கேட்டேன்" என்று சொல்ல, "இருந்தா சொல்ல மாட்டனா?" என்று இன்னொரு எகத்தாள பதில். இதுவே 'ஏய் வாட்ச்மேன்' என்று அழைப்பவர்களிடம் இந்த பதில் வராது. ஒன்னும் வர்ல சார் என்ற பதில்தான் வரும்.

இதற்காகத்தான் நான் உங்களை விரிதியானா, ப்ளாட்ஃபார்ம் ஆகிய இரண்டு படங்களையும் பார்க்கச் சொல்கிறேன். ஆனால் நான் என்ன கத்தினாலும் கேட்காத நண்பர்கள் இருந்தாலும் முகம் தெரியாத வாசகர்கள் பலர் படு சுறுசுறுப்பாக இருக்கிறார்கள். நேற்று இரவு பன்னிரண்டு மணிக்கு எழுதி பதிவேற்றம் செய்த கட்டுரைக்கு சரியாக அரை மணி நேரத்தில் பதில் வந்துள்ளது. அதுவும் மொழிபெயர்ப்போடு. பெயர் தெரியயில்லை. ஃபேக் ஐடி என்று அவரே குறிப்பிடுகிறார். பெண்ணாக இருக்க வேண்டும். பெண்கள்தான் அதிகம் ஃபேக் ஐடி பயன்படுத்துகிறார்கள். மொழிபெயர்ப்புக்குள் போகும் முன்னே அந்தக் கீர்த்தனையை இன்னும் ஒருமுறை பார்த்துக் கொள்வோம்.

பல்லவி

நனு பாலிம்ப நடசி வச்சிதிவோ நா ப்ராணநாத

அனுபல்லவி

வனஜ நயன மோமுனு ஜூசுட ஜீவனமனி
நெனருன மனசு மர்மமு தெலிசி

சரணம்

சுரபதி நீல மணினிப தனுவுதோ உரமுன முத்யபு

சருல சயமுதோ
கரமுன சர கோதண்ட காந்திதோ தரணி தனயதோ
த்யாகராஜார்ச்சித

மொழிபெயர்ப்பு:

என்னைக் காப்பாற்றவா இத்தனை தூரம் நடந்து வந்தாய்?

எனது ஆன்மாவில் உறைந்திருக்கும் நாதனே...

தாமரைக் கண்ணா... உன் முகம் பார்த்துக்கொண்டே இருப்பதுதான் என் வாழ்க்கை என்பது மட்டுமே என் மனதுக்குள் எப்போதும் ஓடிக்கொண்டே இருக்கிறது என்பது உனக்கா தெரியாது...

இந்த்ர நீலக்கல்லின் ஒளியைப் போன்ற தேஜஸ் உடலெங்கும் உடையவனே... (சுரபதி என்றால் இந்த்ரன்தானே? சுரர் என்பது தேவர்தான். அ-சுரர் என்பது அவர்களின் எதிரி. சைவம்... அ-சைவம் போல. அசைவத்துக்கு நேரடிப் பெயர் இல்லை பாருங்கள். இதேதான் சுரர். அசுரர். அப்படியென்றால் வெஜ், வெண்மை, கடவுள், இதற்கெல்லாம்தான் நேரடிப் பெயர்களா என்று தோன்றுகிறது. உங்களைப்போல் சஞ்சாரம் செய்ய விரும்பவில்லை...)

முத்துக்களால் கோர்க்கப்பட்ட பல மாலைகளை மார்பில் அணிந்திருப்பவனே...

கையில் விளங்கும் கோதண்டத்தின் பிரகாசத்துடன் இருப்பவனே...

இந்தத் தரணியின் புதல்வி உன்னுடன் இருக்க... (சீதை)

என்னைக் காப்பாற்றவா இத்தனை தூரம் நடந்து வந்தாய்?

இன்னொரு நண்பரின் மொழிபெயர்ப்பு. வெங்கடேசன். தஞ்சாவூர். புரோகிதராக இருக்கிறார்.

அண்ணா நலமா?

வெகுநாட்கள் கழித்து தொடர்பு கொள்கிறேன். தினமும

உங்களது எழுத்துக்களை படித்துக் கொண்டுதான் இருக்கிறேன். குறிப்பாக "பூச்சி"யை.

த்யாகராஜ கீர்த்தனையின் பொருள் இந்த அல்பனின் ஞானத்திற்குத் தெரிந்த வகையில்.

பல்லவி

எனை ஆட்கொள்ள வந்தாயோ என் உயிர்நாதா

அனுபல்லவி

தாமரைக் கண்களைக் கொண்ட முகத்தைக் காண்பதே வாழ்க்கையென்று

என் மனதில் இருக்கும் மர்மத்தை உணர்ந்து

சரணம்

தேவர்களின் தலைவா நீலமணி போன்ற உடலுடன்

மார்பில் திகழும் முத்துமாலையுடன்

கைகளில் திகழும் கோதண்ட ஒளிர்வுடன்

பூமி புத்ரிகையுடன்

த்யாகராஜனால் அர்ச்சிக்கப்பட்ட

5.5.2020.

11

இந்த அய்யங்கார்களைப் பற்றின என் பதிவுகளுக்குக் காரணமே சீனியின் தவப்புதல்வன் ஆழிமழைக் கண்ணன்தான். ஆழியின் பேச்சுக்களை வைத்து சீனி புத்தகமே போட்டு விட்டார். சகலகலா வல்லவன். நன்றாகப் பாடுகிறான். எனக்கு இப்படி "என் பையன்/பெண் நல்லா பாடுவான்/ள்" என்று சொல்லும் ஆட்களைக் கண்டாலே பிடிக்காது. ஏனென்றால், உடனே இளையராஜா பாட்டை எடுத்து விடுவார்கள் பிள்ளைகள். அது ஏதாவது முதலிரவு சல்லாப் பாடலாக இருக்கும். இல்லாவிட்டால் இருக்கவே இருக்கிறது ஜனனி மனனி என்று. ஆனால் ஆழி பாடினான் பாருங்கள் பாட்டு. மகாபலிபுரத்தில் நடந்த அராத்துவின் பொண்டாட்டி நாவல் வெளியீட்டு விழாவில் பாடினான். *Nothing else matters.* எனது தேசிய கீதங்களுள் ஒன்று அது. அசந்து விட்டேன். குழந்தைகள் என்றால் அப்படி இருக்க வேண்டும்.

எனக்குக் குழந்தைகளைப் பிடிக்காது என்று ஒரு நூல் எழுதியிருக்கிறேன். அந்தத் தலைப்பை யாரும் சரியாகப் புரிந்து கொள்ளவில்லை. இங்கே இந்தியாவில் குழந்தைகள் குழந்தைகளாக இல்லை என்பதால் எனக்குக் குழந்தைகளைப் பிடிக்காது. அமெரிக்கக் குழந்தைகளையோ ஐரோப்பியக்

குழந்தைகளையோ பிடிக்கும். சீனியின் இரண்டு குழந்தைகளிடமும் நான் இந்தியக் குழந்தைகளிடம் இருக்கும் ஆகாத சமாச்சாரங்கள் எதையுமே பார்த்ததில்லை. இந்தியக் குழந்தைகள் இப்படி மிருகக்காட்சி சாலையின் கூண்டில் அடைக்கப்பட்ட மிருகங்களைப் போல் இருப்பதற்கும் பழகுவதற்கும் அவைகளின் பெற்றோரே காரணம். சினிமாவின் நீட்சிதான் தொலைக்காட்சி சேனல்கள் என்று எழுதியிருக்கிறேன். அதேபோல் பெரியவர்களின் நீட்சியைத்தான் குழந்தைகளிலும் பார்க்கிறேன். குழந்தைகளை இந்தப் பெரியவர்கள் படுத்துகின்ற பாடு இருக்கிறதே அது எழுத்தில் அடங்காது. ஒருநாள் என் நண்பர் என் வீட்டுக்கு வந்தார். உங்களுக்கே தெரியும், என் நண்பர்கள் யாரையும் நான் என் வீட்டிலோ அவர்கள் வீட்டிலோ சந்திப்பதில்லை. என் வீட்டில் ஏன் சந்திப்பதில்லை என்ற காரணத்தை உங்களால் யூகித்துக் கொள்ள முடியும். என் இல்லம் ஒரு ஃபாக்டரி. இந்த ஃபாக்டரியில் எப்படி ஒரு தொழிலாளி வந்தவரிடம் பேச முடியும்? அப்படியே நான் வேலையில்லாமல் இருந்தாலும் நாங்கள் பேசுவதை வைத்து ஒரு பூகம்பம் கிளம்பினால் என் கதி என்ன ஆவது? வருகின்ற ஆட்களும் வாயில் வெடிகுண்டோடு அல்லவா வருகிறார்கள்?

("ஏன் சாரு, நீங்கள் பைசெக்ஷுவலா?"

நான் பயந்து நடுங்கிக் கொண்டு "அப்படியெல்லாம் இல்லியே?" என்றேன்.

"மறந்துட்டீங்களா சாரு, போன மாதம்தானே உயிர்மை கட்டுரைல சொல்லி இருந்தீங்க?")

சரி, நண்பர்களின் வீட்டுக்கும் போவதில்லை. ஏனென்றால், ஒரு நண்பரை ஒரு நட்சத்திர விடுதியின் லவுஞ்சில் சந்தித்தேன். நண்பர் அவர் மனைவியோடு வந்திருந்தார். அந்தப் பெண்ணை அப்போதுதான் முதல்முதலாகச் சந்திக்கிறேன். (இது ரொம்ப முக்கியம்.) அப்போது இடையில் நண்பர் ரெஸ்ட் ரூம் போய் வருகிறேன் என்று சொல்லிவிட்டுப் போனார். அப்போது அந்தப் பெண் பொதுவாகப் பேசிக் கொண்டிருந்தார். அவர் ஹவுஸ்வைஃப் என்பது எனக்குத் தெரியும். எனவே நானும்

ஏதோ பேச வேண்டுமே என்று வீட்டில் பொழுது எப்படிப் போகிறது என்று கேட்டு வைத்தேன். "அதை ஏன் கேக்குறீங்க? இவருக்கு நண்பர்கள் அதிகம். அதனால் தினமும் மாலை நேரத்தில் வீடே ஒரு ரெக்ரியேஷன் கிளப் மாதிரிதான் இருக்கும். எல்லோருக்கும் பணிவிடை செய்வதை ரொம்ப விருப்பமாகச் செய்வேன். ஆனால் இவரோடு ஒரு நிமிஷம் கூடப் பேசக் கிடைக்க மாட்டேங்குது என்பதுதான் பெரிய குறையாக இருக்கிறது. சனி ஞாயிறு என்றால் கேட்கவே வேண்டாம். இரண்டு நாட்களும் வீட்டில்தான் இருப்பார் என்று பேர். ஆனால் அவர் முகத்தைக் கூடப் பார்க்க முடியாது. அவ்வளவு ஃப்ரெண்ட்ஸ் கூட்டம். உங்களுக்கு நான் ரொம்ப ரொம்ப நன்றி சொல்ல வேண்டும். இன்று உங்களை வீட்டுக்குத்தான் அழைக்கப் போவதாகச் சொல்லியிருந்தார். நீங்கள்தான் யாரையும் அவர்கள் வீட்டில் சந்திப்பதில்லையாமே? அப்படியே செய்யுங்கள் சார். இந்தக் கணவன்கள் செய்யும் அட்டகாசத்துக்கு அளவே இல்லை. சனி ஞாயிறுகளிலும் நண்பர்களை வீட்டுக்கு அழைத்துக் கொண்டு வந்து எங்கள் கழுத்தை அறுக்கிறார்கள். சொல்லவும் முடியாது. மெல்லவும் முடியாது. நல்லவேளை, நீங்கள் வெளியில்தான் சந்திப்பேன் என்று சொன்னதால் என்னையும் அழைத்துக் கொண்டு வந்தார்." அவர் நீண்ட நேரம் பேசியதன் சுருக்கம் இது. ஏற்கனவே யார் வீட்டுக்கும் போகாத நான் அந்தப் பேச்சைக் கேட்டதிலிருந்து அந்தப் பழக்கத்தை மேலும் உறுதிப்படுத்திக் கொண்டேன். இத்தனைக்கும் அந்தப் பெண்ணும் நண்பரும் முப்பது வயதைத் தாண்டி இருக்க மாட்டார்கள்.

குழந்தைகளைப் பற்றி சொல்லிக் கொண்டிருந்தேன். சீனியின் குழந்தைகளிடம் எனக்குப் பிரச்சினையே கிடையாது. பக்காவான அமெரிக்க, ஐரோப்பியக் குழந்தைகள் போலவே நடந்து கொள்ளும்.

Nothing else matters பாடியதால் மட்டும் இல்லை. இதை அப்படிப் புரிந்து கொள்ளக் கூடாது. இசை ரசனை என்பது இளையராஜாவோடு முடிந்து விடக் கூடாது. அதிலும் குழந்தைகளுக்கு. நிச்சயமாக இளையராஜாவைப் பாடுவது

குழந்தைகளின் தேர்வாக இருக்காது. பெரியவர்களின் தேர்வு அது. "நதிங் எல்ஸ் மேட்டர்ஸ் மட்டும்?" என்று உங்களுக்குத் தோன்றலாம். அது சீனியின் தேர்வு அல்ல என்பது அவர் சொல்லாமலே எனக்குத் தெரியும். அது ஆழியின் தேர்வு என்பதுதான் முக்கியம். நதிங் எல்ஸ் மேட்டர்ஸூக்குப் பதிலாக அது ஒரு தியாகராஜர் கீர்த்தனையாகவும் இருக்கலாம். ஆனால் அது கூட என்னைக் கவர்ந்து விடாது. அவர்கள் பிராமணர்களாக இருந்தால் கர்னாடக இசை கற்பிக்கப்பட்டிருக்கலாம். எது என்னைக் கவரும் என்றால், அந்தக் குழந்தை பாபநாசம் சிவன் பாடலைப் பாட வேண்டும். இன்றைய கர்னாடக இசையின் கீர்த்தனைப் பாடல் என்ற வடிவத்தைச் செதுக்கிய சிற்பியாகிய முத்துத் தாண்டவர் (1525 – 1600) பாடலைப் பாட வேண்டும். அப்படிப் பாடினால் அந்தக் குழந்தையை எனக்குப் பிடிக்கும்.

சில காலத்துக்கு முன்பு வரை கர்னாடக இசைக்குத் தமிழ் ஒத்து வராதோ என்று நினைத்துக் கொண்டிருந்தேன். அதற்குக் காரணம், பாரதியாரின் பாடல்களை நம் தற்குறிகள் சில தமிழுக்கான இட ஒதுக்கீடு போல் பாடிக் கொண்டிருந்ததுதான். சேரியில் போய் கர்னாடக சங்கீதப் புரட்சி செய்து மக்ஸேஸே விருதெல்லாம் வாங்கின தற்குறியின் 'சுட்டும் விழிச் சுடர்' என்ற ஒரே பாடலைக் கேட்டால் நான் சொல்வது உங்களுக்குப் புரியும். கொடுமை. கொடுமை. ஆனால் வேறு சில மதிப்புக்குரிய கலைஞர்களும் திருக்குறள் அது இது என்றெல்லாம் கர்னாடக இசையில் கொண்டு வந்து பாடும்போது கேட்கவே சகிக்கவில்லை. ஆகக் கொடுமை, பாரதியார்தான். அது பாரதியின் தவறு அல்ல; ஏனென்றால், பாரதியின் அடிப்படை கவிதை. இசை அல்ல. ஆனால் முத்துத் தாண்டவரும், பாபநாசம் சிவனும் அப்படி அல்ல. அவர்களின் அடிநாதம் இலக்கியம் அல்ல; இசை. இந்த வித்தியாசம் தெரியாமல் தமிழுக்கு இட ஒதுக்கீடு கொடுக்கும் புரட்சிக் கலைஞர்கள் கண்டதையெல்லாம் பாடிக் கொண்டிருக்கிறார்கள். விமர்சனமில்லாமல் எல்லாவற்றையும் முழுங்கும் சங்கீத ரசிக சிகாமணிகளும் தொடை தட்டுகிறார்கள். ஆனால் உண்மையிலேயே தமிழிசையை ஒழுங்காக சேவித்தால்

அற்புதமான கலானுபவம் கிட்டும். இந்தப் பாடலைக் கேட்டுப் பாருங்கள்.

கண்ணனைக் காண்பதெப்போ? இயற்றியவர் யார் என்று தெரியவில்லை. ஜி.என். பாலசுப்ரமணியத்தினால் பிரபலமான பாடல் இது.

கண்ணனைக் காண்ப தெப்போ - கார்மேக
வண்ணனுக் கென்மேல் என்ன வெறுப்போ (கண்ணனை)
விண்ணவரும் பணியும் வேணுவி லோலன்
மண்ணளந்த வாயன் மாயன் கோபாலன் (கண்ணனை)
புண்ணியன் வந்துபோய் பொழுது மிகவாகுது
கண்ணிரெண்டும் பூத்துக் கவலை உண்டாகுது
எண்ணியெண்ணி என்மனம் ஏங்கியே நோகுது
பண்ணின பண்டமெல்லாம் பயனின்றிப் போகுது (கண்ணனை)
ஜாதிமுல்லை ரோஜா சம்பங்கிப் பூவெடுத்து
ஆதியந்தரகித்தன் அணிய மாலை தொடுத்து
சேதியெல்லாம் வரைந்து சேடியிடம் கொடுத்து
சோதிக்க வேண்டாமென்று சொல்லித்தூது விடுத்து (கண்ணனை)
தாமதம் இல்லாமல் தாதிடனே சென்றாள்
நீ மலைக்காமல் நிமிடம் வரேனென்றாள்
ஜாம நேரம்பின் சாவதானமாய் வந்தாள்
சியாமளனைக் காணச் சமயமிதில்லை என்றாள்.
சிருங்காரம் போதும். பக்தி ரசம் சொட்டும் இந்த நாலாயிரத்
திவ்யப் பிரபந்தம்.
ஊரிலேன் காணி யில்லை உறவுமற் றொருவ ரில்லை
பாரில்நின் பாத மூலம் பற்றிலேன் பரம மூர்த்தி
காரொளி வண்ண னேஎன் கண்ணனே கதறு கின்றேன்
ஆருளார்க் களைக ணம்மா அரங்கமா நகரு ளானே.

தொண்டரடிப்பொடி ஆழ்வாரின் பாடலை சாகேதராமன் தன் குரலில் உருகு உருகு என்று உருகியிருக்கிறார்.

இந்தப் பாசுரத்துக்கான தலைப்பில் சொதப்பியிருக்கிறார்கள். குழம்ப வேண்டாம். தொண்டரடிப்பொடி ஆழ்வாரின் பாசுரம்.

நானும் வாழ்நாளில் எத்தனையோ கதைகளையும் கட்டுரைகளையும் தொடராக எழுதி வந்திருக்கிறேன். பூச்சி போல் தினமுமே எழுதியிருக்கிறேன். ஆனால் பூச்சி தொடரைப் போல் வாசகர் எதிர்வினை இதுவரை வந்ததில்லை. இப்போது சற்று நேரத்துக்கு முன்பு இந்தக் கடிதம்:

அன்புள்ள சாருவுக்கு,

நாம் இருக்கும் இந்தப் பேரண்டம் அதிசயமான பல இழைகளால் நம் அனைவரையும் பிணைத்துள்ளது என்பது சில வருடங்களுக்கு முன் நான் உணர்ந்தது. எதுவொன்றும் அபத்தமான தற்செயலாக நிகழ்வதில்லை. இந்தப் பிரபஞ்ச இழைகளின் முடிச்சை இயல்பாகத் தொட்டு நமக்குக் காட்டுபவர்கள் இருவர். ஒருவர் கலைஞர். இன்னொருவர் எழுத்தாளர். எழுத்தாளர்களையும் நான் கலைஞர்கள் வரிசையில்தான் வைக்கிறேன். தர்க்கங்களை எழுதி எழுதி ஒரு கணத்தில் அனைத்துத் தர்க்கங்களையும் இல்லாமல் அடித்து நொறுக்கும் அற்புதத்தை ஒவ்வொரு கதையிலும் நிகழ்த்தும் அதிசய மாந்தர்கள். அந்த வகையில் கலை-இலக்கியம் ஒரே கோட்டில் பயணிக்கும் தருணங்கள் ஒரே ஒத்திசைவில் நடக்கும் போது எனக்கு ஏற்படும் மயிர்க்கூச்செறிதல் ஒரு பேரனுபவம். அது ஒரே வாரத்தில் நடக்கும் என்று நான் நினைத்துப்பார்த்ததில்லை. சென்ற வாரம் சனிக்கிழமை நான் என் மகளுக்காக *https://www.youtube.com/watch?v=u5gEDrHH0Vc*

தியாகைய்யா படத்தை யூடியூபில் பார்த்தேன். அதில் நீங்கள் உங்கள் கட்டுரையில் குறிப்பிட்ட 'நன்னு பாலிம்ப' காட்சி இடம்பெற்றது. சோமையாஜ‌ுலுவின் அதிசாதாரண நடிப்பைத்தாண்டி அந்தச் சூழலும் அந்தப் பாடலும் என் கண்ணில் நீர் கசிவை உண்டாக்கியது. அனைத்திற்கும் இசையால் கசியும் அந்த இசையாலே இறைவனைக் காணும் உள்ளம் கொண்ட கலைஞர்கள் எவ்வளவு நல்லூழ் கொண்டவர்கள்? அந்த அனுபவம் என் சிறுவாழ்வுக்குக் கிட்டாதது என் சென்ற பிறவிப் பாவக்கணக்குதான். நிற்க, ஓரிரு நாட்களில் உங்கள் நண்பர் ஜெயமோகன் எழுதிய 'பிடி' *https://www.jeyamohan. in/130500/#.XrLCSC-z3RY*

சிறுகதையை வாசித்தேன். அதிலும் 'நன்னு பாலிம்ப' என்னைப்பார்த்து புன்னகை புரிந்தது. இன்று உங்கள் தளத்திலும் 'நன்னு பாலிம்ப' என்னை நோக்கி எதையோ சொல்லி அழைக்கிறது. நீங்கள் (கலைஞர்கள், எழுத்தாளர்கள்) பேறு பெற்றவர்கள். என்னைப்போன்ற சிற்றுயிர்களுக்கு, கவலைகளைக் கடந்து இந்தப் பேரண்டத்தின் முடிச்சுகளை அந்தப் பெரும் யாழின் தந்திகளைக் காட்டாமல் காட்டி இசை மீட்டுகிறீர்கள். தொடர்ந்து எமக்கு அருள் புரியுங்கள்.

அன்புடன்,
வா.ப.ஜெய்கணேஷ்

(பி.கு - மெஸியா நான் இமைக்க மறந்து பார்த்த தொடர். அதிலும் அந்தச் சிறுவன் இஸ்ரேலுக்குள் செல்லும் காட்சி என்னை உலுக்கிய மானுட தரிசனம். இந்தத்தொடர் இனிமேல் வராது என்று தயாரிப்பாளர்கள் செய்தி வெளியிட்டுள்ளனர் - வருத்தம்தான்.)

உண்மையில் ஜெயமோகன் எழுதிய 'பிடி' கதையைப் பற்றி இப்போதுதான் அறிகிறேன். நம்பவே ஆச்சரியமாக இருக்கிறது. இது அவர் எப்போது எழுதிய கதை? ஒரே விஷயத்தை இரண்டு பேருமே ஒரே சமயத்தில் எழுதியிருக்கிறோமா என்ன? ஆச்சரியம். நீங்கள் குறிப்பிடும் படத்தைப் பார்க்கிறேன். மற்றபடி உங்கள் கடிதத்தை மீண்டும் மீண்டும் படித்தேன். அநேகமாக இதுதான் நீங்கள் எனக்கு எழுதும் முதல் கடிதம் என்று நினைக்கிறேன்.

★★★

ஏழையைத் தேடி வந்த அரசன்

அன்புள்ள சாரு,

அயோத்தியின் அரசன் ராமன். நானோ ஏழை... என்னைத் தேடி நடந்து வந்தீரோ என மனமுருகி தியாகய்யர் பாடுவதைப் பற்றி எழுதியிருந்தீர்கள்.

இது குறித்து ஒரு நாவல் உங்களிடமிருந்து வந்தால் அது வாசகர்கள் அடையும் பெரும்பேறாக இருக்கும். தியாகய்யர் பற்றி நீங்கள் எழுதியதைப் படிக்கும்போது அந்தப் பாடல் உங்களுக்கும் பொருந்தும் எனத் தோன்றியது.

இணைய எழுத்து பிரபலமாக ஆரம்பித்தபோது தனி நபர் தாக்குதல், டிக்கடை அரசியல், சாதி மதக் காழ்ப்புகள் என்று செயல்பட்டது. சிலரோ இணையத்தை சுயமைதுனத்துக்கான கருவியாகப் பயன்படுத்தினர். அப்போதுதான் நீங்கள் இணையத்தில் நுழைந்தீர்கள். இணைய எழுத்துக்கு ஒரு மரியாதையை ஏற்படுத்தியது உங்கள் வருகைதான் என ஆரம்ப காலத்தில் இருந்தே இணையத்தை கவனிப்பவன் என்ற முறையில் என்னால் உறுதியாகச் சொல்ல முடியும்.

உங்கள் வருகை மிகப் பெரிய மகிழ்ச்சியை அளித்தது. ஆனாலும்

ஸீரோ டிகிரி, பிணந்தின்னிகளும் நட்சத்திரங்களிடமிருந்து செய்தி கொண்டு வந்தவர்களும், கிரிக்கெட்டை முன்வைத்து புத்திஜீவிகளுக்கு ஒரு முட்டாள் சொன்ன கதை, முள் போன்றவற்றை படைத்த ஒரு மேதை, அரைவேக்காடுகள் புழங்கும் இணையவெளிக்கு ஏன் வந்தார் என்ற குழப்பமும் இருந்தது.

ஏழையை உய்விக்க நடந்தே வந்தாயா ராமா என்ற தியாகய்யரின் உணர்வுதான் எனக்கு ஏற்பட்ட அந்த உணர்வு என்பது எனக்குப் பிறகுதான் புரிந்தது.

காலை பத்து மணிக்கு எழுவதுதான் ஹீரோயிசம், சமையலில் உதவுவது கேவலம், கர்நாடக இசை என்பது நமக்கெல்லாம் புரியாது என்பது போன்ற தமிழனின் பல கற்பிதங்களை உடைத்திருக்கிறீர்கள்.

உன் பிழையை சுட்டிக்காட்டினால் என்னைவிட்டு விலகுவாய் என்றால் நீ என்னவன் இல்லை, போய்விடு என யாராக இருந்தாலும் தூக்கி எறியும் நேர்மையை உணர்த்தி இருக்கிறீர்கள்.

சுரணையுணர்வு, பிறரை மதித்தல் என்பது மனிதனுக்குத் தேவையான அடிப்படை குணம் என்பதைத் தொடர்ந்து வலியுறுத்தி வருகிறீர்கள்.

இவையெல்லாம் பொதுவெளியில் நீங்கள் ஏற்படுத்திய மாற்றம். விரிவாகப் பேச வேண்டிய ஒன்று.

உங்களால் உருவாக்கப்பட்ட பலர் இன்று பல இடங்களில் இருந்தாலும், உங்கள் மீது அதே மரியாதையுடன்தான் இன்றும் இருக்கிறார்கள்.

ஒருவரைப் படித்து அடுத்த கட்டத்துக்கு நகர்வதுதான் வளர்ச்சி. ஆசான் என யாரையும் நினைக்ககூடாது என்பது அவர் பார்வை.

என்னதான் அடுத்தடுத்துப் படித்தாலும் உங்களை மட்டுமே குரு என பலர் நினைப்பதற்குக் காரணம், எழுத்துக்கும் எண்ணத்துக்கும் வாழ்க்கைக்கும் இடைவெளியற்ற உங்கள் வாழ்க்கைதான்.

உங்கள் எழுத்தும் வாழ்வும் வேறுவேறல்ல. எழுத்து எனும் வேள்வித்தீயில் உங்களையே ஆகுதியாகப் படைப்பவர் நீங்கள்.

இதனால்தான் உயர்ந்த எழுத்துகள் எதைப்படித்தாலும் உங்களை அதில் காண முடிகிறது.

ஜோர்பா என்ற கிரேக்கனின் கொண்டாட்டம், சித்தார்த்தா நாவலின் தேடல், மிர்தாவின் புத்தகம் தரும் தரிசனம் எல்லாவற்றையும் உங்கள் எழுத்துக்களில் பார்க்கிறோம்.

ஜெயமோகனின் சிறுகதை ஒன்றில், ஏழ்மை காரணமாக குற்றவாளி ஆகி, போலிசில் பிடிபட்ட இளைஞன் இப்படி கூறுகிறான்: சுந்தர ராமசாமியை அடிக்கடி எங்கள் கல்லூரியில் பார்ப்பேன். அவரிடம் போய்ப் பேசியிருந்தால் என் வாழ்க்கை வேறு திசையில் நகர்ந்திருக்கும்.

அந்த வரி மிகவும் ஆழமானது. கடுமையான சர்ச்சைகளுக்கு, கறாரான அணுகுமுறைக்குப் பேர்போன எழுத்தாளர்களிடம் குடியிருக்கும் கனிவு வியப்புக்குரியது.

'உங்களை சண்டைக்காரன் என நினைத்தேன், இவ்வளவு இனிமையாக பேசுகிறீர்களே' என ஒரு பதின்பருவ மாணவன் ஒரு சந்திப்பில் உங்களிடம் கேட்டான்.

நீங்கள் சிரித்தபடி, இலக்கியவாதிகள் சமதளத்தில் இருப்பவர்கள். எனவே கருத்தியல் ரீதியாகக் கடுமையாக மோதுகிறோம். மற்றபடி தனிப்பட்ட விரோதம் கிடையாது. என் இயல்பான சுபாவம் இதுதான் என ஒரு நண்பனைப்போல் அவனிடம் பேசினீர்கள்.

கனிந்து விட்டீர்கள் என சிலர் புதிதாகக் கண்டுபிடித்திருப்பது மகிழ்ச்சி.

இலக்கிய மதிப்பீடுகளில் கறார்த்தனம், பழகுவதில் கனிவு என்பது என்றும் உங்களிடம் இருப்பதுதான்.

என்றென்றும் உங்கள் மாணவன்,
பிச்சைக்காரன்.

"பிச்சைக்காரனின் மேற்கண்ட கடிதத்துக்கு 'உங்களின் அன்பான வார்த்தைகளுக்கு நன்றி' என்று ஒரு வரி எழுதி விட்டு, விட்டு விட வேண்டியதுதானே, இதைப் போய் பொதுவெளியில் வெளியிட்டு... இதெல்லாம் உனக்கு லஜ்ஜையாக இல்லையா? ஒரு முதிர்ந்த எழுத்தாளன் இப்படியெல்லாம் செய்யலாமா?" என நான் நூறு முறை கேட்டுக் கொண்டேன். எனக்கு ஈகோ கிடையாது. அதனால் இந்தக் கடிதம் என் ஈகோவை சந்தோஷப்படுத்தவும் வாய்ப்பில்லை. இருந்தும் இதை ஏன் லஜ்ஜையே இல்லாமல் வெளியிடுகிறேன் எனில் அதற்கு ஒரு வலுவான காரணம் இருக்கிறது. அதைத் தியாகராஜர் நிதி சால சுகமாவில் தெளிவாகச் சொல்கிறார்.

6.5.2020.

101

12

இன்று ஒரு இலக்கியப் பிசாது. நாகூர் பாஷையில் பிசாது என்றால் கிசுகிசு. ஒரு அன்பர். அவர் எழுதிய சிறுகதைத் தொகுதியைக் கொடுத்தார். ஓ, அதற்கு முன் ஒரு விஷயம். "சாரு கிசுகிசு எழுத லாயக்கில்லை; இன்னாரின் வீட்டு முகவரியைத் தவிர மற்ற எல்லா விவரங்களையும் கொடுத்து விடுகிறார்" என்பது போல் ஜெயமோகன் முன்பு எழுதியிருந்தார். அதையே சவாலாக எடுத்துக் கொண்டு இதை எழுதுகிறேன். இப்போது சம்பந்தப்பட்ட ஆசாமிகளாலேயே இதைக் கண்டு பிடிக்க முடியாது பாருங்கள். தொகுதியைக் கொடுத்து அதைப் படித்து விடுங்கள் படித்து விடுங்கள் என்று சொல்லிக்கொண்டிருந்தார். அது பரவாயில்லை. அந்தத் தொகுதி உங்களுக்குப் பிடிக்கும். உங்களுக்குத்தான் பிடிக்கும். ஏனென்றால், உங்களிடமிருந்துதான் நான் எழுதவே கற்றுக் கொண்டேன். நான் உங்களை சந்தித்ததில்லையே தவிர நான் உங்கள் பள்ளியைச் சேர்ந்தவன். ஆ. ஊ. ஆ. ஊ.

இதை சீனியிடம் போய்ச் சொன்ன போது அவர் வழக்கம்போல் "அட போங்க சாரு, அவன் ஒரு ஜெயமோகன் ஆளு. உங்க கிட்ட வந்து சும்மா உடான்ஸ் வுட்டிருக்கான்" என்று புறங்கையால் தள்ளி விட்டார். நானும் சரிதான், சீனி ஒரு

cynicதானே, அவர் வேறு எப்படிச் சொல்வார் என்று விட்டு விட்டேன். சீனி சொல்வது பூராவும் பின்னால் பலிக்கும் என்பது அனுபவம். ஆனால் அந்தச் சமயத்தில் சீனி ஒரு cynic என்று நினைப்பதுதான் எனக்கு வசதி என்பதால் அப்படியே நினைத்துக் கொள்வேன். கொஞ்ச நாள் கழித்துப் படித்தேன். சிறப்பாக இருந்தது. என்னுடைய எழுத்துச் சாயல் ஒன்றும் இல்லை. அந்தத் தொகுதியை ஒருவர் சாருவின் ஒரு எழுத்தைக் கூடப் படிக்காமலே எழுதி விட முடியும். சமீபத்தில் கொரோனா பற்றி அவர் எழுதிய பதிவு ஒன்றை மீண்டும் படிக்க வேண்டி ஃபேஸ்புக் பக்கத்தில் அவர் பதிவுகளைப் புரட்டினேன். என்ன ஒரு அதிர்ச்சி. ஒரு ஐம்பது பதிவுகளைப் படித்திருப்பேன். ஐம்பதில் நாற்பது பதிவுகளில் ஜெயமோகன் பற்றிய ஏதாவது ஒரு குறிப்பு. இன்று ஜெயமோகன் எழுதிய சிறுகதையில்... ஜெயமோகன் சொல்வது போல... நான் ஜெயமோகனோடு பேசிக் கொண்டிருந்த போது... அடப் பாவி. அப்புறம் ஏண்டா என்னிடம் வந்து ஏதோ நீ சாருவின் தற்கொலைப் படை மாதிரி பேசினாய்? உங்களிடமிருந்துதான் எழுதவே கற்றுக் கொண்டேன், ஆ, ஊ, ஆ, ஊ. என்னய்யா இது? இன்னும் ஆர்வம் அதிகமாக இன்னும் இன்னும் படித்தேன். ம்ஹா~ம். ஒரு இடத்தில் கூட என் பெயரே கிடையாது. சாருவுக்கு என்ன ஒரு மலிவான புத்தி என்றுதானே நினைக்கிறீர்கள்? இல்லை. இங்கே கமல்ஹாசனே என்னைப் பற்றிப் பேசினாலும் அதிக பட்சம் இருபத்தைந்தாயிரம் பிரதிகள்தான் விற்கும். எனவே யாருமே அறியாத இந்தச் சிறு பாலகன் என் பெயரைக் குறிப்பிட்டு எனக்கு என்ன ஆகப் போகிறது? ஆனால், வார்த்தைக்கு வார்த்தை ஜெயமோகனைக் குறிப்பிடும் இவர் என் பெயரை ஒருமுறை கூட இவர் வாழ்வில் குறிப்பிட்டிருப்பாரா? நிச்சயம் இல்லை. அப்புறம் ஏன் நேரில் பார்த்தால் அந்தப் பசப்பு வார்த்தைகள்? இதற்கிடையில் இன்னொரு அதிர்ச்சி. அந்த ஐம்பது பதிவுகளிலும் என் வலது கரமாய் விளங்கும் ஒரு நண்பர் விருப்பக்குறி போட்டிருக்கிறார். அடப் பாவிகளா. இந்த ஃபேஸ்புக் என்பதே மாபெரும் புதிர்வட்டப் பாதை போல் இருக்கிறதே! ஆக, என் வலது கரமே ஜெயமோகனின்

ஸ்லீப்பர் செல்லா? ஓ, நானுமே ஜெயமோகனின் ஸ்லீப்பர் செல்லா? அப்படியும் இருக்கலாமோ? இல்லாவிட்டால் எப்படி அவர் ஏப்ரல் இருபதாம் தேதி தியாகய்யரின் நனு பாலிம்ப எழுத நானும் ஒரு வாரம் கழித்து அதே நனு பாலிம்பவை எழுதுவேன்? அதுவும் அவர் எழுதிய கதையைப் படிக்காமலே? இன்னமும் படிக்கவில்லை. எல்லாம் ஏதோ மலையாள மாந்த்ரீகம் மாதிரி அல்லவா தெரிகிறது? எந்திரன் படத்தில் ரஜினி ஆயிரம் ரஜினியாகத் தெரிவது போல் இப்போது எனக்கு எல்லோருமே ஜெயமோகனாகத் தெரிகிறார்கள், நான் உட்பட! வேடிக்கையை விடுங்கள். ஆனால் வேறு சில நண்பர்கள் இருக்கிறார்கள். "நான் ஜெயமோகனின் தீவிர வாசகன். என் ரசனை ஜெயமோகனின் புனைவுலகம் சார்ந்ததுதான். சாருவின் புனைவுலகம் எனக்கு மிகவும் அந்நியமானது. ஆனால் அவர் கட்டுரைகள் பிடிக்கும்." இப்படி சொல்லிக் கொள்ளும் நண்பர்களை எனக்குப் பிடிக்கும். இது சரி. வெளிப்படையானது. அதை விட்டுவிட்டு "நீங்கள்தான் நான், நான்தான் நீங்கள்" என்று என்னிடம் நேரில் வசனம் பேசி விட்டு ஜெயமோகனின் வாசகராக இருக்கும் பொய்மைதான் எரிச்சலூட்டுகிறது.

7.5.2020.

13

சென்ற கட்டுரையின் தொடர்ச்சியாக இன்னும் சில விஷயங்கள். வெகுளியாக இருந்து கொண்டு நாம் செய்யும் சில காரியங்கள் உண்மையில் அடுத்தவரை மிகவும் பாதிக்கக் கூடியதாக, அடுத்தவரின் வெளியில் அத்துமீறுவதாக இருந்து விடுகிறது. சுருக்கமாகச் சொன்னால், *rudeness*. சீனியுடன் பேசிக் கொண்டிருந்த போதுதான் இந்த வெளிச்சம் எனக்குக் கிடைத்தது. ஒரு இளம் எழுத்தாளர் சீனியைத் தற்செயலாக சந்திக்க நேர்ந்த போது அவர் எழுதிய புத்தகம் ஒன்றைப் படிக்கச் சொல்லி சொல்லியிருக்கிறார். இதில் என்ன தப்பு என்றுதான் உங்களுக்கும் எனக்கும் தோன்றும். இதைத்தான் *rudeness* என்கிறேன். சீனி சென்னை பாஷையில் சொன்னதை நான் இங்கே மொழிபெயர்க்கிறேன். "நான் இதுவரை இருபது புத்தகங்கள் எழுதியிருக்கிறேன். அதில் ஒன்றைக் கூட இவர் படித்திருப்பாரா என்று எனக்குத் தெரியாது. இவரை நான் அதையெல்லாம் படியுங்கள் என்று ஒரு வார்த்தை சொன்னதில்லை. இவர் இதுவரை எழுதியிருக்கும் ஒரே ஒரு புத்தகத்தை நான் படிக்க வேண்டும் என்கிறார். எப்படி இருக்கிறது பாருங்கள்!"

அந்த நபர் சீனியிடம் நடந்து கொண்டதுதான் அராஜகம் என்கிறேன். நான் அசோகமித்திரன் வீட்டுக்கும் முத்துசாமி வீட்டுக்கும் பலமுறை சென்றிருக்கிறேன். அதுவும் அசோகமித்திரன் வீட்டுக்கு அடிக்கடி. ஒரு முறை கூட என் நாவல்களைப் படித்திருக்கிறீர்களா என்று இருவரையும் கேட்டதில்லை. புத்தகங்களையும் எடுத்துச் சென்று கொடுத்ததில்லை. அப்படிச் செய்வது அவர்களது அந்தரங்க வெளியில் நான் அத்துமீறுவதாகும் என்றே நினைக்கிறேன். அதனால் என் எழுத்து பற்றியோ, புத்தகங்கள் பற்றியோ நான் பிரஸ்தாபித்ததே இல்லை. ஆனால் ஒரு பிரபலஸ்தர் தன்னுடைய புத்தகத்தை அசோகமித்திரனுக்கு அனுப்பி டார்ச்சர் கொடுப்பதாக அவர் என்னிடம் பலமுறை புலம்பியிருக்கிறார். வாரம் ஒருமுறை ஃபோன் செய்து படித்து விட்டீர்களா என்று வேறு கேட்கிறாராம். எத்தனை முறை இல்லை என்றே பதில் சொல்வது. அதனால் அந்தக் கருமத்தைப் படித்துத் தொலைத்தேன். அவர் மேஜையிலேயே அவர் குறிப்பிடும் புத்தகம் அதை எழுதியவரின் பெரிய படத்துடன் இருந்தது. சிறுகதைத் தொகுதி. பிரபலமாக விளங்குபவர்களுக்கு இப்படியெல்லாம் விபரீத ஆசை ஏற்படும் இல்லையா? சரவணா ஸ்டோர்ஸ் அண்ணாச்சிக்கு ஹீரோவாக நடிக்கும் ஆசை ஏற்பட்டு, நயன் தாராவை ஹீரோயினாக மடக்க முயற்சிக்க, நயன் தாரா எங்கோ க்ரீன்லாந்துக்குத் தப்பி ஓட என்னென்னவோ கதையெல்லாம் நடந்ததே, அந்த மாதிரி அந்தப் பிரபலத்துக்கும் சிறுகதை எழுத ஆசை வந்து விட்டது போல. நண்பர் கமல்ஹாசனே கவிதை எழுதும் போது நாம் சிறுகதை எழுதினால் என்ன என்று தோன்றியிருக்கலாம். அதை அசோகமித்திரனுக்கு அனுப்பித்தான் இந்த டார்ச்சர். அசோகமித்திரனின் இடத்தில் புதுமைப்பித்தனோ சுந்தர ராமசாமியோ இருந்திருந்தால் நடப்பதே வேறு. அசோகமித்திரன் பாவம், ஏழைப் பிள்ளையார் கோவில் குருக்கள் மாதிரி. பிரபலத்தின் டார்ச்சர் தாங்க முடியாமல் படித்திருக்கிறார். இந்த இடம் வந்ததும் நிறுத்தி விட்டார். கேட்டுக் கொண்டிருந்த எனக்குத் தாங்க முடியாத ஆர்வம். ஏனென்றால், பிரபலமும்

ஒன்றும் சாதாரண ஆள் இல்லை. அசடும் இல்லை. நவீன இலக்கியத்தைக் கரைத்துக் குடித்திருக்கிறது. அதனுடைய துறையில் சாதனை படைத்ததும் கூட. அசோகமித்திரனோ கதையை அதோடு நிறுத்தி விட்டார். என்னுடைய ஆர்வத்தைக் கண்டு கொள்ளவே இல்லை. நான் வாங்கிக் கொண்டு போயிருந்த மிளகாய் பஜ்ஜியைக் கடித்துக் கொண்டிருந்தார். பக்கத்தில் அமர்ந்திருந்த அழகிய சிங்கரின் முகத்தில் புன்னகை. அவருக்குக் கதையின் முடிவு ஏற்கனவே தெரியும் போல. அப்புறம் சார் என்றேன். என்ன அப்புறம் என்றார் ஒன்றும் தெரியாதது போல.

"கதையைப் படிச்சிங்க. அப்புறம்?"

"நீங்க வேற ரவி. நம்ம தலையெழுத்தையெல்லாம் பிட்டுப் பிட்டுச் சொல்லணுமா. அந்தக் கண்றாவிக் கதையெல்லாம் நன்னா இருந்துன்னு சொல்லி வைச்சேன். வேறெ என்ன பண்றது சொல்லுங்கோ?" (என் பெற்றோர் மாதிரியே என்னை ரவி என்று அழைக்கும் ஒரு சிலருள் அசோகமித்திரனும் ஒருவர்.)

"கரெக்ட்தான் சார்."

இப்போது கதை சொல்வதில் அசோகமித்திரனுக்கு ஆர்வம் வந்து விட்டது.

"அப்றம் என்ன ஆச்சு தெரியுமோ?"

நான் ஆர்வத்துடன் பார்த்தேன். அழகிய சிங்கரின் முகத்தில் அதே புன்சிரிப்பு.

"அவர் விகடன்ல எழுதினார். இன்ன மாதிரி அசோகமித்திரனே என் கதைகளைப் படிச்சிட்டு இன்ன மாதிரி பாராட்டினார், அது இதுன்னு... கஷ்டகாலம். இவர் இருக்கற உசரத்துக்கு நம்ம பாராட்டெல்லாம் எதுக்கு?"

"எங்களுக்கெல்லாம் நீங்கதானே உசரம். அதனால இருக்கலாம்."

"என்ன உசரமோ கிசரமோ போ. நீதான் சொல்றே. அப்றம் நீ எழுதின அந்த எக்ஸைலோ கிக்ஸைலோ அதைப் படிச்சேன்.

ஆமா. என்னப்பா இது. அதைத் தூக்கித் தூக்கி கையே சுளுக்கிண்டுடுத்து. ஒனக்கு ஜெயமோகனுக்கெல்லாம் என்ன பழக்கம் இது. தலகாணி தலகாணியா எழுதறேள். ஒனக்கும் அவனுக்கும்தான் தாயாதிச் சண்டை இல்லியா? ஆனா இதுல மட்டும் ஒன்னாயிட்றேள். அவன் ஆயிரம்னா நீ இந்தா பிடி ஆயிரத்தைந்நூறுங்கிறே. ஆனா அவன் இப்போ வெண்முரசுலே லட்சத்தைத் தொட்ருவான் போல்ருக்கே. ஐயோ, எப்படித்தான் எழுதறேளோ. ம்... என்னமோ..."

மற்றபடி எப்படி இருந்தது அது இது என்ற பேச்சே கிடையாது. அப்படியே கேட்டாலும் தஞ்சாவூர் பிராமணனிடமிருந்து எப்படி வருமோ அப்படித்தான் வரும். அசோகமித்திரனின் பூர்வீகம் பலருக்கும் தெரியாது. தஞ்சாவூர் மாவட்டம். அந்த ஊரை நினைத்தாலே கசப்புதான் மிஞ்சுகிறது என்றார் ஒருமுறை. சிறுவயதில் அந்த ஊரில் அவ்வளவு கஷ்டப்பட்டிருக்கிறார்.

அடடா, எங்கோ ஆரம்பித்து எங்கோ வந்து விட்டோம். சமீபத்தில் செல்வேந்திரனிடம் இந்த நல்ல குணத்தைக் கண்டேன். அவருடைய ஒரு புத்தகத்தை எனக்கு சமர்ப்பணம் செய்திருந்தார். வெறுமனே சாரு நிவாதிதாவுக்கு என்று போடாமல் அவர் எழுதியிருந்த ஒரு குறிப்பு எனக்கு மிகவும் பிடித்திருந்தது. அவர் இதற்கு முன்பும் இரண்டு மூன்று புத்தகங்கள் எழுதியிருக்கிறார் போல. அதில் ஒன்று பயணப் புத்தகம். அதன் சில பகுதிகளை ஃபேஸ்புக்கில் படித்து விட்டு அதைக் கிண்டிலில் வாங்கினேன். இல்லாவிட்டாலும் வாங்கியிருப்பேன். பயணப் புத்தகம் என்றால் யார் எழுதியதாக இருந்தாலும் வாங்கி விடுவேன். இந்த நிலையில் எனக்கு சமர்ப்பணம் செய்திருக்கும் புத்தகம் எங்கே கிடைக்கும் என்று செல்வேந்திரனிடம் கேட்டேன். அப்போது அவர், "நான் உங்களுக்கு அனுப்பாததற்குக் காரணம், உங்கள் நேரத்தை இதற்கெல்லாம் செலவு செய்யச் சொல்லிக் கேட்கக் கூடாது என்பதனால்தான்" என்றார். அப்போது செல்வேந்திரனிடம் ஒரு விஷயத்தைக் கற்றுக் கொண்டேன். நான் ஏற்கனவே அந்த விஷயத்தை நடைமுறையில் வைத்திருக்கிறேன் என்றாலும் கூட, ஒரு கருத்து என்ற அளவில் மிக விளக்கமாக அவர்

சொன்னதிலிருந்து நான் புரிந்து கொண்டேன். மூத்தோரிடம் அடக்கம் வேண்டும். இதுகாறும் என் பழக்கத்தினால் செய்து வந்து கொண்டிருந்த ஒரு விஷயத்துக்கு தத்துவார்த்தரீதியாக விளக்கம் கிடைத்தது.

அதற்காக யாருக்கும் யாரும் புத்தகம் கொடுக்கக் கூடாது என்று சொல்வதாகப் புரிந்து கொள்ளக் கூடாது. இதில் இருக்கும் சாராம்சமான விஷயம் புரிய வேண்டும். உதாரணமாக, சில ஆண்டுகளுக்கு முன்னால் லக்ஷ்மி சரவணகுமார் என் வீட்டுக்கு வந்து அவருடைய உப்பு நாய்கள் புத்தகத்தைக் கொடுத்தார். படித்து விட்டுத் திட்டினேன். இத்தனை நல்ல புத்தகத்தை எழுதிய நீங்கள் இது வெளிவந்து மூன்று ஆண்டுகள் ஆகியும் ஏன் என்னிடம் கொடுக்கவில்லை என்று திட்டினேன். உங்களுக்கே தெரிந்திருக்கும் என்று நினைத்தேன் சாரு என்றார். பிறகு கானகன், கொமோரா, ரூற் எல்லாம் கொடுத்தார். கானகன் படித்து விட்டேன். கொமோரா இன்னும் படிக்கவில்லை. படித்தவை பற்றி கூட்டங்களிலும் பேசினேன். இப்படி நடக்கலாம். அல்லாமல், ஏதோ ஒரு விழாவில் பார்த்து என் புத்தகத்தைப் படங்க என்பது, ஊருக்குப் போயிருக்கும் போது தன் புத்தகங்களைக் கொடுப்பது எல்லாம் பயங்கரம். அத்தனை புத்தகங்களை வயதான ஒரு எழுத்தாளர் பொதி சுமப்பது போல் சுமந்து கொண்டு வர வேண்டும். உலக மகா அராஜகம் என்றால் அதுதான். அதை விட அந்த எழுத்தாளரின் வீட்டுக்கே நீங்கள் தபாலில் அனுப்பி வைக்கலாம். உதாரணமாக, நான் பாரிஸ் போகிறேன் என்று வைத்துக் கொள்ளுங்கள். பாரிஸில் உள்ள பத்து எழுத்தாளர்களும் தங்களுடைய இரண்டு இரண்டு புத்தகங்களை என்னிடம் கொடுத்தால் அந்த இருபது புத்தகங்களையும் நான் தூக்கிக் கொண்டு சென்னை வர வேண்டும். என்னதான் இழுக்கும் பெட்டி என்றாலும் தூக்குவதும் இறக்குவதும் சிரமம்தான் இல்லையா? ஒருமுறை ஒரு கப்பலின் மேல் தளத்தில் ஏற வேண்டியிருந்த போது என்னால் என் பெட்டியைத் தூக்கிக் கொண்டு ஏணியில் ஏற முடியாமல் போனது. பெட்டியைத் திறந்து அதில் இருந்த பத்து இருபது புத்தகங்களைத் தூக்கிக் கடலில் எறிந்தேன். புத்தகம்

கொடுத்தவர்களின் வயது முப்பது. என் வயது அப்போது அறுபது.

இவ்வளவு எழுதுகிறேனே தவிர நானும் ஒன்றும் புத்திசாலி இல்லை. என் இருபத்தைந்து ஆண்டுக் கால நண்பர் ஒருவர். (நான்தான் அப்படி நினைத்துக் கொண்டிருக்கிறேன்; அவர் அப்படி நினைக்கவில்லை என்று பிற்பாடு தெரிந்தது.) அவரை வெளிநாட்டில் நடந்த ஒரு இலக்கியச் சந்திப்பில் சந்தித்தேன். மிக அன்பாகப் பேசிக் கொண்டிருந்தார். (எல்லா எழுத்தாளர்களுமே அப்படித்தான்; நேரில் மிக அன்பாகப் பேசுவார்கள் என்பதை அப்போது மறந்து போனேன்.) பேச்சினூடே அவர் என்னுடைய நாவல்களில் ஒன்றைக் கூட படித்திருக்கவில்லை என்பது தெரிந்தது. அப்போது எனக்குத் தெரியாதது, அவர் அப்படிப் படிக்காதது அவரது தெரிவு என்பது. அவரது அன்பில் திளைத்த நான் "ஊருக்குத் திரும்பியதும் என் நாவல்களை அனுப்பி வைக்கிறேன்" என்றேன். அவரும் 'அதைப் படிப்பதை விட எனக்கு வேறு என்ன வேலை இருக்க முடியும்?' என்ற தொனியுடனும் உடல் மொழியுடனும் "ஆஹா, உடனே அனுப்பி வையுங்கள்" என்றார். வந்த கையுடன் ராஸ லீலா, ஸீரோ டிகிரி, எக்ஸைல் ஆகிய மூன்றையும் பார்சல் செய்து அனுப்பி வைத்தேன். ஒரு வாரம் ஆயிற்று. எந்த சத்தமும் இல்லை. இன்னொரு வாரமும் பார்த்து விட்டு, தயக்கத்துடன் ஃபோன் செய்து, புத்தக பார்சல் வந்ததா? மெதுவாகப் படியுங்கள், அதற்காக ஃபோன் செய்யவில்லை, பார்சல் வந்ததா என்று தெரிந்து கொள்ளவே ஃபோன் பண்ணினேன் என்றேன். ஓ, வந்தது சாரு என்று அட்டகாசமான குரலில் சொன்னார். மூன்றே வார்த்தைகள்தான். அதற்கு மேல் இல்லை. அப்புறம் இன்று வரை ஒரு ஃபோன் இல்லை. நான்கு ஆண்டுகள் ஆயிற்று. அநேகமாக இன்னொரு முறை வெளிநாட்டில் நடக்கும் இலக்கியச் சந்திப்பில் சந்தித்துக் கொள்வோம். என்னைப் பார்ப்பதற்காகவே தவம் கிடந்து போன்ற அன்பான குரலில் பேசுவார். நிச்சயமாக நான் அவர் பக்கமே மூஞ்சியைக் கூடத் திருப்ப மாட்டேன். அவரைத் தெரிந்ததாகவே

காட்டிக் கொள்ள மாட்டேன். படிக்கவெல்லாம் வேண்டாம். ஒரு அடிப்படை நாகரிகம் தெரிய வேண்டாமா? பார்சல் கிடைத்தது என்று கூடவா ஒரு ஃபோன் பண்ணக் கூடாது? விஷயம் என்னவென்றால், என்னை ஒரு எழுத்தாளன் என்றே கருதாத ஒரு எழுத்தாளர் கூட்டம் தமிழில் இருக்கிறது. அந்தக் கூட்டத்தைச் சேர்ந்தவர் அவர் என்பது இப்போதுதான் எனக்குப் புரிகிறது. ஏனென்றால், இணையத்தில் ஏதோ ஒரு இடத்தில் என்னைத் திட்டி அவர் ஆறு ஏழு பக்கத்துக்கு ஒரு கட்டுரை எழுதியிருப்பதை சமீபத்தில்தான் படித்தேன். அக்கட்டுரையில் என்ன உள்ளது, நம்மிடம் ஏதேனும் தவறு இருந்தால் திருத்திக் கொள்ளாலாமே, கற்றுக் கொள்ளலாமே என்று ஆர்வமாகப் படித்தேன். கடைசியில் பார்த்தால், எல்லாம் வசை. கெட்ட வார்த்தை வசை என்றால் வெளிப்படையாகத் தெரிந்து விடும் என்று, ஜாலக்மாலக்காக திட்டு. இவருக்கு என்னா தெரியும்? இதுதான் கட்டுரையின் சாரமே. எனக்கு ஒன்றும் தெரியாது என்றுதான் எனக்கே தெரியுமே ஐயா. அதற்காக ஒரு கட்டுரையா எழுதி நிருபிக்க வேண்டும்? என்னிடம் கேட்டிருந்தால் நானே சொல்லியிருப்பேனே, எனக்கு ஒன்றும் தெரியாது என்று? "நம்ம கூட இருந்தவன் இவ்ளோ ஒசரம் போய்ட்டானே" என்ற அரிப்பைத் தவிர அந்தக் கட்டுரையில் வேறு எதுவுமே இல்லை. இவர்களெல்லாம் "உயரம்" என்று எதைச் சொல்கிறார்கள் என்று வேறு புரியவில்லை. பிராபல்யம்தான் உயரமா? அப்படிப் பார்த்தால் நம்முடைய விபரீத ராஜ யோகக்காரர் பெருமாள் முருகனைத்தான் சொல்ல வேண்டும்.

தஸ்தயேவ்ஸ்கி எழுதிய *A Nasty Story* என்ற கதையைப் படித்தீர்களானால் நாம் எப்படி வெகுளியாக, நல்ல பிள்ளையாக, ரொம்ப சாதாரணமாக, மரியாதையின் நிமித்தம் செய்யும் ஒரு காரியம் மற்றவர்களுக்கு உயிர் ஹானியாக மாறிப் போகிறது என்பதைத் தெரிந்து கொள்ளலாம். இதையெல்லாம் சுட்டிக் காட்டினால் நான்தான் வக்கிரம் பிடித்த ஆள் என்ற பட்டத்தை வாங்கிக் கட்டிக் கொள்ள வேண்டியிருக்கிறது.

நான் அடிக்கடி புலம்பிக் கொண்டிருந்தேன் இல்லையா, நான் எதைப் பற்றியாவது குறிப்பு கொடுத்தால் அதைப் படியுங்கள், பாருங்கள் என்று சொன்னால் யாருமே அதைப் பின்பற்றிச் செல்வதில்லை என்று. அப்படியெல்லாம் இல்லை என்று லக்ஷ்மி சரவணகுமார் எழுதியிருக்கிறார். அவரது ஃபேஸ்புக் பதிவில் விரிதியானா (Viridiana) படம் பற்றிக் குறிப்பிட்டிருக்கிறார் – யதார்த்தம் நாம் நம்ப மறுத்தாலும் குரூரமானதே என்ற குறிப்புடன். இதெல்லாம் ஏன் என் ஃபேஸ்புக் பக்கத்தில் தெரிய மாட்டேன் என்கிறது என்று ஃபேஸ்புக் நிபுணரான என் வலது கை நண்பரிடம் கேட்டேன். அதற்கு அவர் அப்பொப்பொ நீங்க லைக் போடணும் என்றார். அப்படியானால் வாய்ப்பே இல்லை என்று நினைத்துக் கொண்டேன். விரிதியானா பற்றி அடிக்கடி குறிப்பிடக் காரணம், எல்லா எழுத்தாளர்களையும் போல் நான் ஏழைகளின் அன்பன் அல்லன். எப்படி நான் பெண்களின் சார்பானவனோ ஆண்களின் சார்பானவனோ அல்லன் என்பதைப் போலத்தான் இதுவும். அதனால்தான் ஏழைகள் நல்லவர்கள், பணக்காரர்கள் அயோக்கியர்கள் என்று சொன்ன அங்காடித் தெரு எனக்குக் குமட்டல் எடுப்பது போல் இருந்தது.

இன்றும் ஒரு காட்சியைப் பார்த்தேன். கீழே பூனைகளுக்கும் காகங்களுக்கும் உணவு எடுத்துக் கொண்டு போனேன். பூனைகளுக்குத் தண்ணீர் இல்லை என்று நேற்று இரவே அவந்திகாவிடம் சொல்லியிருந்தேன். தண்ணீர்ப் பாத்திரமே பச்சையாக பாசி படர்ந்து கிடந்தது. வாட்ச்மேன் தாமஸிடம் எத்தனை தடவை சொல்லியும் வேலை நடக்கவில்லை. இரண்டு நிமிடம் கூட ஆகாத காரியம். கீழேயே குழாய் இருக்கிறது. அதில் தண்ணீரைப் பிடித்து வைக்க வேண்டியதுதான். எங்கள் வீட்டில் பணிப்பெண் யாரும் இல்லாமல் நாங்களே நோன்பு நோர்த்துக் கொண்டு இருப்பதால் ரொம்பக் கஷ்டம். என்ன கஷ்டம் என்பதை பல பக்கங்கள் விவரித்து விட்டேன். இருந்தாலும் குழந்தைகளுக்குத் தண்ணீர் இல்லையே என்று ஒரு பக்கெட்டில் எடுத்துக் கொண்டு கீழே இறங்கி வந்தாள். தாமஸ் ஒரு நாற்காலியில் அமர்ந்தபடி மோட்டுவளையைப்

பார்த்துக் கொண்டு இருப்பதைப் பார்த்துக் கடுப்பாகி விட்டாள். என்னடா இது, மூன்று வேளை சாப்பாடும் இரண்டு வேளை டீயும் கொடுத்து கவனிக்கிறோம். ஒரு சின்ன வேலை சொன்னால் இப்படி டபாய்க்கிறாரே.

"என்ன தாமஸ் இது, தண்ணி வைக்க சொன்னா வைக்க மாட்டேன்றீங்க?"

"நேத்துதான் மேடம் வச்சேன்."

பொய். பாத்திரம் நேற்றிலிருந்து காலி. "சும்மா சொல்லாதீங்க, இனிமே இதையும் நானே பண்ணிட்றேன்."

பிறகு பதினோரு மணி தேநீர் போட்டு தாமஸைக் கூப்பிட்டாள். தாமஸ் எனக்கு டீ வேண்டாம் மேடம் என்றாரே பார்க்கலாம். எப்படி? நான் சும்மா உட்கார்ந்திருந்தாலும் இருப்பேன், யாருக்கும் உதவி எதுவும் செய்ய மாட்டேன். "அதெல்லாம் பரவால்ல வாங்க. எல்லாம் அப்டித்தான் இருக்கும். வந்து வாங்கிட்டுப் போங்க" என்று அவந்திகா அதட்டலாகச் சொன்னதும் சிணுங்கியபடி வந்து டீயை வாங்கிக் கொண்டு போனார். நாளையிலிருந்து தண்ணீர் வைப்பார் என்றுதானே நினைக்கிறீர்கள்? நீங்கள் விரிதியானா பார்த்தால் நிச்சயமாக அந்த முடிவுக்கு வர மாட்டீர்கள்.

வினித் ஆதங்கப்பட்டிருக்கிறார் இப்படி:

நீங்கள் சொல்கின்ற அனைத்தையும் உடனே செய்கிறேனோ இல்லையோ நாளடைவில் செய்துவிடுவேன் அல்லது சூழ்நிலை அதனைச் செய்ய உந்தும். ஏதோ ஒரு இலக்கியப் பேச்சில் முராகாமியின் ஒரு சிறுகதையில் மண வாழ்வில் இரு சந்தோஷமான தம்பதிகள் வெவ்வேறு இடங்களில் வசிப்பார்கள். எதேச்சையாக ஜோடிகளில் ஒரு ஆணும், பெண்ணும் சந்தித்து வேறோர் உறவு கொள்வார்கள். அத்தோடு அவர்கள் கதை முடிந்தது. இதனை அறிந்த துணைவர்கள், இப்படிப்பட்ட நீ என் வாழ்வில் தேவையில்லை, போ, வீட்டை விட்டு வெளியேறு, உனக்காகவே வாழ்ந்தேனே, *I gave up my career for you, you bitch,* கண்ட நாய் கூட படுத்துட்டு வர... கத்தி

கூப்பாடு போட்டு, தேரை இழுத்துத் தெருவில் விட்டுவிட்டு, விவாகரத்துக்குப் போய்விடுவார்கள்... இந்தக் களேபரத்தில் குற்றம் சொல்லப்பட்டிருப்பவர்களின் கதறல் இது...

"இல்ல, கண்டிப்பா நான் உன்னதான் லவ் பண்றேன், உன்னை மட்டும் தான், ஒரு காஃபியைப் பகிர்ந்துகொள்வது போல் உடலைப் பகிர்ந்து கொண்டோமே தவிர, எனக்கு நீதான் வேண்டும்..."

கொண்டாடப்பட்ட, நல்ல தரமான படமென்றால் அது *Blue is the warmest color*. ஸ்பீல்பெர்க் சிபாரிசு செய்து, கான் விழாவில் விருது பெற்றது. லெஸ்பியன் வாழ்க்கையைச் சித்தரிக்கும் கதை. ஒருத்தி ஆர்ட்டிஸ்ட், இன்னொருத்தி கல்லூரி மாணவி, மழலைப் பள்ளி ஆசிரியையாக வேண்டும் என்பவள். தலைமுடி கலைந்த, எப்போதும் அழுது வடியும், மூக்கு உறுஞ்சும், யாரும் தீர்த்திராத தனிமையுணர்வும் கொண்ட தேவதை. இரு பெண்களுக்குமான கலவிக் காட்சிகள் முழுமையாகக் காட்டப்படும். நாட்கள் ஓட ஓட, டாம்பாய் ஆர்ட்டிஸ்டுக்கு தொழிலின் மேல் ஈர்ப்பு அதிகமாகி, சகி மேல் ஈர்ப்பு குறையும். ஆனால், காதல் உண்டு. மீண்டும் தனிமை. பள்ளியில் வேலை பார்ப்பவனுடன் செக்ஸ். விஷயம் டாம்பாய்க்கு தெரிகிறது, அவ்வளவுதான்.

முராகாமியின் அதே வசை, அதே பதில். அது எழுத்து, இது நிகழ் கதை.

நீங்கள் அந்தக் கதையைப் பற்றி சிலாகித்து எழுதியதின் சாரம்... *We just shared the bodies like a coffee but my love is only for you and I love you.*

உங்கள் எழுத்தைப் படித்த பிறகுதான் இதையெல்லாம் பற்றித் தெளிவாகப் புரிந்து கொள்ள முடிந்தது. சூப்பர் டீலக்ஸ் படத்தின் சமந்தா பகுதி உங்கள் கருத்தை வலுப்படுத்துவதாக இருந்தது. நீங்கள் அந்தப் படத்தைப் பற்றி எழுதியிருக்கவில்லையெனில் ஒரு முடிவுக்கே வந்திருக்க முடியாது. இதுபோல நான் உங்களிடம் சொல்லாதது ஏராளம் சாரு. *Blue is the warmest color* பார்த்து முடித்த பொழுது விடியற்காலை மணி ஐந்து. மசமச என்று விடிந்தது. போய் கோல் சாய் டீ கடையில் ஒரு நாட்டுச்சக்கரை டீ.

நடந்து போகையில், உங்களிடம் இதையெல்லாம் சொல்லலாமென்று நினைத்தாலும் சோம்பேறித்தனம்.

கர்நாடக சங்கீதமெல்லாம் இதில் சேர்க்க முடியாத அளவுக்கு பெரிய பெரிய கதைகள். உங்களின் எழுத்து வழிதான் கர்நாடக சங்கீதமே அறிமுகம். எனக்கும் மகாராஜபுரம், பாலமுரளி போல பழைய ஆட்கள்தான் பிடிக்கும்.

மருகேளரா ஓ ராகவா... பாடலை சந்தானம், *BMK, GNB.* பாடி கேட்டு லயித்த எத்தனை நாட்கள்... ச ச ச ச ச...

அது வேறு உலகம்...

இரண்டு மாதத்துக்கு முன் *Messiah* பற்றி காயத்ரி ஃபேஸ்புக்கில் பதிவிட்டிருந்தார். பார்க்க நினைத்து வேறு படங்களிலும் சீரீஸ்களிலும் நேரம் போய்விட்டது. பிரைமில் *Mother!* இருக்கிறது. செமத்தியான படம்.

நாளைக்கு கர்நாடக இசை பற்றி எழுதுகிறேன்..,

வினித்குமார்

நான் சொல்வதை யாருமே கேட்பதில்லை என்ற என்னுடைய புலம்பலுக்கு வந்த கடிதம் இது. ஆனால் இதை நான் கணக்கில் எடுத்துக் கொள்ள மாட்டேன். ஏனென்றால், வினித், அர்ஜூன் எல்லாம் விதிவிலக்கு. இருவரையும் பெயர் குறிப்பிட்டே இந்தப் பக்கங்களில் எழுதியிருக்கிறேனே? மற்றபடி வினித், அர்ஜூன் போல் பலர் இருக்கிறார்கள். ஆனால் நான் குறிப்பிட்டது என் உள்வட்டத்தைச் சேர்ந்த *gang of four* நான் சொல்லும் எதையும் கேட்பதாகத் தெரியவில்லை!

8.5.2020.

14

முன்பே இதை எழுத வேண்டும் என்று நினைத்துக் கொண்டிருந்தேன். இப்போதுதான் இதற்கான நேரம் அமைந்தது. மோடி ஒரு ஃபாஸிஸ்ட் என்பதற்கான காரணங்களை எழுதியிருந்தேன். ஃபாஸிஸத்தின் முக்கியமான அடையாளங்களில் ஒன்று, ஒழுக்கம்-கலாச்சாரம் ஆகியவற்றின் பேரில் மனித உடலை ஒடுக்குவது. ஒரு பிரிவினரின் உணவுப் பொருட்களில் ஒன்றாக மாட்டுக் கறியை உண்பதற்கு அச்சப்படும் நிலையை உருவாக்கியதை இங்கே நினைவுபடுத்திக் கொள்ளலாம். வட இந்தியாவில் மாட்டுக்கறி உணவுக்குப் பேர் போன உணவகங்கள் பல கோழிக்கறிக்கு மாறி விட்டன. அதே ரீதியில் நீங்கள் மதுவையும் எடுத்துக் கொள்ளலாம். ஒரு சமூகத்தில் குடிக்காதவர் எண்ணிக்கை எத்தனை? பெண்களையும் சேர்த்தால் முப்பது சதவிகிதம் இருக்கலாம். இது ஊருக்கு ஊர் மாறுபடும். இருந்தாலும் எழுபது சதவிகிதத்தினர் குடிக்கின்ற ஒரு பொருளை ஒருசிலர் - தில்லி ஸெளத் ப்ளாக்கில் அவர்களின் எண்ணிக்கை - மோடியையும் சேர்த்து - ஒரு நூறு பேர் இருக்கலாம் - அத்தகைய சிறுபான்மையினரான ஒரு கூட்டம் ஒட்டு மொத்த தேசத்தின் குடிபானத்தைத் தடை செய்ததைப் பார்த்தோம். மொத்தம் நாற்பத்தைந்து நாட்கள்

116

இந்த தேசம் முழுவதும் மதுக்கடைகள் மூடப்பட்டன. இதற்கு எதிராகக் குரல் எழுப்பிய ஒரே நபர் கேரள முதல்வர் பினரயி விஜயன் மட்டும்தான். அவர் குரலையும் அமுக்கி விட்டார்கள். தினமும் ஐம்பது கோடி வருமானம் வருகின்ற ஒரு வழியை மூடி விட்டு, தமிழக முதல்வர் "இதுவரை நூற்று இருபது கோடி ரூபாய் நிவாரண நிதி மக்களிடமிருந்து வந்திருக்கிறது" என்று அறிவித்து ஒரு ட்ராஜிக்-காமெடியாகத்தான் இருந்தது. நூற்றைம்பது கோடி ஜனத்தொகையில் ஒரு நூற்று இருபது கோடி பேராவது குடிப்பார்கள் இல்லையா? அப்படியானால் அத்தனை பேர் குடிக்கக் கூடிய பானம் ஒன்றைத் தடை செய்வதற்கு யாருக்கு அதிகாரம் இருக்கிறது? குடி நாட்டுக்கும் வீட்டுக்கும் கேடு என்று மதுக்கடை வாசலில் அரசாங்கமே எழுதி வைத்திருக்கிறது. அப்படியானால் அப்படிக் கேடு செய்யும் ஒரு பொருளை நீ ஏன் விற்கிறாய் என்று மதுவுக்கு எதிரானவர்கள் கேட்கிறார்கள். தப்பான விஷயத்தைப் போட்டால் தப்பான கேள்விதானே வரும்? நீங்கள் நல்ல சரக்கை விற்றால் ஏன் நாட்டுக்கும் வீட்டுக்கும் கேடு வருகிறது? கர்னாடகா மதுவைக் குடித்து யாருக்காவது கேடு வந்திருக்கிறதா? அலோபதி மருந்துகளை உட்கொள்கிறோமே, அவற்றால் வராத பக்க விளைவுகளா மதுவினால் ஏற்படுகிறது? ஏற்பட்டால் நூறு வயது வரை வாழ்ந்த குஷ்வந்த் சிங் எப்படி ஒருநாள் கூட விடாமல் தினமும் குடித்தார்? சாகின்ற தினம் கூட அவர் விஸ்கி குடித்தார் என்றுதான் அவரது வீட்டார் கூறியிருக்கின்றனர். மது என்ன விஷமா குடித்ததும் சாவதற்கு? அளவுக்கு மீறினால் அமிர்தமும் நஞ்சு என்றுதானே தமிழில் பழமொழியே இருக்கிறது? எனக்குப் பதினைந்து ஆண்டுகளுக்கு முன்பு பைபாஸ் சர்ஜரி செய்த போது அங்கே என்னுடன் சர்ஜரி செய்து கொண்டு படுத்திருந்த அறுபது வயதுக்கு மேற்பட்ட தோழர்களை ஒவ்வொருவராகக் கேட்டேன், நீங்கள் மது அருந்துவீர்களா என்று. நாங்கள் மொத்தம் பன்னிரண்டு பேர். என்னைத் தவிர மற்ற பதினோரு பேருமே அந்தப் பழக்கம் இல்லை என்றே கூறினர். முக்கால்வாசி மைலாப்பூர் பிராமணர்கள். அப்பளமும் ஆவக்காய் ஊறுகாயும் சாப்பிட்டே இதயக் குழாய் அடைபட்டிருக்கும்.

பல முறை எழுதி விட்டேன். தமிழ்நாட்டில் கிடைக்கும் மது மிகவும் மட்டமானது. அதைக் குடித்தால்தான் கேடு. ஆனால் டாஸ்மாக்கும் காலத்துக்குத் தகுந்தபடி மிகவும் முன்னேறி விட்டது. அங்கேயும் பலவிதமான நல்ல சரக்குகள் வந்து விட்டன. கம்மி விலையுள்ள, அதிகம் விற்கக் கூடிய ஒல்ட் மாங்க் போன்ற மதுவகைகளில்தான் கலப்படம் இருக்கிறது என்று நினைக்கிறேன். நாம் பேசிக் கொண்டிருப்பது அது அல்ல. இந்த முப்பது சதவிகிதக் கூட்டம் மீதி எழுபது சதவிகிதத்தினரின் உணவுப் பொருளைத் தடை செய்வதற்கு என்ன உரிமை இருக்கிறது? இதுதான் ஃபாஸிஸம் என்கிறேன்.

ஒரு நபர் கடற்கரையில் முன்பு உண்ணாவிரதம் இருந்தார். பிறகு உடல் நலிவடைந்து செத்துப் போனார். அவரும் ஒரு ஃபாஸிஸ்ட்தான். டாஸ்மாக்கை மூட வேண்டும் என்று பட்டினிப் போராட்டம் நடத்தி இறந்தார் அந்த மனிதர். நான் போய் மெரினா பீச்சில் அமர்ந்து கொண்டு யாரும் சிகரெட் குடிக்கக் கூடாது என்று சொல்லி உண்ணாவிரதம் இருக்கவா? பைபாஸ் சர்ஜரி சமயத்தில் என்னைப் பரிசோதித்த அத்தனை மருத்துவர்களும் - சுமார் இருபது பேர் இருக்கும் - நீங்கள் புகைப்பீர்களா என்றே கேட்டார்கள். ஒருத்தர் கூட குடிப்பீர்களா என்று கேட்கவில்லை. அதனால் ஆச்சரியம் அடைந்த நான் ஒரு மருத்துவரிடம் குடி கெடுதல் என்கிறார்களே, நீங்கள் யாருமே அதை என்னிடம் கேட்கவில்லையே என்று கேட்ட போது சிரித்துக் கொண்டே, குடி பர்ஸுக்குத்தான் கெடுதல் என்று ஜோக் அடித்து விட்டுப் போனார்.

இப்போது நான் ஒன்றும் குடிக்கு வக்காலத்து வாங்கிப் பேசவில்லை. சரியாகப் புரிந்து கொள்ளுங்கள். குடி கெடுதலா இல்லையா என்பது பற்றியும் நான் பேச வரவில்லை. ஆனால் மிகப் பெரும்பான்மையினர் உட்கொள்ளும் ஒரு உணவுப் பொருளை அவர்களிடமிருந்து பறிக்க நீங்கள் யார் என்றே கேட்கிறேன். உங்களுக்கு அதற்கு என்ன உரிமை இருக்கிறது? பச்சையாகக் கேட்கிறேன். நான் என்ன சாப்பிட வேண்டும், சாப்பிடக் கூடாது, என்ன குடிக்க வேண்டும், குடிக்கக் கூடாது என்று சொல்ல நீங்கள் யார்? அதுதான் என் கேள்வி.

ஊரடங்கு அமலில் இருக்கும் போது மதுக்கடைகளில் தள்ளுமுள்ளுக் கூட்டம் இருந்தால் கொரோனா தொற்றாதா என்பது அவர்களின் வாதம். அப்படிப் பார்த்தால் காய்கறிக்கடைகளில் தேர்த் திருவிழா போல் கூட்டம் அள்ளுகிறதே, எல்லா காய்கறிக் கடைகளையும் மூடச் சொல்லி கமல்ஹாசன் உயர்நீதி மன்றம் போவாரா? (கமல்ஹாசனின் மய்யத் கட்சிதான் இந்த நீதிமன்றத் தடைக்கான மனுதாரர் என்பதால் கமலை இழுக்க வேண்டியிருக்கிறது.) மய்யத் கட்சியை ஆரம்பிப்பதற்கு முன் "விஸ்கி என்ன பாலிடாலா குடித்துதும் சாவதற்கு?" என்று கேட்டவரே கமல்தான். கட்சி ஆரம்பித்ததும் ஆள் மாறிவிட்டார். சரி, அவர் இந்த நாற்பத்தைந்து நாளும் குடிக்காமல்தான் இருந்தாரா? கடவுள் மீது – ஸாரி, பெரியார் மீது சத்தியம் செய்யச் சொல்லுங்கள், பார்ப்போம். இந்த நாற்பத்தைந்து நாட்களும் இந்த சினிமா நடிகர்களுக்கு ரெமி மார்ட்டின் எப்படிக் கிடைத்தது என்பது என்னுடைய பெரிய சந்தேகமாக இருந்தது. அப்புறம் வழக்கம் போல் சீனிதான் சந்தேகத்தைத் தீர்த்து வைத்தார்.

இப்போது டாஸ்மாக் வாசலில் மைல் கணக்கில் நின்ற வரிசையைப் பார்த்துத்தான் இந்த டாஸ்மாக் மூடல் முடிவு எடுக்கப்பட்டிருக்கிறதாக யூகிக்கிறேன். அவர்கள் என்ன வரிசையில்தானே நின்றார்கள்? திறக்கப்பட்ட ஆயிரம் கடைகளில் பத்து இருபது கடைகளில் தள்ளுமுள்ளு இருந்திருக்கலாம். மற்ற கடைகளில் வேகாத வெய்யிலில் மணிக்கணக்கில் நின்று தானே மது வாங்கினார்கள்? ஏனய்யா, குறைந்த பட்சம் நூறு ரூபாய்க்கு மது வாங்கும் ஒரு மனிதனை இப்படியா வதைத்துச் சாகடிப்பீர்கள்? அப்படி என்ன அபூர்வமான பொருளா அந்த மது? மலேஷியா என்ன மாதிரியான நாடு? முஸ்லிம்கள் பெரும்பான்மையாக வாழும் ஒரு இஸ்லாமிய நாடு. அங்கே ஒவ்வொரு பெட்டிக் கடையிலும் பியரும் விஸ்கியும் மற்றும் இன்னோரன்ன மதுபானங்களும் கிடைக்கின்றன. ஒவ்வொரு டிபார்ட்மெண்டல் ஸ்டோரிலும் பியரும் விஸ்கியும் மற்றும் இன்னோரன்ன மதுபானங்களும் கிடைக்கின்றன. அங்கே யாரும் மதுவுக்கு இப்படி ஒரு

கிலோ மீட்டர் இரண்டு கிலோமீட்டர் தூரம் வரிசையில் நிற்கவில்லையே? அப்புறம் இந்தியாவுக்கு மட்டும் என்ன வந்தது? இந்தக் கொரோனா ஊரடங்கு காலத்தில் கூட மலேஷியாவில் ஸ்டோர்களிலும் மளிகைக்கடைகளிலும் பெட்டிக்கடைகளிலும் எல்லா வகையான மதுபானங்களும் கிடைத்தன. ஏனென்றால், அவர்கள் மதுவை ஒரு அத்தியாவசிய *consumable product*-ஆகக் கருதுகிறார்கள். சவூதி அரேபியா மற்றும் அது போன்ற ஒருசில நாடுகளைத் தவிர்த்து உலகம் முழுவதும் அப்படித்தான் கருதுகின்றன. உலகம் முழுவதுமே கொரோனா ஊரடங்கு காலத்தில் மதுபானம் டிபார்ட்மெண்டல் ஸ்டோர்களிலும் மளிகைக்கடைகளிலும் கிடைத்தன. பார்களும் பப்களும் மட்டுமே மூடப்பட்டிருந்தன. குடிப்பதை யாரும் கொரோனா பெயரைச் சொல்லித் தடை செய்யவில்லை. அதனால்தான் சொல்கிறேன். இந்தியா ஒரு ஃபாஸிஸ்ட் தேசம். இங்கே வாழும் இந்துவும் முஸ்லீமும் கம்யூனிஸ்டும் ஆர். எஸ்.எஸ்.ஸூம் எல்லோருமே ஒரே அஜெண்டாவைத்தான் வைத்துக் கொண்டிருக்கிறார்கள். ஒழுக்கரீதியாக இவர்கள் எல்லோருடைய கோட்பாடும் ஒன்றுதான். குடிக்கக் கூடாது. இப்படிச் சொல்லும் இவர்கள் எத்தனை பேர் என்று பார்த்தால் நூற்றுக்கு இருபது பேர். முப்பது பேர் என்பது கூடப் பிழை என்று நினைக்கிறேன். இந்த இருபதே பேர் என்பது பேரின் உடலைக் கட்டுப்படுத்துகிறார்கள். எதை உட்கொள்வது, எதை உட்கொள்ளக் கூடாது என்று அறிவுறுத்துவதன் மூலம் இந்த இருபது சதவிகித ஃபாஸிஸ்டுகள் எண்பது சதவிகித மக்களை ஒடுக்குகிறார்கள்.

டாஸ்மாக்கில் ஏன் இத்தனை கூட்டம்? அவர்களின் அத்தியாவசிய உணவுப் பொருள் ஒன்றை நீங்கள் நாற்பத்தைந்து நாட்கள் தடை செய்து வைத்திருந்தீர்கள். கூட்டம் கூடாதா? கூட்டத்தை எப்படித் தவிர்த்திருக்கலாம். உலகம் பூராவிலும் உள்ளபடி பியர் பாட்டில்களை மட்டுமாவது டிபார்ட்மெண்டல் ஸ்டோர்களில் விற்பனைக்கு வைத்திருக்கலாம். தெருவுக்கு ஒரு டிபார்ட்மெண்டல் ஸ்டோர் இருக்கிறது. இப்படி சிகரெட் கிடைப்பது போல் எல்லா இடத்திலும் எல்லா

டிபார்ட்மெண்டல் ஸ்டோரிலும் மது கிடைத்தால் அவர்கள் ஏன் இப்படி வேகாத வெயிலில் ரெண்டு கிலோமீட்டர் தூரம் வரிசையில் நிற்கப் போகிறார்கள்? குறித்து வைத்துக் கொள்ளுங்கள். இன்னும் பத்து ஆண்டுகளில் இது நடக்கும். நான் முன்கூட்டியே சொல்கிறேன். ஆக, உங்களுடைய விநியோக முறையில் பிழையை வைத்துக் கொண்டு டாஸ்மாக் வாசலில் கூட்டம் என்று சொல்லி டாஸ்மாக் கடைகளை மூடுவது ஜனநாயக விரோதமானது; மனித உரிமைக்கே எதிரானது.

இங்கே என்ன தாலிபான் ஆட்சியா நடந்து கொண்டிருக்கிறது? யாரும் மது அருந்தலாகாது என்று நம் அரசியல் சட்டத்தில் சொல்லியிருக்கிறதா என்ன? பெரும்பான்மையான மக்கள் உட்கொள்ளும் ஒரு பானத்தை தடை செய்ததே மனித உரிமை மீறல் என்ற நிலையில் அதை மீண்டும் தடை செய்திருப்பது மிக மிக மோசமான மனித உரிமை மீறல் என்றே சொல்ல வேண்டியிருக்கிறது. இதற்குக் கமல்ஹாசனே துணை போயிருப்பது மிகப் பெரிய துரதிர்ஷ்டம். மேலும், ஒருவர் குடிக்கலாம் குடிக்கக் கூடாது என்று சொல்ல குடிப்பழக்கம் இல்லாதவர்களுக்கு என்ன உரிமை இருக்கிறது? ஒட்டு மொத்த இந்தியாவிலிருந்தும் தமிழ்நாடு மட்டும் பைத்தியக்காரத்தனத்தில் முன்னணியில் நிற்கிறது. டாஸ்மாக் தடையை ஆதரிப்பவர்கள் கொஞ்சம் வெளி மாநிலங்களை, வெளிநாடுகளைப் பாருங்கள் என்று கேட்டுக் கொள்கிறேன். கமல்ஹாசனும் எல்லா அரசியல்வாதிகளையும் போல் மாறி விட்டார், நல்லது. இந்த நாட்டை யாராலும் காப்பாற்ற முடியாது.

8.5.2020.

15

டியர் சாரு,

எவ்வளவோ முறை பேசவேண்டும் என நினைத்திருக்கிறேன். தயக்கமா, பயமா, என்ன என்று தெரியவில்லை, இவ்வளவு நாள் உங்களை வாசித்துக் கொண்டிருந்தாலும் பேச முடியவில்லை. இன்றுதான் (10/05/2020) எனக்கு Zoom-ல் முதல்முறையாக உங்களோடு பேசும் வாய்ப்பு கிடைத்தது.

என்னை வாசிக்க வைத்தது, வைப்பது எல்லாம் நீங்கள்தான் என்று சொல்லுவேன். ஸீரோ டிகிரியில் தொடங்கி, எக்ஸிஸ்டன்ஷியலிசமும் ஃபேன்ஸி பனியனும் என்று தொடர்ந்து, இப்போது ராஸ லீலா வாசித்துக் கொண்டிருக்கிறேன். சினிமா: அலைந்து திரிபவனின் அழகியல், மெதுரஸாவின் மதுக்கோப்பை போன்ற உங்களின் அ-புனைவு நூல்கள் தனிக் கணக்கு!

ஒவ்வொரு கேள்வியையும் ஒரு பச்சைக் குழந்தையின் ஆர்வத்துடனும் புன்னகையோடும் நீங்கள் கேட்டு பதிலளித்த விதத்தில் ஒரு ஞானியைக் கண்டேன். மிகவும் பிடித்தது.

குரு தட்சணை என்று ஒன்று இருக்கிறதா எனத் தெரியவில்லை. இன்று ஒரே நாளில் இவ்வளவு செய்திகளைப் பகிர்ந்து கொண்ட உங்களுக்கு, எவ்வளவு தட்சணை கொடுத்தாலும்

ஈடாகுமா என்றும் தெரியவில்லை. இருந்தாலும், அப்பா அம்மாவிற்குக் கஷ்டம் வேண்டாமே என்று பணம் கேட்க வெட்கப்பட்டுக் கொண்டிருக்கும், நடுத்தர வர்க்கத்தைச் சேர்ந்த இளைஞர்களுள் ஒருவனாய், ஒரு ஐநூறு ரூபாய் மட்டும் அனுப்பி வைத்திருக்கிறேன். அடுத்த முறை புத்தகம் வாங்கும் பணத்தில் Charuonline-க்கு சந்தா கட்டிவிடுகிறேன். உங்கள் வலைத்தளமே இலட்சம் புத்தகங்களுக்குச் சமம்!

உங்கள் பூனையிடம் "ஓடியா தூக்கிக்கிறேன்" என்று நீங்கள் சொன்னபோது புன்னகையோடு லேசாகக் கண்ணீரும் வந்துவிட்டது. அடுத்த முறை உங்கள் செல்லக்குட்டிகளை கவனித்துக் கொள்ளவும் பூனை உணவுக்கும் முயற்சி செய்கிறேன்.

நீங்களும் உங்களைச் சேர்ந்தவர்களும் என்றென்றும் நலமாய் வாழ பிரார்த்திக்கிறேன்.

உங்கள் வாசகன்,
ஈஷ்வர்.

ஈஷ்வரின் இந்தக் கடிதம் கண்டு சற்று கலங்கி விட்டேன். ராயல்டி பணம் ஆண்டுக்கு ஆறு லட்சம் வந்தால் சாருஆன்லைனை இலவசமாகவே படிக்கலாம் என்று சொல்லி பணம் பற்றிய பேச்சே எடுக்க மாட்டேன். ஆனால் புத்தகங்கள் அவ்வளவு விற்பதில்லை. எல்லாம் அம்பது காப்பிதான். நூறு விற்றால் சாதனை. நாவல் எழுதினால் ரெண்டாயிரம் போகும். சந்தேகம் இல்லை. பத்திரிகைக்குப் பத்தி எழுதினால் ஒரு கட்டுரைக்கு நியாயமாகப் பத்தாயிரம் ரூபாய் கிடைக்க வேண்டும். ஆயிரம் கிடைக்கிறது. அதுவும் இப்போது ஐந்தாறு ஆண்டுகளாகத்தான். அதற்கு முன்னால் இலக்கியப் பத்திரிகைகளில் இலவசமாகவே எழுதிக் கொண்டிருந்தேன். இலக்கியப் பத்திரிகைகளெல்லாம் அந்தந்த ஆசிரியரின் சொந்தப் பணத்தில் நடத்தப்படுவது. சி.சு. செல்லப்பா தன் சொத்தையெல்லாம் விற்று எழுத்து நடத்தினார் இல்லையா, அதன் தொடர்ச்சி. அதில் எழுத பணம் கேட்டால் தாய் பிள்ளைக்குப் பால் கொடுத்து விட்டுப் பிள்ளையிடம் பணம் கேட்பதைப் போல. இதில் கொஞ்சம் மோடி வேறு புண்ணியம் கட்டிக் கொண்டார். நீங்கள் இனி

பணம் பற்றியே யோசிக்கக் கூடாது என்று சொல்லி மாதம் நாற்பத்தைந்தாயிரம் ரூபாய் கொடுத்து வந்த நண்பரின் நிறுவனத்தில் மோடியின் பொருளாதாரக் கொள்கையால் சிக்கன நடவடிக்கை. நாற்பத்தைந்தாயிரமும் நின்று விட்டது. அப்போதிருந்துதான் சந்தா/நன்கொடை என்று கேட்டு வருகிறேன். அதுவும் முடிந்தவர்கள் அனுப்பினால் போதும். ஈஷ்வர் போல் இத்தனை சிரமப்பட்டு அல்ல.

சினிமா நடிகர்களுக்கு ஐம்பது கோடி நூறு கோடி என்று சம்பளம். சமீபத்தில் ஒரு இயக்குனர் ஒரு தயாரிப்பாளருக்கு எழுதிய நிபந்தனைகள் அடங்கிய கடிதத்தைப் படித்து நீங்களெல்லாம் பார்க்க வேண்டும். அது ஒரு குரூர நாடகத்தின் அவலமான அங்கம். இயக்குனரும் உதவியாளர்களும் நட்சத்திர ஓட்டலில் தங்க வசதி செய்து தர வேண்டும். தினமும் உணவுச் செலவு தர வேண்டும். அதற்கு எதுவும் உச்சவரம்பு இருக்கக் கூடாது. (அதாவது ஒரு நாளைக்கு இருபது ரெமி மார்ட்டின் கேட்டால் இருபதும் வர வேண்டும்!) இப்படியே ஒரு இருபது ஷரத்துக்கள் போகின்றன. கடைசி ஷரத்துதான் ஆக அட்டகாசம். இயக்குனருக்கு மனம் மாறியது என்றால், படத்திலிருந்து பாதியிலேயே விலகிக் கொள்வார். சம்பளப் பணம் திருப்பித் தர மாட்டாது. தயாரிப்பாளர் ஆட்சேபணை எதுவும் தெரிவிக்கக் கூடாது. ஏனென்றால், கலைஞர்களால் இது போன்ற விஷயங்களுக்கு எல்லாம் விளக்கம் தந்து கொண்டிருக்க முடியாது. ஆக, தயாரிப்பாளர் இயக்குனருக்கு மட்டும் பத்து கோடி ரூபாய் செலவு பண்ணினால் இயக்குனருக்கு மூட் சரியில்லை என்று சொல்லி விட்டுக் கிளம்பி விடுவார்.

ஆனால் எழுத்தாளனின் சன்மானம் ஆயிரம் ரூபாய். இன்றைய மாயா இலக்கியச் சந்திப்பு பிரமாதமாகப் போயிற்று. அதற்கு மாயா இலக்கிய வட்டத்தினருக்கும் குறிப்பாக ரமா சுரேஷ்-க்கும் நன்றி.

இன்றைய சந்திப்புக்காக இரண்டு தினங்கள் படிக்க வேண்டியிருந்தது. மோட்டிவேஷனல் ஸ்பீச் கொடுத்தால் ஒரு லட்சம் சன்மானம் தருகிறார்கள் என்று கேள்விப்பட்டேன்.

மற்றபடியும் தமிழருவி மணியனைப் போன்றவர்கள் ஒரு லட்சம் ரூபாய் வாங்குகிறார்கள். பேச்சாளர்களுக்கு நல்ல வருமானம்தான் போல. ஆனால் இலக்கியம் என்று வந்தால் இலவசமாகத்தான் செய்ய வேண்டியிருக்கிறது. இதெல்லாம் ஒரு சமூகப் பிரச்சினை. யாரும் தனிப்பட்ட முறையில் எடுத்துக் கொள்ளக் கூடாது. ஒரு Zoom சந்திப்பு என்றால், நூறு பேர் நிச்சயம் கலந்து கொள்வார்கள். ஒருவருக்கு ஜநூறு ரூபாய் கட்டணம் என்று சொன்னால் எத்தனை பேர் வருவார்கள் என்று நினைக்கிறீர்கள்? பத்து பேர் வந்தால் அதிகம். ஆனால் பத்து பேருக்குப் பேசலாம் என்கிறேன். பேச்சு ஒரு நல்ல வடிவமாக இருக்கிறது. காரில் செல்லும் போது கேட்டுக் கொண்டே போகலாம். பேச்சில் அது ஒரு பெரிய வசதி. வாரம் ஒரு முறையோ இரண்டு வாரங்களுக்கு ஒரு முறையோ பேசலாம் என்றுதான் தோன்றுகிறது. கட்டணம் கட்டினால். ஓஷோ, ஜேகே எல்லாமே பேசிக் கொண்டே இருந்தவர்கள்தானே? அவர்களின் பேச்சுதானே ஒலித்தகடுகளாகவும் புத்தகங்களாகவும் வந்து கொண்டிருக்கின்றன?

இன்றைய பேச்சு நன்றாக இருந்தது என்று கடிதம்/செய்தி அனுப்பியவர்களுக்கு என் மனமார்ந்த நன்றி. இன்றைய பேச்சின் போது ஐந்து பூனைகளும் என் நாற்காலியைச் சுற்றித்தான் ஓடிப் பிடித்து விளையாடிக் கொண்டிருந்தன. சமயங்களில் என் தலைக்கருகே கூட வந்து அமர்ந்திருந்தன.

10.5.2020.

16

திரு சாருவிற்கு,

உங்களுக்கும் திரு ஜெயமோகன் அவர்களுக்கும் ஒருவிதமான ஒத்திசைவு *(synchronization or neutral network)* இருக்கிறது என சொல்ல வேண்டும். நேற்று நான் உங்களிடம் கேட்ட கேள்விக்கு அவரின் கடைசி பதிவு ஒருவிதமான விளக்கமாக எடுத்துக் கொள்ளலாமோ எனத் தோன்றுகிறது.

பித்திசைவு

நன்றி,
வேல்முருகன்.

நண்பர் வேல்முருகனின் மேற்கண்ட கடிதத்தைப் படித்ததும் உடனடியாக ஜெயமோகனின் இணைப்பில் அவர் எழுதியிருந்த கட்டுரையைப் படித்தேன்.

அக்கட்டுரையில் சொல்லப்பட்டிருப்பதை, இதே வார்த்தைகளில் பதினைந்து ஆண்டுகளுக்கு முன் – எமினெம் பற்றிய கட்டுரையில் – கலையும் உன்மத்தமும் என்ற தலைப்பில் எழுதியிருக்கிறேன். ஆனால் அவை எதுவும் என் வார்த்தைகள் அல்ல. எமினெம்மின் வார்த்தைகள். ம்ஹூம். இல்லை.

எமினெம்மின் வார்த்தைகள் யாவும் தியாகராஜர் சொன்ன வார்த்தைகள். தியாகராஜர் சொன்ன வார்த்தைகளெல்லாம் மொஸார்ட் சொன்ன வார்த்தைகள். அதையேதான் நானும் சொன்னேன். அதையேதான் ஜெயமோகனும் சொல்லியிருக்கிறார். உலகில் உள்ள உண்மையான கலைஞர்கள் யாவரும் தம்முடைய உன்மத்தத்தையே கலையாக மாற்றிக் கொண்டிருக்கிறார்கள். எந்த இடத்தில் ஜெயமோகனிடமிருந்து நேர் எதிராக முரண்படுகிறேன் என்றால், நான் நேர்வாழ்வில் கடுமையான ஒழுங்கைக் கடைப்பிடிப்பவன். ஒருநாள் கூட பள்ளிக்குச் செல்லாமல் இருந்ததில்லை. எப்போதும் முதல் மதிப்பென். அல்லது கிட்டத்தட்ட முதல் மதிப்பென். ஏழைகளுடன் சேர்ந்ததே இல்லை. எப்போதுமே பணக்கார சகவாசம்தான். அப்போதைய நெருங்கிய நண்பன் ஊரிலேயே பிரபலமாக இருந்த ஈ.எம்.ஹனிஃப்பாவின் மகன். எப்போதுமே *dandy* மாதிரிதான் திரிவேன். கையில் கிதார். அலங்காரமான சட்டை. வாசனைத் திரவியம். இன்று வரை எல்லாமே ஒழுங்கமைவுக்குள்தான் இருக்கிறது. எதுவுமே ஒழுங்கைத் தவறுவதில்லை. பத்து மணிக்கு உறங்கச் செல்லுதல். காலை நாலு மணிக்கு எழுந்து தியானம், பிராணாயாமம். குடித்தாலும் ரெமி மார்ட்டின். (அப்போது) தொட்டுக் கொள்ள ஆலிவ் காய். பயணம் விமானத்தில்தான். இப்படி ஒரு ராணுவ ஒழுங்குக்கு உட்பட்ட வாழ்க்கை. எந்த ஒரு எழுத்தாளனும் இப்படி ஒரு ஒழுங்கைக் கடைப்பிடித்து நான் பார்த்ததில்லை. ஆனாலும் உன்மத்தம் எப்படி சாத்தியம்? அது அகம் சம்பந்தப்பட்டது என்று நினைக்கிறேன். அல்லது, சீனி அதற்கு நல்ல பதில் சொல்லலாம்.

ஜெயமோகன் அளவுக்கு அக, புற ஒழுங்கின்மை அல்லது பித்தநிலை கொண்டவர்கள் குடிக்க வேண்டிய அவசியம் இல்லை. பத்து ஆண்டுகளுக்கு முன்பு ஒருநாள் கேரளத்தில் – ஊர் பெயர் ஞாபகம் இல்லை – ஏதோ ஒரு கள்ளுக்கடையில் ஆறு கலயம் கள்ளைக் குடித்து விட்டு ஜெயமோகனுக்கு ஃபோன் போட்டு, நீங்கள் ஏன் குடிப்பதில்லை என்று கடும்போதையில் கேட்ட போது, எனக்குக் குடிக்காமலேயே

போதையாகத்தான் இருக்கிறது சாரு என்று சொன்னது இப்போதும் ஞாபகம் இருக்கிறது. எனக்குக் குடித்தாலும் போதை வருவதில்லை. குடித்தால் இன்னும் அதிக ஒழுங்கைக் கடைப்பிடிப்பவனாகிறேன். மீதியை சீனிதான் சொல்ல வேண்டும்.

நேற்று வேல்முருகன் என்ன கேள்வி கேட்டார் என்று ஞாபகம் இல்லை.

11.5.2020.

17

ஈஷ்வரின் கடிதத்துக்கு பதில் எழுதிய போது "நீங்கள் ஃப்ரெஞ்ச் மாணவரா?" என்று கேட்டிருந்தேன். அது ஒன்றும் பெரிய விஷயம் இல்லை. அவர் பெயரின் எழுத்துக்கள் *Ichveur* என்று இருந்தது. உடனே தெரிந்து விட்டது. முதுகலை ஃப்ரெஞ்ச் படிக்கிறாராம். அப்போது முதுகலை தமிழ் படிக்கும் மாணவர்களை மனதில் வைத்துக் கொண்டு ஆலன் ராப்-க்ரியேவின் எழுத்துக்களைப் படியுங்கள் என்று அறிவுரை சொல்லி, கடற்கரை கதையின் ஃப்ரெஞ்ச் லிங்கையும் அனுப்பியிருந்தேன். அதற்கு ஒரு செம பதில் கிடைத்தது எனக்கு. நாக்-அவுட் பஞ்ச். ஈஷ்வருக்கு அந்தக் கதை பாடத்திட்டத்திலேயே இருந்ததாம். அடக் கடவுளே, என் ஞாபக சக்தியை நொந்து கொண்டேன். ஏனென்றால், அதற்குக் கொஞ்சம் முன்னர்தான் காயத்ரியிடம் ஆலன் ராப்-க்ரியே பற்றிப் பேசிக் கொண்டிருந்த போது அவளுடைய முதுகலைப் பாடத்திட்டத்தில் ஆலன் ராப்-க்ரியே இருந்தார் என்று சொல்லியிருந்தாள். *Nouveau roman* (நியூ நாவல்) என்ற கோட்பாடு பற்றிப் படிக்கும்போது தவறவே தவறாமல் ஆலன் ராப்-க்ரியே இருப்பார். ஏனென்றால், அவர்தான் அந்தக் கோட்பாட்டையே உருவாக்கியவர். இன்று காலையில் அவள்

129

சொன்னதை மதியமே மறந்து போனேன். அந்த அளவுக்குத் தமிழ்நாட்டில் கல்விச் சூழல் பற்றிய நினைவுகள் என் மனதை ஆக்ரமித்துள்ளன. அதாவது, கல்லூரிகளில் தமிழ்த் துறை என்று எடுத்துக் கொண்டால், அந்தப் பேராசிரியர்களுக்கு பாரதிக்குப் பிறகு யாரையுமே தெரியவில்லை. புதுமைப்பித்தன் பெயரை வேண்டுமானால் கேள்விப்பட்டிருப்பார்கள். பா. வெங்கடேசனின் பெயரை ஒரு தமிழ்ப் பேராசிரியர் பேசி, விவாதிப்பதைக் கேட்டால் ஒருத்தருக்கு எப்படி இருக்கும்? ஆனால் ஃப்ரெஞ்சில் நிலைமை அப்படி இல்லை. ஆலன் ராப்-க்ரியே பாடத் திட்டத்திலேயே இருக்கிறார். இந்த விஷயம் தெரியாமல், தமிழ் படிக்கும் மாணவனுக்கு பா. வெங்கடேசனின் பெயரை சொல்லிக் கொடுப்பது போல் ஈஷ்வருக்கு *La Plage* (கடற்கரை) கதையின் ஃப்ரெஞ்ச் லிங்கை அனுப்பி படிக்கச் சொன்னேன். அதற்கு அவர் எழுதிய பதில் கீழே:

நிச்சயமாகப் படிக்கிறேன், சாரு. *La Plage* எங்களுக்குப் பாடமாகவே வந்தது. நேற்று நீங்கள் *Zoom*-ல் சொன்ன கருத்துகள் மிகவும் பிடித்திருந்தன. அவையில்லாமல், வேறு சில விஷயங்களைப் பகிர்ந்துகொள்ள விரும்புகிறேன்.

இதில் வரும் முதல் வரியே - *incipit* - இந்தக் கதையின் சுருக்கமாக இருக்கிறது. கதையில் என்ன நடக்கப் போகிறதோ அதை இந்த முதல் வரியே சொல்லிவிடுகிறது. *(Three children are walking along a beach).*

Old narratives-ல் உள்ளது போல "நிகழ்வு" *(Event)* எதுவும் இல்லை. இதுவே நீங்கள் சொன்னதுபோல *It simply is* என்று நாம் சொல்வதற்குக் காரணம் என்று நினைக்கிறேன்.

Narrative-ன் நடுவில் எந்த விதமான *dynamism*-உம் இல்லை என்பதை நாம் பார்க்கலாம். *Peter Brooks*, இந்த டைனமிசத்தைக் குறித்து நிறைய எழுதியிருக்கிறார். ஒரு *narrative* ஆனது *interior dynamism*த்தால் கடத்தப்படுகிறது என்கிறார். இந்த டைனமிசமானது பல்வேறு "நிகழ்வுகளால்" ஆனது. "நிகழ்வுகள்" பெரும்பாலும் "ஆசைகளால்" இயங்குகின்றன. அப்படி இல்லாத பட்சத்தில், ஒரு *finality* இருக்காது.

ஆனால், இந்த *Narrative*-இன் உள்வடிவமே எந்தவிதமான ஆசைகளும் *(desire)* இன்றி இயங்குகிறது. தமிழில் ஆசைதானா என்று தெரியவில்லை. இந்த ஆசையற்ற ஒரு துறவு *(renunciation)* நிலை, *narrative* மூலமாகவே உணர்த்தப்பட்டுவிடுகிறது. உதாரணமாக, எந்தக் கதாபாத்திரத்துக்கும் எதையும் செய்துமுடிக்கும் "ஆசையில்லை". நீங்கள் சொன்னதுபோல *"They simply are"*. இங்கே *David Mamet* சொன்னதுபோல - *Stories happen because somebody wants something and has trouble getting it* - அது நிகழவில்லை என்று நினைக்கிறேன்.

கடற்கரை கதையை ஆங்கிலத்திலும் ஃப்ரெஞ்சிலும் படிக்கும்போது, எனக்கு ஃப்ரெஞ்ச் சலிப்பாக இல்லை சாரு. ஒருவேளை எனக்கு ஆங்கிலத்தில் படிக்கும் பழக்கம் அவ்வளவாக இல்லாததால் இருக்கலாம்.

Anthropomorphism பற்றி எனக்கு எதுவுமே தெரியாது. நீங்கள் சொல்லிக்கொடுத்துதான் கற்றுக்கொண்டேன். மேலும், இவையெல்லாம் என்னுடைய கருத்துகள் மட்டுமல்ல. நாங்கள் வகுப்பில் விவாதித்தவை.

உங்களுக்குத் தெரியாத எதையும் நான் சொல்லியிருக்கப் போவதில்லை. பிடித்திருக்கிறதா என்று சொல்லுங்கள். தவறுகளையும் சுட்டிக்காட்டுங்கள், உடனடியாக திருத்திக்கொள்கிறேன்.

மனமார்ந்த நன்றியுடன்,
ஈஷ்வர்.

சிங்கப்பூர் மாயா இலக்கிய வட்டத்தின் சார்பாக நேற்று நடந்த பேச்சு, அதன் பிறகான உரையாடல் பற்றி ஏகப்பட்ட கடிதங்கள் வந்தவண்ணம் உள்ளன. பெரிய வெற்றிதான் இது. மீண்டும் மாயா இலக்கிய வட்டத்துக்கும், ரமா சுரேஷ்ஃக்கும் என் நன்றி. நேற்றைய உரையாடலில் வேல்முருகன் இரண்டு கேள்விகள் கேட்டார். இரண்டுக்குமே நான் சரியான பதில் சொல்லவில்லை. இப்போது சொல்கிறேன்.

திரு சாருவிற்கு,

உங்களிடம் நேற்று உன்னத சங்கீதம் கதையைப் பற்றிப் பேசினேன். பிறகு நான் கேட்ட கேள்விகள் இரண்டு:

ஒன்று: நீங்கள் கூறிய ட்யூரின் ஹார்ஸ் படத்தைக் காண உங்கள் உரையும் விளக்கமும் தேவைப்படுகிறது. இது எப்படி சாத்தியம்?

இரண்டு: எந்த சமரசமும் செய்யாமல் எப்படி வாழ முடிகிறது? இது என்னுடைய நீண்ட நாள் கேள்வி.

வேல்முருகன்
சிங்கப்பூர்.

ட்யூரின் ஹார்ஸ் போன்ற படங்களுக்கு விளக்கங்களும் உரைகளும் தேவைதான். கலை நேரடியாகப் புரிந்து விட வேண்டும் என்ற கருத்தில் எனக்கு எப்போதுமே உடன்பாடு இருந்ததில்லை. அதனால்தான் விமர்சகர்களின் தேவை ஏற்படுகிறது. உதாரணமாக, ஹொடரோவ்ஸ்கியின் (Jodorowsky) படங்களுக்கு நிச்சயம் விளக்கக் கட்டுரைகள், அறிமுகங்கள் தேவைதான். ஆனால் தமிழில் ஆய்வுரீதியான விமர்சனம், ரசனை விமர்சனம் போன்றவை ரொம்பக் கம்மி. முன்பாவது டி.கே.சி. போன்றவர்களால் ரசனை விமர்சனம் விமரிசையாக இருந்து வந்தது. இப்போது அதுவும் இல்லை. மேல்நாட்டில் அதற்கென்று பெரிய பெரிய ஜாம்பவான்களெல்லாம் இருந்தார்கள். இருக்கிறார்கள்.

சமரசம். என்ன பதில் சொல்வது என்று உண்மையிலேயே தெரியவில்லை. ரமண மகரிஷி, ராமகிருஷ்ண பரமஹம்சர் போன்றவர்கள் சமரசம் செய்து கொள்ளாமல் வாழ்ந்தார்கள் என்று சொல்வது அவர்களைக் கொஞ்சம் கீழே இறக்குவது போல் ஆகாதா? துறவியைப் போல் வாழ்பவர்களுக்கு இப்படிப்பட்ட வர்ணனைகள் தேவைப்படாது. அதனால்தான் பிச்சைக்காரன், ஞானி, பைத்தியக்காரன் மூவரும் ஒரு வகையில் ஒன்று என்று சொல்கிறேன். இவர்கள் மூவரும் சமரசத்தைக் கடந்தவர்கள். சமரசம் செய்து கொள்ளாதவர் என்ற

வார்த்தையே லௌகீகமானது. மொராார்ஜி தேசாய் போன்ற ஒரு அரசியல்வாதியை சமரசமே செய்து கொள்ளாதவர் என்று சொல்லலாம். ராமகிருஷ்ண பரமஹம்சரைச் சொல்ல முடியுமா? அவரெல்லாம் அதற்கு அப்பாற்பட்டவர். அப்படியானால் நீங்கள் அப்படியா என்று என்னை நோக்கிக் கேட்கலாம். நான் மட்டும் அல்ல. தமிழில் எழுதும் எல்லா எழுத்தாளர்களுமே அப்படித்தான் என்கிறேன். ஏனென்றால், தமிழின் கலாச்சார நிலைமை அப்படி. உங்களுக்கு இன்னும் சந்தேகம் இருந்தால் பழுப்பு நிறப் பக்கங்கள் மூன்று தொகுதிகளையும் படித்துப் பாருங்கள். அசோகமித்திரனைப் போன்ற ஒரு ஞானியை நான் கண்டதில்லை. ஜெயமோகன் தன் வீட்டில் காந்தியின் படமும் அசோகமித்திரனின் படமும்தான் மாட்டியிருப்பதாக எழுதியது இங்கே எனக்கு ஞாபகம் வருகிறது. என் இளம் வயதில் அகிலனுக்கு ஞானபீடப் பரிசு கிடைத்தபோது தமிழ் இலக்கியவாதிகளும் விமர்சகர்களும் சேர்ந்து ஒரு தமிழருக்குக் கிடைத்ததே என்று பாராட்டிக் கொண்டிருந்தபோது சுந்தர ராமசாமி எத்தனை துணிச்சல் இருந்தால் அகிலன் ஒரு மலக்கிடங்கு என்று எழுதியிருப்பார்? அங்கேயிருந்து கற்றுக் கொண்டதுதான் சமரசமற்ற வாழ்வு. நான் வாசகர்களிடம் பணம் கேட்பேன், என் எழுத்துக்கு சன்மானம் கொடுங்கள் என்று. ஆனால் கோடியே கொடுத்தாலும் எனக்குப் பிடிக்காத ஒன்றைப் பாராட்ட மாட்டேன்.

11.5.2020.

18

அழகராஜா நேற்று கேரளா பற்றி ஒரு கேள்வி கேட்டார். அதற்கு நான் கேரளத்தில் ஆணாதிக்கம் அதிகம் என்றேன். உடனே அவர் "இலக்கிய வாசிப்பு மிகுந்த அந்த நாட்டில் எப்படி ஆணாதிக்கம்?" என்ற சந்தேகத்தை எழுப்பினார்.

அதற்கு நான் சொன்ன பதில்: தமிழ்நாடு அளவுக்குக் கேரளத்தில் சீரழிவு மோசம் இல்லை. அவ்வளவுதான். இலக்கியம் ஒன்றும் சர்வரோக நிவாரணி அல்ல. இலக்கியம் நெருப்பைப் போல. காட்டையும் அழிக்கும். காட்டில் பயணம் செய்ய வெளிச்சமாகவும் விளங்கும். நாம் பயன்படுத்தும் விதத்தைப் பொறுத்தது. ஆனால் ஒட்டு மொத்த சமூகமும் இலக்கிய வாசிப்பை நோக்கி நகர்ந்தால் அந்த சமூகம் மிக நிச்சயமாக இலக்கிய வாசிப்பு இல்லாத சமூகத்தை விட மேம்பட்ட நிலையில்தான் இருக்கும். மேற்கு ஐரோப்பிய சமூகத்தையும் தமிழ்நாட்டையும் ஒப்பிட்டால் நீங்கள் இதைப் புரிந்து கொள்ளலாம். மேற்கு ஐரோப்பாவின் அரசியல் தமிழ்நாட்டைப் போலவா இருக்கிறது?

நாகூர் தர்ஹாவைத் தெரியாத தமிழர்கள் இல்லை. நான் நாகூரில் வாழ்ந்த காலத்தில் - 1980 வரை - அங்கே நான் கருப்புத்

துப்பட்டி ஒன்றைக் கூட பார்த்ததில்லை. துப்பட்டி என்றாலே வெள்ளைதான். ஆனால் இன்று வெள்ளைத் துப்பட்டியையே பார்க்க முடியவில்லை. எங்கும் கருப்புதான். அரபு செல்வாக்கு. முன்பு அரபி எழுத்தை அதிகம் பார்த்ததில்லை. இன்று தமிழையே பார்க்க முடியவில்லை. எல்லா இடத்திலும் அரபி. முன்பு நாகூரில் ஹிந்துவும் முஸ்லிமும் அண்ணன் தம்பி. இப்போது அண்ணன் தம்பி மாதிரி நடிக்கிறார்கள். உள்ளுக்குள் அச்சம் பயம் வெறுப்பு. தனியாக இருக்கும் நேரத்தில் சலிப்புடனும் வேதனையுடனும் 'நிலைமை முன் போல் இல்லை' என்கிறார்கள்.

இங்கே சென்னையில் மூன்று ஆண்டுகளுக்கு முன்பு நடந்த விஷயத்தை ஏற்கனவே எழுதியிருக்கிறேன். ஆனால் பலரும் அப்படி நடக்க வாய்ப்பே இல்லை என்றும் என்னுடைய பகுதியில் வேண்டுமானால் அப்படி நடந்திருக்கலாம் என்றும் எழுதினர். இல்லை. எல்லா இடத்திலும் அப்படித்தான் நடக்கிறது. நான் இரண்டு ஆண்டுகளுக்கு முன் மைலாப்பூரில் முஸ்லிம்கள் அதிகம் வசிக்கும் ஒரு தெருவில் வசித்து வந்தேன். பணக்கார முஸ்லிம்கள். ஒருவருக்கு ரெண்டு மூணு கல்லூரி இருந்தது. ஒருத்தர் துபயில் ஒரு மால் வைத்திருக்கிறார். பக்கத்து வீட்டுக்காரர் ஏ.ஆர். ரஹ்மானுக்குச் சொந்தக்காரர். ரஹ்மானை அவர் வீட்டு பால்கனியில் சில வேளை பார்த்திருக்கிறேன். பணக்காரர்களுக்குப் பொதுவாக மத வேறுபாடு கிடையாது என்பது உங்களுக்கே தெரியும். தாயாய்ப் பிள்ளையாய்ப் பழகிக் கொண்டிருந்தோம். ஒவ்வொரு ரம்ஸானுக்கும் பக்ரீதுக்கும் பிரியாணி வரும். மூன்று ஆண்டுகளுக்கு முன்பு பிரியாணிக்கு பதிலாக கிராண்ட் ஸ்வீட் கடையில் வாங்கிய ஸ்வீட் பாக்கெட் வந்தது. நான் மிகவும் அவமானப்படுத்தப்பட்டது போல் உணர்ந்தேன். பாயை ஃபோனில் கூப்பிட்டு என்ன விஷயம் என்றேன். இதோ வர்றேன் என்று சொல்லி நேரிலேயே வந்து விட்டார். "மசூதியில் மதப் பெரியவர்கள் ஹிந்துக்களின் வீடுகளுக்கு நம்முடைய பண்டங்களைக் கொடுத்தனுப்பாதீர்கள் என்று கண்டிப்பாகச் சொன்னார்கள் சார். அவர்களைப் பகைத்துக் கொண்டால் அப்புறம் வீட்டு விசேஷம் எதுவும்

செய்ய முடியாது இல்லையா? அவங்க வந்து ஃபாத்திஹா ஓதாம எதுவுமே நகராதே? பரவால்ல சார். நீங்க மட்டும் எக்ஸெப்ஷன். இதோ பிரியாணி குடுத்தனுப்பறேன்" என்று சொல்லிச் சென்றவர் ஒரு பக்கெட் நிறைய கொடுத்து அனுப்பினார். கொஞ்சம் எடுத்துக் கொண்டு தெருவில் உள்ள எல்லா வாட்ச்மென்களுக்கும் கொடுத்தேன். இதுதான் எதார்த்தம்.

இன்னொரு சம்பவம். இதைச் சொன்ன நபர் ஒரு பிராமணப் பெண். அந்தப் பெண் சிறுமியாக இருக்கும் போது எதிர்வீட்டில் ஒரு முஸ்லிம் குடும்பம். இந்தப் பெண் அங்கே உள்ள சிறுமிகளோடு விளையாட அடிக்கடி போவாள். அந்த வீட்டுச் சிறுமிகளும் இவள் வீட்டுக்கு வருவார்கள். எல்லா சிறுமிகளும் சேர்ந்து கொண்டு மாடிக்கு ஏறும் படிக்கட்டின் கைப்பிடியில் மேலே இருந்து கீழே சறுக்கு மரம் மாதிரி இறங்குவது ஒரு விளையாட்டு. சிறுமியின் பாட்டி திட்டுவாள். பொம்பளப் பசங்க இப்படியெல்லாம் விளையாடலாமா? தன் குழந்தைகளை அழைத்துக் கொண்டு போக வரும் எதிர்வீட்டு பாயிடமும் சொல்வாள் பாட்டி. சின்ன பசங்கதானேம்மா என்று சொல்லி சிரித்துக் கொண்டே போய் விடுவார் பாய். ஒருநாள் இந்த ஹிந்துச் சிறுமி முஸ்லிம் வீட்டில் விளையாடிக் கொண்டிருந்த போது - பசங்களுக்குள் ஓடிப் பிடித்து விளையாட்டு - இந்தச் சிறுமி சட்டென்று அடுக்களைக்குள் சென்று விட அங்கே அந்த வீட்டு பாயம்மா கோழியை எடுத்து அரிவாள்மனையில் வைத்து நறுக்கும் காட்சி. சிறுமி அலறி அடித்துக் கொண்டு வெளியே வர - பாய் தன் மனைவியிடம், "ஏம்மா, பிராமின் வீட்டுக் கொழந்தைங்க விளையாட்றது கூட தெரிலியா ஒனக்கு? கதவை சாத்திட்டு பண்ணக் கூடாதா?" என்று திட்டியிருக்கிறார். ஆனால் அதற்குப் பிறகும் அந்தச் சிறுமி பாய் வீட்டுக்குப் போய் விளையாடத்தான் விளையாடியிருக்கிறாள். அந்தப் பெண் என்னிடம் இப்போது கேட்டார், ஏன் சாரு, இப்போது இந்தக் காலத்தில் ஒரு ஹிந்து பிராமண வீட்டுக்கும் முஸ்லிம் வீட்டுக்கும் இப்படி ஒரு உறவு இருக்கிறதா? இப்போது என் குழந்தையால் அங்கே போய் அப்படி விளையாட முடியுமா?

அந்த வீட்டு பாய் சர்வ சுதந்திரமாக என் வீட்டுக்குள் நுழைந்து தன் குழந்தையை அழைத்துக் கொண்டு போக முடியுமா?

இப்படியெல்லாம் கேட்டு விட்டு அந்தப் பெண் இன்னொரு சம்பவம் சொன்னார். அதுதான் எனக்குப் பெரிய அதிர்ச்சியாக இருந்தது. அந்தப் பெண் ஃப்ரெஞ்ச் மாணவி. பொதுவாக பிற மொழிகளைக் கற்றுக் கொள்வதில் ஆர்வம் உள்ளவர். நான் அரபி மொழி பற்றிப் பேசிப் பேசியோ அல்லது அவருக்கே உள்ள ஆர்வத்தினாலோ அரபி மொழி கற்றுக் கொள்ள ஆர்வம் கொண்டிருந்தார். அலியான்ஸ் ஃப்ரான்ஸேஸில் ஒரு சக மாணவர். முஸ்லிம். நல்ல நண்பரும் கூட. மேட்டுக்குடி. இங்கே மேட்டுக்குடி என்பது முக்கியம். அந்த இளைஞனுக்கு சமீபத்தில் திருமணம். இந்தப் பெண்ணை அழைக்கவில்லை. வகுப்புத் தோழியாக இருந்தும். சரி, அது முக்கியம் இல்லை. ஒருநாள் அந்தப் பையன் ஏதோ மெஸேஜ் செய்த போது "சிராஜ் (பெயர் மாற்றியிருக்கிறேன்), எனக்கு அரபி கற்றுக் கொள்ள வேண்டும். உனக்கு யாரையாவது நல்ல ஆள் தெரியுமா?" என்று கேட்கிறார் இந்தப் பெண். சிராஜ் உடனே என் அப்பாவைக் கேட்டுச் சொல்கிறேன் என்று போனவன், ஒரு நிமிடம் கழித்து வந்து "என்ன காரணம்?" என்று கேட்கிறான். மேட்டுக்குடி. அலியான்ஸ் ஃப்ரான்ஸேஸில் ஃப்ரெஞ்ச் படித்தவன். தன் வகுப்புத் தோழி அரபி படிக்க வேண்டும் என்றால், அவள் ஹிந்து பிராமணப் பெண் என்பதால் "என்ன காரணம்?" என்று கேட்கிறான். இவர் உடனே அதிர்ச்சியாகி "என்ன சிராஜ் கேட்கிறாய்? ஒரு மொழியைக் கற்றுக் கொள்ள காரணம் எதுவும் வேண்டுமா?" என்று பதில் மெஸேஜ் அனுப்ப அந்தப் பையனிடமிருந்து அப்புறம் எந்த மெஸேஜூம் வரவில்லையாம். ஹிந்து முஸ்லீம் ஒற்றுமை எப்படி இருக்கிறது பாருங்கள்.

எனக்கு அறுபத்தாறு வயது ஆகி விட்டது. இன்னும் ஐம்பது ஆண்டுகள் கழித்து இந்தியாவில் நடக்கும் மதச் சண்டைகளையும் பிணக்குவியல்களையும் பார்க்க நான் இருக்க மாட்டேன் என்பது எனக்கு ஆறுதலாக இருக்கிறது. முஸ்லிம்கள் தங்களை சமூகத்திலிருந்து அந்நியப்படுத்திக் கொண்டே போகிறார்கள். ஏற்கனவே அவர்கள் அரசு வேலையில் இல்லை.

போலீஸில் இல்லை. அவர்களிடம் பத்திரிகை இல்லை. தொலைக்காட்சி இல்லை. எந்த வித ஊடக பலமும் இல்லை. அதிகாரம் என்ற இடத்திலிருந்து அவர்கள் வெகு தூரத்தில் இருக்கிறார்கள். காரணம், அவர்கள்தான். உதாரணமாக, கேரளத்தில் வரும் மாத்யமம் ஒரு இஸ்லாமிய கலாச்சார அமைப்பினால் நடத்தப்படுகிறது. அதில்தான் நான் மூன்று ஆண்டுகள் தொடர்ந்து எழுதினேன். அது ஒரு இஸ்லாமிய அமைப்பினால் நடத்தப்படும் பத்திரிகை என்பதே அதைப் படிக்கும்போது தெரியாது. ஆனால் அதே அகில இந்திய இஸ்லாமிய அமைப்பின் தமிழ்ப் பிரிவினால் நடத்தப்படும் தமிழ்ப் பத்திரிகை ஸ்ரீவைஷ்ணவர்களால் நடத்தப்படும் ந்ருஸிம்ஹப்ரியா என்ற பத்திரிகையின் இஸ்லாமிய வடிவமாக இருக்கிறது. அதை எந்த ஹிந்து வாங்குவான்? இப்படித்தான் அதிகாரம் கையை விட்டுப் போகிறது. இன்னொரு உதாரணம் சொல்கிறேன். கருணாநிதியை சோ கலைஞர் என்று அழைப்பார். கருணாநிதியை மிக மோசமாக விமர்சித்துக் கொண்டிருந்த ஞானி கூட கலைஞர் என்றே எழுதுவார். ஆனால் கருணாநிதியின் வலது கரமான மாறனின் புதல்வர்கள் நடத்தும் சன் டிவியில் கருணாநிதியை கலைஞர் என்று குறிப்பிட மாட்டார்கள்; கருணாநிதி என்றுதான் குறிப்பிடுவார்கள். இதுதான் வணிகத்தின் அடிப்படை. இப்படி நடத்தினால் மட்டுமே முஸ்லிம்களால் இந்த ஹிந்துப் பெரும்பான்மை தேசத்தின் அதிகாரத்தில் ஊடுருவலைச் செயல்படுத்த முடியும். அதுவரை அந்நியப்பட்டே இருக்க வேண்டியதுதான்.

நான் இந்தப் பக்கங்களில் கிறித்தவத்தை விமர்சித்தேன். ஒரு கிறித்தவர் கூட அது குறித்து எதிர்வினை ஆற்றவில்லை. ஆனால் முஸ்லிம்கள் பற்றி எழுதிய போது நூற்றுக்கணக்கான கடிதங்கள். ஏதோ நான் மோடியின் கையாள் போல் நினைத்துக் கொண்டு. இப்படி தோழமை சக்திகளையும் நீங்கள் பகைத்துக் கொண்டால் வேறு என்னதான் செய்வது? சுய பரிசோதனையும் செய்ய மாட்டேன்; விமர்சனம் செய்பவனையும் திட்டுவேன் என்றால், நானும் வாயை மூடிக் கொள்ள வேண்டியதுதான். வேறு வழியே இல்லை.

நேற்று வேல்முருகன் கேட்டிருந்தார் இல்லையா, எப்படி நீங்கள் சமரசம் செய்து கொள்ளாமல் வாழ்கிறீர்கள் என்று. ஒரே ஒரு விஷயத்தில் சமரசம் செய்து கொண்டுதான் வாழ்கிறேன். இஸ்லாம் பற்றியோ, ஹிந்து மதத்தில் சில குறிப்பிட்ட ஜாதிகளைப் பற்றியோ எழுதுவதில்லை. பிராமணனைத் திட்டலாம். கண்டு கொள்ள மாட்டார்கள். மற்றபடி மேலே சொன்ன இரண்டு விஷயங்களைத் தொட முடியாது. சுதந்திரம் இல்லை. முதலில் உயிர் இருந்தால்தானே சமரசம் செய்து கொண்டோ சமரசம் இல்லாமலோ வாழ முடியும்?

12.5.2020.

19

இப்போது நான் சொல்லப் போவது உங்களுக்கு அதிர்ச்சியாக இருக்கலாம்; ஒப்புக் கொள்ளவே முடியாததாக இருக்கலாம்; வக்கிரமாகத் தோன்றலாம்; உங்களுக்குக் கொடுக்கப்பட்ட கல்வியோ படித்த புத்தகங்களோ உங்களுக்குக் கற்பிக்காததாக இருக்கலாம்; சமூகமோ தலைவர்களோ ஆன்மீகவாதிகளோ நீதி நூல்களோ இதை உங்களுக்குச் சொல்லியிருக்க வாய்ப்பு இல்லை. எனவே நான் ஏதோ உளறுகிறேன் என்றோ சமூக விரோதமான கருத்து என்றோ தோன்றலாம். ஆனால் இதை நான் பல காலமாக என் கட்டுரைகளில் ஆங்காங்கே சொல்லிக்கொண்டுதான் வந்திருக்கிறேன். இன்று ஒன்றும் புதிதாகச் சொல்லவில்லை.

இந்த ஊரடங்கு நாட்களில் விளிம்புநிலை மக்களின் பாட்டைப் பற்றி நாளொரு தினமும் செய்திகள் வந்து கொட்டிக் கொண்டே இருக்கின்றன. பல இடதுசாரிகளும் சமூக ஆர்வலர்களும் கடும் கோபத்துடன் தங்கள் எதிர்ப்பைத் தெரிவித்துக் கொண்டும் இருக்கிறார்கள். எதிர்ப்பைத் தெரிவிப்பதால் ஒன்றும் நடக்கப் போவதில்லை. விளிம்புநிலை மக்களுக்கு பட்டினியும் தண்டவாளத்தில் மரணமும்தான் இந்தியாவில் விதிக்கப்பட்டது. ஆனால் இப்படி ஒரு எதிர்ப்பையும் கூடத்

தெரிவிக்காவிட்டால் இந்தக் கொலைபாதகங்களை வெறுமனே பார்த்துக் கொண்டிருந்தவர்களாக வரலாற்றின் முன்னே குற்றவாளிகளாக நிற்போம். அதனால் ஃபேஸ்புக்கிலாவது நம்முடைய முணுமுணுப்பை ஒரு மாபெரும் புரட்சி கீதமாகப் பதிந்து வைப்போம். வேறு என்ன செய்ய முடியும்?

இந்த விளிம்புநிலை மக்கள் கூட்டத்தின் வேதனைகளை எழுதவாவது பத்திரிகைகளும் சமுக ஆர்வலர்களும் இருக்கிறார்கள். ஆனால் வேறொரு இடத்தில் நிகழ்ந்து கொண்டிருக்கும் வேதனைக் கதையை எழுத ஆள் இல்லை; பேச ஆள் இல்லை. உணர்வதற்குக் கூட ஒரு ஆத்மா இல்லை. ஏனென்றால், சம்பந்தப்பட்டவர்களால் பேச முடியாது. ஒரு சமிக்ஞை கூட காட்ட முடியாது. இப்படி ஒரு சூழ்நிலையைக் கற்பனை செய்து கொள்ளுங்கள். ஒரு மனிதன் சிறையில் அடைக்கப்பட்டிருக்கிறான். அங்கே அந்த சிறைச்சாலையின் அதிகாரிதான் அவனுடைய சிறை வாழ்வைத் தீர்மானிப்பவர். அவனை சுட்டுக் கூட போட்டு விட்டு தப்பி ஓடும் போது சுட்டு விட்டோம் என்று சொல்லி விடலாம். அந்த சிறைச்சாலையை சோதனையிட சிறைத்துறைத் தலைவர் வருகிறார். வந்து சிறை அதிகாரியின் எதிரிலேயே கைதியிடம் ஏதாவது புகார் உண்டா என்று கேட்டால் அவன் என்ன சொல்லுவான்? ஆஹா ஓஹோ என்றுதானே புகழ்வான்? புகழாவிட்டால் அவனை மறுநாள் அதிகாரி லாடம் கட்டி விடுவாரே? அந்த சிறைவாசியின் நிலையில்தான் பெரும்பாலான – அல்லது எல்லா திருமணமான பெண்களுமே இருக்கிறார்கள். அதாவது, அதிகாரத்தின் சாவிக் கொத்தைத் தங்கள் இடுப்பில் செருகிக் கொள்ளாத பெண்கள்.

ஒரு பெண்ணுக்கு கிட்டத்தட்ட அஞ்சல்வழிக் கல்வியைப் போல் அவர் படிக்க வேண்டிய புத்தகங்கள், பார்க்க வேண்டிய உலகத் திரைப்படங்கள் எல்லாவற்றையும் மின்னஞ்சலாக அனுப்பிக் கொண்டிருக்கிறேன். ஹவுஸ்வைஃப். இருந்தாலும் குருதட்சணை என்று சொல்லி மாதாமாதம் ஐநூறு ரூபாய் அனுப்பி விடுவார். உங்களுக்கு ஏது பணம் என்றால், வீட்டுச் செலவில் மிச்சம் பிடித்தது.

அனுப்பாதீர்கள். வேண்டாம்.

அனுப்பியே தீருவேன். சரி. இப்போது கடந்த இரண்டு மாதமாக ஒரு புத்தகமும் படிக்கவில்லை. ஒரு படமும் பார்க்கவில்லை.

காரணம்?

ஒரு பெரிய ராமாயணமே சொன்னார். கல்லூரியில் படிக்கும் மகன், மகள், மற்றும் கணவர் ஆகிய மூன்று பேரின் வேலைக்காரியாகத்தான் இந்தப் பெண் செயல்பட்டுக் கொண்டிருக்கிறாராம். புரிந்து கொள்ள முடியவில்லையே? படம் பார்க்க என்ன தடை? நான் அவருக்கு சிபாரிசு செய்யும் படங்களில் பாலியல் காட்சிகளோ, வன்முறைக் காட்சிகளோ இருக்காது. எல்லாம் ஐரோப்பியப் படங்கள். அதில் என்ன பிரச்சினை? ஆபாசக் காட்சிகள் நிறைந்த (சந்திரமுகி: வடிவேலு, ரஜினி காட்சிகள்) தமிழ்ப் படங்களையே குடும்பத்தோடு பார்க்கும் போது இந்தப் படங்களுக்கு என்ன? பிரச்சினை நான் எதிர்பார்க்காதது. மூன்று பேருமே இணையத்தைப் பயன்படுத்துவதால் இவரால் எதையும் தரவிறக்கம் செய்து படம் பார்க்க முடியவில்லை. இவர் ஏதாவது தரவிறக்கம் செய்ய ஆரம்பித்தாலே மகனும், மகளும், கணவரும் கத்த ஆரம்பித்து விடுகிறார்கள். நாள் பூராவும் சமையல் வேலை வேறு.

சாய்ங்காலம் நாலு மணிக்கு என்னங்க சமையல் வேலை?

அப்போதுதான் வந்து பஜ்ஜி பண்ணிக் கொடு, சொஜ்ஜி பண்ணிக் கொடு என்று கேட்கிறார்கள்.

சரி, பெண் குழந்தையாவது கொஞ்சம் ஒத்தாசையாக இருக்குமே?

போச்சு போங்க. உங்களுக்கு இன்றைய பெண் குழந்தைகளைப் பற்றியே தெரியலிங்க. இதுங்களுக்கு வரப் போறவனுங்கள்ளாம் ஒரே வாரத்துல தூக்குல தொங்கிருவானுங்க. ஸ்டவ் பத்த வச்சு வெந்நீர் கூட வைக்கத் தெரியலை.

ஐயோ, ரொம்ப மோசமா வளர்க்கிறீங்களே. ஏன் இதெல்லாம் கத்துக் குடுத்தா என்ன?

நீங்க வேறே. அவ அப்பா என்னைக் கொன்னே போட்ருவாரு. அவர்தான் அவளுக்குச் செல்லம் குடுத்துக் குடுத்துக் குட்டிச்சுவரா ஆக்கிட்டாரு.

இம்மாதிரி ஒன்றல்ல, இரண்டல்ல, நூறு கடிதங்கள். எந்தப் பெண்ணைக் கேட்டாலும் இந்த ஐம்பது நாட்களும் அவர்களின் வாழ்க்கையில் சமையல் நாட்களாகவே இருக்கின்றன. பணிப்பெண்களையும் நிறுத்தி விட்டதால் பணிப்பெண்ணின் வேலையும் சேர்ந்து கொண்டது. இந்த லட்சணத்தில் என்னய்யா புடலங்காய் அன்னையர் தினம்? எனக்கு இது எப்படி இருக்கிறது என்றால், தில்லியில் ஒரு பெண்ணை ஐந்து பேர் வன்கலவி செய்து, சித்ரவதை செய்து கொன்றான்கள் இல்லையா, அந்தப் பெண்ணின் மரணத்தைக் கொண்டாடுவது போல் இருக்கிறது. அந்தப் பெண்ணின் மரணத்துக்கு வாழ்த்து தெரிவிப்பது போல் இருக்கிறது. இந்த அபத்தத்தில் பெண்கள்தான் முன்னணியில் நின்று கொண்டிருக்கிறார்கள். அவர்கள் வதைக்கப்படுவது பற்றிய பிரக்ஞையே அவர்களுக்கு இல்லை. அதனால்தான் அவர்களின் விடுதலை இன்னும் ஐநூறு ஆண்டுகளுக்கு சாத்தியம் இல்லையோ என்று தோன்றுகிறது.

ஆண்கள் ஏன் தாய்களைக் கொண்டாடுகிறார்கள் தெரியுமா? அம்மா என்றதும் ஏன் அவர்களின் கண்கள் கலங்குகின்றன? காரணம், இருபத்தைந்து வயது வரை அவர்கள் ட்ராகுலாவைப் போல், ரத்தக் காட்டேரியைப் போல் தங்கள் தாயின் ரத்தத்தை உறிஞ்சிக் குடித்திருக்கிறான்கள். என்னையே எடுத்துக் கொள்ளுங்கள். இருபத்தைந்து வயது வரை என் துணியை நான் துவைத்துக் கொண்டதில்லை. தெரியாது. என் துணியை நான்தான் துவைக்க வேண்டும் என்று எனக்குக் கற்பிக்கப்படவில்லை. நானும் தம்பியும் குளத்தில் போய் குளித்திருந்தால் அம்மாவுக்குத் தெருக்குழாயிலிருந்து மற்ற பெண்களோடு அடித்துப் புரண்டு தண்ணீர் எடுத்துக் கொண்டு வரும் துன்பம் இருந்திருக்காது. எனக்குக் குளம் வரைக்கும் செல்ல சோம்பேறித்தனம். பிராமணக் குடும்பமாக இருந்தால் அடுக்களையாவது தெரிந்திருக்கும். அதுவும் தெரியாது. இப்படி ஒன்றுக்கும் உதவாத பிள்ளையாய் ஒரு வளர்ப்பு. ராஜா வீட்டுக்

குழந்தை போல் வளர்ந்தேன் என்று சொல்லிக் கொள்ளலாம்.

கருவேல மரங்களை வெட்டி வீட்டுக்குக் கொண்டு வந்து பிறகு அதைத் துண்டு துண்டாக வெட்டிக் காய வைத்து விறகாகப் பயன்படுத்துவார்கள் அம்மா. கூடவே ராட்டி. அந்த ராட்டிக்கு சாணி வேண்டுமே? ஊதாங்கோலால் மண் அடுப்பில் ஊதி ஊதித்தான் கருவேல மர விறகை எரிக்க வேண்டும். விறகுக் கடையில் விறகு வாங்கக் காசு இருக்காது. கருவேல மரம் எரிந்தால் அதன் இன்னொரு பக்கத்திலிருந்து கரும்பழுப்பு நிறத்தில் ஒரு திரவம் கசியும். புகை மண்டும். கண்ணில் நெருப்புப் பட்டது போல் எரியும். அதை ஊதாங்கோலால் ஊதினால் சமயத்தில் நெருப்புப் பற்றி எரியும். அப்படி ஊதாங்கோலால் பூ பூ என்று ஊதிக் கொண்டிருக்கும் வேளையில் சன்னமாக அம்மாவின் காதில் ஒரு ஒலி வந்து விழும். விழுந்தடித்துக் கொண்டு தெருவுக்கு ஓடுவார்கள். பார்த்தால் மாடு சாணி போட்டிருக்கும். அதை மண்ணோடு தன் வலது காலை லேசாக வளைத்து பாதத்தால் ஒதுக்கி வைப்பார்கள் அம்மா. அப்படிச் செய்து விட்டால் அது 'முன்பதிவு' செய்தது. யாரும் தொட முடியாது. மாட்டுக்குச் சொந்தக்காரருக்கே அந்த உரிமை இல்லை. அப்புறம் சமையல் வேலை முடிந்து போய் அந்த சாணியை எடுத்து வந்து கொல்லையில் சாணியோடு சாணியாகச் சேர்த்து அது ஒரளவு சேர்ந்த பிறகு அதில் வைக்கோலை சரியான அளவில் வெட்டிப் போட்டு அதன் மேல் பரதநாட்டியக் கலைஞர்கள் போல் தை தை என்று மிதித்தால் சாணியும் வைக்கோலும் கலந்து ஒரு பதத்துக்கு வரும். அதில்தான் சுவரில் ராட்டி (வறட்டி) தட்டுவது. இந்த ராட்டியை விலைக்கும் விற்பார்கள் அம்மா. இப்படி ஒரு ஐநூறு கதைகள் உண்டு. தெய்வமே மனித உருக்கொண்டு வந்தால் எப்படி இருக்குமோ அப்படி ஒரு அம்மா. இது என் அம்மா மட்டும் அல்ல. இந்திய கிராமத்து ஏழை அம்மாக்கள் எல்லோருமே இப்படித்தான். இதை நினைத்து நான் உருக மாட்டேன். ஏனென்றால், இது எல்லாமே தன் பிள்ளைகளை வளர்ப்பதற்கான சுயநலம். பின்னாளில் அவந்திகாவை மணந்த பிறகு நானும் அவளும் என் பெற்றோர் வீட்டுக்குச்

சென்ற போது "என்ன ரவி, பாப்பாத்தியைக் கல்யாணம் பண்ணிக்கிட்டு வந்து நிய்க்கிறே?" என்று அவந்திகாவின் எதிரிலேயே கேட்டார்கள் அம்மா. ஒரு பெண்ணுக்குப் பெண்ணே எதிரி. எனக்காகத் தன் குடும்பத்தையே உதறி விட்டு வந்த ஒரு பெண்ணைப் பார்த்து அம்மாவுக்கு அன்பு பிறக்கவில்லை. தன் பிள்ளையைத் தன்னிடமிருந்து தட்டிப் பறித்த பைசாசம் என்றே தோன்றியிருக்கும்.

அவந்திகா முதல் முறை சென்றதால் தன் சொற்ப சம்பளத்தில் அம்மாவுக்காக ஒரு பட்டுப் புடவை எடுத்துக் கொண்டு போய்க் கொடுத்தாள். அடுத்த முறை சென்ற போது, அந்தப் புடவையைக் கட்டினீர்களா, எப்படி இருந்தது என்று கேட்டபோது அந்தக் கலர் எனக்கு சரியாக இல்லை; வேலைக்காரியிடம் கொடுத்து விட்டேன் என்றார்கள் அம்மா. தேநீர் கொடுக்கும் போது அவந்திகாவை மட்டும் விட்டு விடுவார்கள். இதையெல்லாம் பார்த்து ஏழு ஆண்டுகள் அம்மா நைனாவோடு பேச்சு வார்த்தையே இல்லாமல் இருந்தேன். பிறகுதான் என் நண்பரின் பேச்சைக் கேட்டு மீண்டும் போனேன்.

இந்தியாவில் பெண்களுக்கு எதிரான குற்றச்சாட்டுகள், வன்கலவி பலாத்காரங்கள் போன்றவை அதிக அளவில் நடப்பதற்கும் இந்த அம்மாக்கள் ஒரு காரணம் என்பது என் அவதானம். ஹைதராபாதில் ஒரு பெண்ணை மூன்று பேர் வன்கலவி செய்து எரித்துக் கொன்றான்கள் இல்லையா? அந்த எண்ணம் அவர்களுக்குள் எப்படி உருவாகிறது? கவனமாகக் கேளுங்கள். நான் ஒரு தோழியின் வீட்டுக்குப் போனேன். தோழி அப்போதுதான் வேலை முடிந்து களைப்பாக வீட்டுக்கு வந்து கதவைத் திறக்கிறார். நானும் அப்போதுதான் அங்கே போய்ச் சேர்ந்தேன். உள்ளே நுழைந்தால் ஹார்லிக்ஸ் தம்ளர் அப்படியே குடித்தபடி வரவேற்பறை மேஜையில் கிடந்தது. பால் தரையில் சிந்தியிருந்தது. எனக்கு ஒன்றும் புரியவில்லை. பள்ளிக்கூடம் விட்டு வந்த மகன் ஹார்லிக்ஸ் குடித்து விட்டு அங்கேயே போட்டு விட்டுப் போய் விட்டான். வயது பதினாறு. சரி, இதை யார் எடுத்து வைப்பது என்று கேட்டேன். நானோ

அவன் தங்கையோ வந்துதான் எடுத்து வைக்க வேண்டும் என்றார் சிநேகிதி. அது எனக்கு ஒரு கலாச்சார அதிர்ச்சி. அந்தக் கலாச்சார அதிர்ச்சியிலிருந்து நான் இந்தக் கணம் வரை மீளவில்லை. நான் அங்கே ஒரு தாயாகவோ தகப்பனாகவோ இருந்தால் என் மகனை அடிக்க மாட்டேன்; ஆனால் கிம்-கி டுக் படத்தில் துறவி தன் சீடனுக்குக் கொடுக்கும் தண்டனையைக் கொடுப்பேன். அதுதான் அவனை நல்வழிப்படுத்தும்.

ஸ்ப்ரிங், ஸம்மர், ஆட்டம்... படத்தில் வரும் பொடியன் தவளையின் காலில் கல்லைக் கட்டி அதைக் கொன்று விடுவான். சிறு பயல். துறவி அவனுடைய முதுகில் ஒரு கல்லைக் கட்டி விடுவார். ஒரு நாள் பூராவும் அந்தக் கல்லோடுதான் அலைவான் பொடியன். தூக்க முடியாமல் தூக்கி அவஸ்தைப் படுவான். அந்த மாதிரி என் மகனை ஒருநாள் எல்லா பாத்திரத்தையும் தேய்க்கச் சொல்வேன். ஒத்துவராவிட்டால் அவனை ஹாஸ்டலில் சேர்த்து விடுவேன். அங்கே ட்ரக் அடிக்டாக ஆகலாம். அல்லது, ஒழுக்கம் தெரிந்த பையனாக, அடுத்தவரைச் சுரண்டாத பையனாக மாறலாம். இதற்கும் ஹைதராபாத் சம்பவத்துக்கும் என்ன சம்பந்தம்? உண்டு. பெண்கள் என்றால் வேலைக்காரிகள். நம் வேலையைச் செய்பவர்கள் பெண்கள். நம் அடிமைகள். வீட்டுக்குள் இருப்பவர்களே அப்படி என்றால், வெளியில் இருப்பவர்களோடு ரத்த உறவு இல்லையே, அதனால் அவர்கள் நம் போகப் பொருட்கள். நமக்கு அவர்கள் மீது ஆசை வருகிறது. புணர வேண்டும் என்று தோன்றுகிறது. செய். அதில் என்ன தப்பு? பெண்கள் நம் இஷ்டத்துக்கு அடி பணிய வேண்டியவர்கள் என்ற எண்ணத்தை ஒவ்வொரு ஆணிடமும் விதைப்பவர்கள் இந்த இந்திய அம்மாக்கள்.

இந்தத் தடிமாடுகளுக்கு என்ன கையா இல்லை? இவன்கள் ஆறு அடி வளர்ந்த பிறகும் இந்தத் தடிமாடுகளுக்கு ஊட்டி விட்டுக் கொண்டிருந்தால் இவர்கள் பெண்களை எப்படி மதிப்பார்கள்? இதேபோல் நீயும் ஊட்டி விடு என்று மனைவியை டார்ச்சர் செய்வார்கள். பெண்களுக்குப் பெண்களே எப்படி எதிரிகளாக

மாறுகிறார்கள் பாருங்கள். இப்படிப்பட்ட தறுதலைகள்தான் அம்மா அம்மா என்று கண்ணீர் விட்டு அன்னையர் தினம் கொண்டாடுகின்றன. நேற்று என் மருமகளிடமிருந்து அவந்திகாவுக்கு ஃபோன்.

"அம்மா, நீங்கள் கார்த்திக்கை அடித்ததே இல்லையாம். திட்டியதே இல்லையாம். ஆனால் நான் திட்டுகிறேன் என்கிறான். உண்மையா?" என்று சிரித்துக் கொண்டே கேட்டாள்.

ஆமாம். உண்மைதான். பெருமையாக அவந்திகா என்னிடம் சொன்னாள். இருபத்து நாலு மணி நேரமும் அவந்திகாவுக்கு ஜால்ரா போடுவதையே என் தர்மமாக வைத்துக் கொண்டிருப்பவன் நான். சில ஆண்டுகளுக்கு முன் ஜெயலலிதாவைப் போன்ற புரட்சிகரமான பெண் உலக சரித்திரத்திலேயே இல்லை என்று சொல்லிக் கொண்டிருந்தாள். அவள் அப்படிச் சொல்லும் போதெல்லாம் "ஆமாம், அதில் என்ன சந்தேகம்?" என்று சீரியஸாக பதில் சொல்வேன். இப்போது கூட "மோடி ஒரு அற்புதமான தலைவர்" என்று சொல்லிக் கொண்டிருக்கிறாள். "அதிலென்ன சந்தேகம்" என்பதே என் ரெடிமேட் பதில். அப்படிப்பட்ட நானே அன்று கொதித்து எழுந்து விட்டேன்.

"இதில் என்னம்மா பெரிய பெருமை? என்னிடம் கேட்டால் கூட நானும் இதையேதான் சொல்வேன். என் அம்மா என்னைத் திட்டியதே இல்லை. அடித்ததே இல்லை" என்றேன். (ஆனால் இங்கே என் குடும்ப வாழ்வில் நான் என்ன பண்ணினாலும் திட்டு என்று மனதிற்குள் நினைத்துக் கொண்டேன். வெளியில் சொல்லவில்லை.)

"ம்க்கும். நீ தலைச்சன். அதனால் திட்டியிருக்க மாட்டாங்க, அடிச்சுருக்க மாட்டாங்க" என்றாள்.

"இல்லை, எங்கள் ஆறு பேரையுமே அம்மா திட்டியதோ அடித்ததோ இல்லை" என்றேன்.

ஆக, பெண்களுக்கு எதிரான ஆண்களை உருவாக்கி விடுவதே அன்னையர்தான். நல்லவேளை, கார்த்திக்கை நான் அப்படி

வளர்க்கவில்லை. வீட்டில் என்னைப் போலவேதான் அவனும் இருப்பான். ஆண் வேலை, பெண் வேலை என்று எதுவும் இல்லை. தன் வேலைக்காக யாரையும் ஏவ மாட்டான். இந்த ஐம்பது நாட்களும் இந்தியப் பெண்கள் வீட்டுக்குள் அடைந்து கிடக்கும் கணவருக்கும் பிள்ளைகளுக்கும் வடித்துக் கொட்டிக் கொண்டு வேலைக்காரிகளாக இருந்து கொண்டிருக்கிறார்கள். ஊரடங்கு நீங்கினால்தான் அவர்களின் சிறைவாசம் நீங்கும். எனக்கு இப்படி நூறு பெண்களின் கண்ணீர்க் கடிதங்கள் வந்துள்ளன. முக்கியமான விஷயம். அவர்கள் தங்கள் கணவரை வெறுக்கவில்லை. குழந்தைகளை வெறுக்கவில்லை. பிரியமாகத்தான் செய்கிறார்கள். ஆனால் அவர்களுக்காக செலவு செய்து கொள்ள இருபத்து நாலு மணி நேரத்தில் ஒரு நிமிடம் கூடக் கிடைப்பதில்லை. ஒரு பெண் சொன்னார், தோசை போட்டுப் போட்டே ஓடாய்ப் போய் விடுவேன் போலிருக்கிறது என்று.

தன் மகளுக்காக ஒரு துரும்பைக் கூட எடுத்துப் போடாத ஒரு ஆள், தன் மகளை அவளுடைய இளம் வயதில் வீட்டை விட்டுத் துரத்தி அந்நியர் வீட்டில் புகலிடம் பெற வைத்த ஒரு ஆள் வயதான காலத்தில் *Happy Women's Day* வாழ்த்து அனுப்புவதெல்லாம் அயோக்கியத்தனம். "ஏன், இத்தனை மூர்க்கமாக சிந்திக்கிறீர்கள்? வயதான காலத்திலும் அவர் திருந்தி விட்டார் என்று நாம் நினைத்துக் கொள்ளலாகாதா?" என்றார் அந்தப் பெண். இல்லை; திருந்தியிருந்தால் இப்படி ஹாப்பி விமன்ஸ் டே வாழ்த்து அனுப்ப மாட்டார் என்றேன். ஆண்கள் கொண்டாடும் அன்னையர் தினம் எனக்கு எப்படி இருக்கிறது என்றால், பிணந்தின்னிக் கழுகுகள் எல்லாவற்றையும் தின்று விட்டு சந்தோஷ மிகுதியில் துள்ளிப் பறப்பதைப் போல்தான் இருக்கிறது. இந்திய அன்னையரும் அவர்களைக் கொண்டாடும் ஆண்களும் தங்களை சுய பரிசோதனை செய்து கொள்ள வேண்டிய காலகட்டம் இது.

12.5.2020.

20

தியாகய்யர் தஞ்சாவூர் தெருக்களில் பிச்சை எடுத்தார் என்று சிலர் சொல்வதைக் காண்கிறேன். அப்போதெல்லாம் எனக்கு தியாகய்யர் பற்றி தி. ஜானகிராமன் மோகமுள்ளில் சொல்லியிருப்பதுதான் ஞாபகம் வரும்:

"தந்தி ஒலிக்க, வாய் பாட, செம்பை ஏந்திப் பிட்சை ஏற்ற தியாகய்யர், தெருவிலா நடந்தார்? திக்கை நிறைத்த நாதத்தில் அலைந்த அவர், செம்பை ஏந்தியது அரிசிக்கா? அல்லது நாதவெள்ளத்தில் மொள்ளுவதற்கா?"

அநேகமாக எல்லோருமே எழுத்தாளர் என்ற அடைமொழியோடுதான் (எழுத்தாளர் குமரேசன், எழுத்தாளர் கந்தசாமி, எழுத்தாளர் முத்துசாமி) எழுத்தாளரின் பெயரைக் குறிப்பிடுகிறார்கள். உலகில் தமிழில் மட்டும்தான் இந்தப் பைத்தியக்காரத்தனம் நடந்து கொண்டிருக்கிறது. அது என்னய்யா எழுத்தாளர்? சல்மான் ருஷ்டியைக் குறிப்பிடும்போது எழுத்தாளர் சல்மான் ருஷ்டி என்றா குறிப்பிடுகிறீர்கள்? இதற்கு ஒரு விளக்கம் சொல்வார்கள். சல்மான் ருஷ்டி என்றாலே அவர் ஒருத்தர்தான் என்று. நான் என்ன சொல்ல வருகிறேன் என்றால், சாரு நிவேதிதா

என்றே போடுங்கள். சாரு நிவேதிதா என்ன கார்ப்பொரேஷன் கமிஷனரா, சலூன் கடை ஓனரா, ஆட்டோ டிரைவரா, டாக்டரா என்று மற்றவர்கள் கண்டு பிடித்துக் கொள்ளட்டும் என்கிறேன். கண்டு பிடிக்க முடியாதவர்களுக்கு சாரு என்ன சொன்னாலும் புரியப் போவதில்லை. இனிமேல் தொழில் பெயரை அடைமொழியாகப் போடாதீர்கள். இன்னார் யார் என்று புரிந்து கொள்ள முடியாதவர்கள் புரிந்து கொள்ளாமலே போகட்டும். எழுத்தாளனை அவமானப்படுத்தாதீர்கள். இது ஒரு அவமானம் என்றே தெரியவில்லை என்பதையும் நான் புரிந்துதான் வைத்திருக்கிறேன். ஆனால் இது பற்றி நான் நூறு முறை எழுதிவிட்டேன் என்றபடியால் கொஞ்சம் காரம் கூட்டி எழுதியிருக்கிறேன்.

மேலும் ஒரு பிரச்சினை இருக்கிறது. அது ரொம்பப் பெரிய பிரச்சினை. நீங்கள் எழுத்தாளர் என்று என்னை அறிமுகம் செய்தால், எந்தப் படத்துக்கு எழுதியிருக்கிறார் என்று கேட்கிறார்கள். காரணம், ஒரு பிக்பாஸ் நிகழ்ச்சியில் இயக்குனர் ஷங்கரை அறிமுகம் செய்யும் போது எழுத்தாளர் ஷங்கர் என்றுதான் அறிமுகம் செய்தார் கமல்ஹாசன். என்ன காரணம்? ஷங்கரின் படங்களுக்கு ஷங்கர்தான் முன்பு எழுதிக் கொண்டிருந்தார். அதனால் ஷங்கர் எழுத்தாளராகி விட்டார். அவமானமாக இருக்கிறது.

நேற்றைய கட்டுரையில் விடுபட்டவை. பாட்டி மடிசார் கட்டிக் கொண்டு எதிர்வீட்டு பாயம்மாவோடு பேசிக் கொண்டிருப்பார். அந்தக் கதையை எனக்குச் சொன்ன பிராமணப் பெண் சிறுமியாக இருந்த போது அவர்கள் வீட்டில் பணிப்பெண்ணாக இருந்ததும் ஒரு முஸ்லிம் பெண்தானாம். அவர்களையும் இவர்கள் பாயம்மா என்றுதான் குறிப்பிடுவார்களாம். இந்தக் காலத்தில் இதையெல்லாம் கற்பனை கூட செய்து பார்க்க முடியாது.

இன்னொரு பெண் சொன்ன சம்பவம் இது: அவர் ஒரு பிரபலமான பெண்கள் கல்லூரியில் ஃப்ரெஞ்ச் துறையில்

பேராசிரியராக இருப்பவர். வகுப்பில் எழுபது மாணவிகள். அதில் ஐம்பத்தைந்து பேர் கிறிஸ்தவப் பெண்கள். ஆம், அது ஒரு கிறிஸ்தவக் கல்லூரி. இதற்குப் பேசாமல் பெயரையே போட்டு விடலாம் என்கிறீர்களா? வேண்டாம். வம்பு வரும்.) மீதி பதினைந்தில் பதிமூணு ஹிந்து, ரெண்டு முஸ்லிம். மாலைக் கல்லூரியில் ஹிந்துப் பெண்கள் அதிகம் இருப்பர். ஒருநாள் வகுப்பு முடிந்து விட்டது. ஆனால் மணி அடிக்கவில்லை. இன்னும் பத்து நிமிடம் இருந்தது. அதனால் பேராசிரியை மாணவிகளோடு பொதுவாகப் பேச ஆரம்பிக்கிறார். பேச்சு தொலைக்காட்சி பற்றிப் போகிறது. பல மாணவிகளும் தங்கள் கருத்துக்களைச் சொல்கிறார்கள். அப்போது ஒரு முஸ்லிம் மாணவி எழுந்து, "இந்த இந்திய சேனல்களே சுத்த மோசம் மேம். நான் அல்-ஜஸீரா மட்டும்தான் பார்ப்பேன். நீங்களும் அல்-ஜஸீரா பாருங்கள்" என்றாளாம். அவள் சொல்லி முடித்ததும் வகுப்பே கப்சிப் என்று ஆகி விட்டது. கலகல என்று இருந்த வகுப்பில் திடீரென்று மயான அமைதி சூழ்ந்து விட்டது. எல்லோருக்குமே அவள் சொன்னது அதிர்ச்சியாகி விட்டது. கவனியுங்கள். அங்கே இருந்தது முக்கால்வாசி கிறிஸ்தவப் பெண்கள். இரண்டே இரண்டு முஸ்லிம் மாணவிகள்தான்.

இது பற்றி நான் எதுவும் எழுத வேண்டாம். இஸ்லாமிய சமுதாயம் எப்படி மைய நீரோட்டத்திலிருந்து விலகி அந்நியமாகிறது என்பதற்கான ஆதாரங்களாக இதையெல்லாம் சொன்னேன்.

★★★

இந்தப் பூச்சி தொடரில் அர்ஜுன் என்ற வாசகர் உங்களுக்குப் பரிச்சயமாகி இருக்கலாம். அவர் எழுதிய கடிதம் கீழே:

Dear Charu,

Hope you are doing good!

I've been a participant of both your lectures, obviously top notch coming from your mind, lucid and precise and on par with any world class lecture that I've listened to if not better.

151

From Alain Robbe-Grillet to Agastyar, Fifth seal and Bela Tarr. Gotta read காதுகள் and செம்பருத்தி.

I wanted to ask my questions to you in live, but was shy and hesitant, you have already spoken for two hours, din't want to strain you more, and even if I want to ask questions I couldn't choose one, because hundreds of questions are popping up in my mind, also I felt guilty of occupying others participants time with my questions and finally when I gather the strength to ask a question and unmuted the microphone that's when your cat Lucky popped on the screen.

It was such a mesmering and lovely sight watching you being surrounded by cats, so rather than asking my question, I resorted to lean back and enjoy your interactions with the cats. I'm a huge admirer of cats not only cats but any animal belonging to Feline family tree.

My only request to you as an admirer is to write a book on cats. I've re-read your blog posts on cats hundreds of times and they are the Pinnacle of the "pleasure of the text".

I would argue hands down that no one in the history of Tamil literature can write about cats like you did. (Exile is an example) Even cats would agree (meaow).

T.S. Eliot wrote a book of light verse called Old Possum's Book of Practical Cats, a collection of 15 poems, dedicated to his godchildren, regarding the different personalities and eccentricities of cats.

Andrew Lloyd Webber's long-running Broadway musical, Cats.

When I saw you being surrounded by cats in the zoom conference, I got reminded of this T.S. Elliot reading out naming of cats in his own voice.

Hemingway was gifted a six-toed polydactyl cat he named Snowball. He created a small colony of felines that populated the World

Today, some 40 to 50 six-toed descendants of Snowball are still allowed to roam around the house. Polydactyl felines are now called as "Hemingway Cats."

William S. Burroughs penned an autobiographical novella, The Cat Inside, about the cats he owned throughout his life.

Even the final journal entry Burroughs wrote before he died referred to the pure love he had for his four pets:

"Only thing can resolve conflict is love, like I felt for Fletch and Ruski, Spooner, and Calico. Pure love. What I feel for my cats present and past. Love? What is it? Most natural painkiller what there is. LOVE."

Samuel Johnson erected a statue for his cat.

All we need from you is a novel or novella on cats!!!!!!!!

Waiting eagerly for your reply!

Beloved Reader,
Arjun.

அர்ஜூனின் மேற்கண்ட கடிதத்தைப் படித்ததும் எனக்குத் தோன்றியது ஒரு பழமொழி. கற்றது கைம்மண் அளவு. ஏனென்றால், வில்லியம் பர்ரோஸ் பற்றி நிறையவே படித்திருக்கிறோம் என்று நினைத்துக் கொண்டிருந்தேன். கடைசியில் பார்த்தால் அவர் வளர்த்த நான்கு பூனைகள், பூனைகள் பற்றி அவர் எழுதிய குறுநாவல் எல்லாம் அர்ஜூன் சொல்லித்தான் தெரிகிறது. படிக்க வேண்டும்.

அர்ஜூனின் கடிதத்தைத் தமிழில் மொழிபெயர்க்கத்தான் நினைத்தேன். ஆனால் நேரம் இல்லை. கடிதத்தில் உள்ள எல்லா விஷயங்களுமே எனக்குப் புதிதுதான். விரைவில் படிக்க வேண்டும். ஆனால் அர்ஜூன் குறிப்பிட்டிருக்கும் ஒரு விஷயம் விரைவில் நடக்கும். பூனைகள் பற்றிய என் நாவலை விரைவில் முடித்து விடுவேன். அதற்கு ஊக்கம் கொடுத்தது இயக்குநர்-ஒளிப்பதிவாளர் செழியனும் அராத்துவும்தான்.

அவர்கள் சொல்லியிருக்காவிட்டால் இத்தனை சடுதியில் அதைச் செய்திருக்க மாட்டேன். அதற்காகத்தான் காஃப்காவின் மெட்டமார்ஃபஸிஸைப் படிக்க வேண்டியிருந்தது. நாவல் வந்து விட்டால் செழியனின் இயக்கத்தில் அது படமாக வந்தால் நான் அதிர்ஷ்டசாலி. முதலில் நாவலை முடிக்கிறேன்.

13.5.2020.

21

இப்போதெல்லாம் ஒரு புதிய வழக்கம் உண்டாகி இருக்கிறது. ஆனால் அதற்கு முன்னால் வேறொரு சம்பவத்தைச் சொல்ல வேண்டும். என் நண்பரின் மகன் - அவன் எனக்கும் நண்பன் தான் - அங்கிள், தமிழ்ல எத்தனை ரைட்டர்ஸ் இருப்பிங்க என்று கேட்டான். வாஸ்தவத்தில் அவன் என்னைக் கேட்ட கேள்விகளையெல்லாம் மறந்து விடாமல் தொகுத்திருந்தால் அராத்துவின் ஆழி கதைகளைப் போல் கேஷவின் கேள்விகள் என்று ஒரு புத்தகமே கொண்டு வந்திருப்பேன். தோன்றாமல் போயிற்று. அத்தனை கேள்விகள் கேட்டிருக்கிறான். அவனுடைய நண்பனும் அவனை மாதிரியேதான். அவன் ஒருமுறை கேட்டான்.

அங்கிள், எப்டி எழுதுவிங்க?

கம்ப்யூட்டர்ல எழுதுவேன்.

ம்ச. அதச் சொல்லல அங்கிள். எப்டி எழுதுவிங்கன்னு கேக்கறேன்.

ம்ம்ம். எப்டி எழுதுவிங்கன்னா? புரிலியே? கம்ப்யூட்டர்லதான் எழுதுவேன். வேணும்னா டைப் பண்ணுவேன்னு சொல்லலாம். பேப்பர்ல எழுதுனாதானே எழுதுறேன்னு சொல்லலாம்.

155

ம்ச. அதச் சொல்லல அங்கிள். எப்டி எழுதுவிங்கன்னா...
எப்டி எழுதுவிங்கன்னா... அதான். எப்டி எழுதுவிங்க?

அதேதான். கம்ப்...

ம்ச. அங்கிள். தோ பாருங்க. ஒரு ஸ்டோரிய எடுக்குறீங்க.

இல்ல, எடுக்கல. அதுவா வரும்.

ஆங். அதத்தான் கேக்குறேன். எப்டி வரும்? எங்கேர்ந்து வரும்?
அதுக்கு என்னா பண்ணுவீங்க?

இப்போ நீயே இருக்கெ. நீ ஒண்ணு ஏங்கிட்ட சொல்றெ.
அத எழுதுவேன்.

அப்போ அது ப்ளேஜியரிஸம்ல? (பயல் புத்திசாலி)

ஆமா.

அப்போ நீங்க ப்ளேஜியரிஸ்டா?

ஆமா.

போங்க அங்கிள். என்ன நீங்க லூசுன்னு நினைக்கிறீங்க. அம்மா
கேட்டா இப்டி பதில் சொல்லுவீங்களா?

மாட்டேன்.

ஏன்?

லேடீஸ்கிட்டேல்லாம் உண்மை பேச மாட்டேன்.

டேய் கேஷவ், என்னடா என் தலை உருள்றது?

இல்லம்மா, அங்கிள் என்னையும் உன்னையும் லூசுன்னு
சொல்றாரு.

அவர் அப்டி சொல்லலேன்னாதானே ஆச்சரியம்.

அதே கேஷவ்தான் கேட்டான், தமிழ்ல எத்தன ரைட்டர்ஸ்
இருப்பிங்க?

நம்ம மெட்றாஸ்ல எத்தன தெருநாய் இருக்கும்? அத்தன
ரைட்டர்ஸ்.

எதற்காகச் சொன்னேன் என்றால், நான் கடவுள் படத்தில் வரும் பிச்சைக்காரக் கூட்டத்தைப் போன்ற தமிழ் எழுத்தாளர் கூட்டத்தில் சிலர் புகுந்து அவர்கள் எழுதிய புத்தகங்களை இலவசமாகக் கொடுப்பது கூட அல்லாமல், விற்கவும் செய்கிறார்களாம். ராஸ லீலாவின் விலை 49 ரூ. பிச்சைக்காரக் கூட்டம் என்றால் என் சக எழுத்தாளர்களுக்கே என் மேல் கோபம் வருகிறது. அவர்களுக்கு வர வேண்டிய கோபம் சமூகத்தின் மீது. ஆனால் என் மீது கோபம் கொள்கிறார்கள். அடப் பைத்தியங்களா என்றுதான் வருந்த வேண்டியிருக்கிறது. அசோகமித்திரனின் வீட்டுக்கு எதிரே ஒரு சினிமாக்காரரின் வீடு இருக்கிறது. அசோகமித்திரனின் வீடு என்றா சொன்னேன்? அதுவே பெரிய தப்பு. அது அசோகமித்திரனின் மகன் வீடு. அசோகமித்திரன் வீடு அல்ல; அசோகமித்திரனுக்கென்று தனியாக வீடு இல்லை. வீடு இல்லாததால் புத்தகங்களும் இல்லை. அவரிடம் இருந்திருக்கக் கூடிய பெரிய நூலகமே இல்லை. அந்தப் புத்தகங்களையெல்லாம் எல்லா நண்பர்களிடமும் கொடுத்து விட்டார்.

மகன் வீட்டில் ஒரு சிறிய அறைதான் அவருடையது. அவரைத் தவிர இன்னொரு ஆள் உட்காரலாம். உங்கள் புத்தகங்களெல்லாம் எங்கே சார் என்று கேட்டபோது அவருக்கே உரிய கைப்புப் பார்வை இன்னும் சற்று கூட தன் முகத்தை நிதானமாக ஒரு அரை வட்டம் சுழற்றி "இந்த அறையில வச்சுக்க முடியுமா?" என்று கேட்டார். அவரே மீண்டும் "எல்லாம் குடுத்துட்டேன் அப்பொப்போ, ஃப்ரெண்ட்ஸ் கிட்டே" என்றார். அவர் மகன் என்ன கோடீஸ்வரரா? தி.நகரில் அப்படி ஒரு ஃப்ளாட் வைத்திருப்பதே பெரிய விஷயம். அசோகமித்திரனின் வீட்டெதிரே ஒரு சினிமாக்காரரின் வீடு என்று சொன்னதும் தப்புதான். இன்றைக்கு என்னவோ தப்புத் தப்பாக வருகிறது. அது வீடு அல்ல; அரண்மனை. ஷாஜஹான், அக்பர் போன்ற பேரரசர்களின் அரண்மனைதான் அப்படி இருந்திருக்கும். இதை எழுதும் போது எனக்கு பாப்லோ நெருதாவின் வீடுகள் ஞாபகம் வருகின்றன. மூன்று வீடுகள். அதெல்லாம் அரண்மனைகள் கூட இல்லை. பெரிய ம்யூசியம். 'அவர் இறந்த பிறகு அந்த

வீடுகளை அவர் நினைவாக மியூசியம் ஆக்கவில்லை' என்று சொன்னால் அது தவறு. அவர் வாழ்ந்த போதே அவர் வீடுகள் மியூசியம் போல்தான் இருந்தன. உலகில் உள்ள பெருந்தலைகள் எல்லாம் அவருக்குப் பரிசுப் பொருட்களைக் குவித்தார்கள். அதையெல்லாம் அவர் வீட்டில் வைத்தார். அதை மீண்டும் மீண்டும் வீடு என்றே சொல்கிறேன். தப்பு. ஒரு கடற்கரை. பாறைகள் சூழ்ந்த கடற்கரை. பாறைகளின் மேலே ஒரு கோட்டை. அந்தக் கோட்டைதான் பாப்லோவின் வீடு. புரிகிறதா?

எழுத்தாளன் என்றால் இப்படி சொகுசாக வாழ்ந்தால்தான் உண்டு, ஆடம்பர வாழ்வுதான் எழுத்தாளனுடையது என்று நான் சொல்வதாகப் புரிந்து கொள்ளாதீர்கள். ஜெனரல் பினோசெத் டாக்டர் அயெந்தேவைக் கவிழ்த்து விட்டு ஆட்சிக்கு வந்ததும் பாப்லோ நெருதாவை மருத்துவர்கள் மூலம் விஷம் கொடுத்துக் கொன்றான். பினோசெத் டாக்டர் அயெந்தேவைக் கொன்று ஆட்சிக்கு வந்தது 11 செப் 1973. பாப்லோ இறந்தது 23 செப்டம்பர். பன்னிரண்டே நாட்களில் விஷ ஊசி மூலம் சிறுகச் சிறுகக் கொல்லப்பட்டார் பாப்லோ. பிரேதப் பரிசோதனையில் அது கொலை என்று தெரியாத அளவுக்குச் சிறுகச் சிறுக விஷம் செலுத்தப்பட்டது பினோசெத்தின் வீழ்ச்சிக்குப் பிறகு தெரிய வந்தது.

இங்கே ஒரு முக்கியமான விஷயம். என் மீது பொறாமையும் காழ்ப்புணர்ச்சியும் கொண்ட சில கீழ்மக்கள் நான் எப்போதடா தப்பு செய்வேன் என்று ஒவ்வொரு வாக்கியமாகப் படித்து தப்பு செய்த இடத்தைக் கண்டு பிடித்து அதற்கு ஒரு பதினைந்து பக்கம் கட்டுரை எழுதி என்னைத் திட்டித் தீர்க்கிறார்கள். மேலே உள்ள பத்தியில் அப்படி ஒரு தப்பு உள்ளது. உடனே அதைச் சுட்டிக் காட்டி, நியுயார்க் டைம்ஸ் போன்ற பத்திரிகைகளிலிருந்து மேற்கோள்களை எடுத்து – எத்தனை பாடுபடுகிறார்கள் என்றால், 1973 வருடத்திய பத்திரிகைகளையெல்லாம் எடுத்துப் போட்டு, பினோசெத் டாக்டர் அயெந்தேவைக் கொல்லவில்லை, இந்த ஆள் பொய்

சொல்லுகிறான். இருங்கள், அவர்கள் எழுதும் பாணியிலேயே எழுதுகிறேன்.

சாரு நிவேதிதா என்று ஒரு சாக்கடை சென்னையில் ஓடிக் கொண்டிருக்கிறது. அது ஒரு பாதாள சாக்கடை என்று தெரியாமல் பல இளவட்டங்கள் அதில் பன்றிகளைப் போல் குளித்துக் கொண்டிருக்கின்றன. அந்த சாக்கடை ஒரு வடிகட்டின மூட ஜென்மம். அது அந்த முண்டத்துக்கே தெரியும். ஆனாலும் அதன் ரசிகக் குஞ்சுகள் அந்த சாக்கடையைத் தூக்கி வைத்துக் கொண்டு ஆடிக் கொண்டிருக்கின்றன. டாக்டர் அலண்டேயை பினோசெட் கொல்லவில்லை என்பது சிறுபிள்ளைக்கே தெரியும். ஆனால் இந்த மலப் பிண்டத்துக்கு, மட்டி முண்டத்துக்குத் தெரியவில்லை. டேய் நீயெல்லாம் ஒரு எழுத்தாளனாடா, கூகிளில் போய்ப் பார்த்தால் கூடத் தெரியுமே, இந்த முண்டத்துக்கெல்லாம் என்ன திமிர் தெரியுமா? கேட்டால் நான் ஞானி, நான் ரமணர் என்று சொல்லிக் கொண்டு அலைகிறது. டேய் நீ மலப்புழுடா. சரி, அந்தத் தெருநாய் எப்படிப் போனால் நமக்கென்ன? அது உளறிக் கொட்டி வைத்திருப்பதை மட்டும் பார்ப்போம். பினோசெத்தின் ராணுவம் மொனேடா மாளிகையைக் குண்டு வைத்துத் தகர்த்தபோது டாக்டர் அலண்டே தன் பிஸ்டலால் சுட்டுக் கொண்டார் என்பதுதான் வரலாறு. ஆனால் எழுத்தாளர் என்று சொல்லிக் கொள்ளும் இந்தப் பித்தலாட்டப் பேர்வழி டாக்டர் அலண்டேவை பினோசெட் கொன்றார் என்கிறான்.

இப்படிப் போகும் வசை கட்டுரை. இப்படி எழுதுபவர்களெல்லாம் ஐ.ஐ.டி.யில் கணிதப் பேராசிரியராக வேலை பார்ப்பவர்கள். மூன்று மாதத்துக்கு ஒருமுறை சர்வதேசக் கருத்தரங்குகளில் கணித ஆய்வுக் கட்டுரை சமர்ப்பிக்கும் அறிஞர்கள். சர்வதேசக் கணித ஆய்வுப் பத்திரிகைகளில் ஆய்வுக் கட்டுரைகள் எழுதுபவர்கள். ஆனால் உள்ளுக்குள் எப்படி இருக்கிறார்கள் என்று மேலே நீங்கள் தெரிந்து கொள்ளலாம். நீங்கள் ஹோலோகாஸ்ட் படங்கள் பார்த்திருக்கிறீர்களா? நாஜி அதிகாரி மின்சார ஒயரை யூதனின் பிறப்புறுப்பில் வைத்து வதை செய்வான்.

அப்போது பார்த்து அவனுக்கு வீட்டிலிருந்து போன் வரும். எடுத்துப் பேசுவான். மனைவி. சீக்கிரம் வந்து விடு ஹனி. குழந்தை உங்களிடம் பேச வேண்டும் என்கிறான்.

கொடு அன்பே. டார்லிங் பேபி. டாடி சீக்கிரமே வந்து விடுகிறேன். என்ன? கரடி பொம்மை வேண்டுமா? நிச்சயம் வாங்கி வருகிறேன் கண்ணே. சத்தமா? அது ஒன்றுமில்லை கண்ணே. இங்கே யாரோ எதற்கோ சத்தம் போடுகிறார்கள். அப்பாவுக்கு ஒன்றுமில்லை டார்லிங்.

அப்படித்தான் என்னைப் பற்றி மேலே உள்ளவாறு எழுதுபவர்களுக்கும் மனைவி இருப்பாள், அன்பான குழந்தை இருக்கும். எல்லாம் இருந்தும் சாரு நிவேதிதா என்ற பெயரைக் கேட்டவுடன் ட்ராகுலாவாக, சைக்கோவாக மாறி விடுகிறார்கள். சீலேயின் வரலாறு தெரிந்தவர்களுக்கு டாக்டர் அயெந்தே எப்படி இறந்தார் என்பது கூடவா தெரியாது? "பினோசெத் டாக்டர் அயெந்தேவைக் கொன்றபோது" என்றால் என்ன பொருள்? இதில் ஸ்பானியப் பெயர்களை சரியாக உச்சரிக்கக் கூடத் துப்பில்லை. அலண்டேவாம் அலண்டே. ஸ்பானிஷில் ட, ட்ட என்ற உச்சரிப்புகள் இல்லை என்பது கூட அந்தப் பேராசிரியர்களுக்குத் தெரியவில்லை. அதிபர் மாளிகையில் குண்டு போட்டாயிற்று. மேலே விமானப் படை மூலமாகவும் சுற்றி வளைத்தாயிற்று. அயெந்தே சரணடைய வேண்டும் என்பதே பினோசெத்தின் ஆசை. சே குவேராவின் கைகளில் விலங்கு மாட்டி தெருவில் இழுத்துப் போவது போல என்று கற்பனை செய்து கொள்ளுங்கள். அப்படித்தான் ஆசைப்பட்டான் பினோசெத். டாக்டர் அயெந்தேவுக்கு இருந்த புகழை அழிக்க நினைத்தான். அந்த மாமனிதனை சிறுமைப்படுத்த வேண்டும் என்று ஆசைப்பட்டான். அயெந்தே அதற்கு இடம் கொடுக்காமல் சுட்டுக் கொண்டார். உடனே இந்தத் தமிழ்க் குஞ்சுகளுக்குப் பொறுக்கவில்லை.

ஆ, சாரு தப்பு செய்து விட்டான். பிடி அவனை. எத்தனை சாக்கடை பாருங்கள். விஷயம் என்னவென்றால், என்னைத் திட்ட வேண்டும். நம் கூட இருந்தவன், ஒன்றுந் தெரியாதவன்,

சூத்திர நாய், கடைந்தெடுத்த முட்டாள் இவ்வளவு பெரிய ஆளாகி விட்டானே, நமக்கோ எல்லாமே தெரியும், ஐஐடி கோல்ட் மெடலிஸ்ட், ஏன் நாம் புகழ் அடையவில்லை? இந்த நினைப்பால்தான் சைக்கோ ஆகி விடுகிறார்கள். ஒருத்தர் அல்ல, பலர். ஆனால் நேரில் பார்த்தால் குழைகிற குழை இருக்கிறதே, நாய் தோற்றது போங்கள். இதனால்தான் உருப்படாமல் இருக்கிறீர்கள் என்கிறேன்.

ஒருத்தனைப் பிடிக்கவில்லையா? அதை அவன் முகத்துக்கு நேரே சொல். அதுதான் நீ புகழ் பெறுவதற்கு முதல் அடி. மீண்டும் சொல்கிறேன், ஐஐடி கோல்ட் மெடல் வாங்கினவர் எல்லாம் அந்த ஒரு தகுதியினாலேயே என்னோடு பேசி விட முடியாது. அவர்கள் உண்மையில் என் பேனாவுக்கு மை போடுவதற்குக் கூட லாயக்கு இல்லாதவர்கள்.

நேரில் பார்த்து விட்டுத்தான் சொல்கிறேன். நாகேஸ்வர ராவ் பூங்காவில் இப்படி ஒரு கோல்ட் மெடல் அலைகிறது. அவரை நான் பாதாள சாக்கடை எலி என்றே நினைப்பது வழக்கம். என் நண்பர் சந்தானத்திடம் அறிமுகம் செய்து கொண்ட போதே நான் கரக்பூர் ஐஐடி கோல்ட் மெடலிஸ்ட் என்றுதான் அறிமுகம் செய்து கொண்டது. அந்த ஜென்மம் தன்னை மனிதப் பிறவி என்றே தன்னைப் பற்றிச் சொல்லிக் கொள்ளக் கூடாது. உன்னை யார் என்று சந்தானம் கேட்டாரா? நீ எந்த மயிராக இருந்தால் எங்களுக்கு என்ன? அதோடு நிற்காது அந்த ஜென்மம். சந்தானத்திடம் நீங்க சார் என்கும். இவர் நான் சந்தானம் சார் என்பார். எங்கே வொர்க் பண்ணேள்? போஸ்டல் டிபார்ட்மெண்ட் சார் என்பார் சந்தானம். சந்தானத்திடம் அய்யங்கார் கொனஷ்டை கொஞ்சம் உண்டு. அதனால் போட்டு வாங்குவது அப்படி. பொதுவாக எங்கே வொர்க் பண்ணேள் என்று கேட்டால், போஸ்டல் டிபார்ட்மெண்ட்ல கிளார்க் சார் என்பார். ஏனென்றால், வெறுமனே போஸ்டல் டிபார்ட்மெண்ட் என்றால், அடுத்த கேள்வி வரும். அங்கே என்னவா இருந்தேள்? அந்தக் கேள்விக்கே இடம் கொடுக்காமல் வல்லீர் நீங்களே, நானேதான் ஆயிடுக என்ற கேஸ் அவர்.

அதனால் அவராகவே கிளார்க் என்று சொல்லி விடுவார். ஆனால் அந்த கோல்ட் மெடலிஸ்டிடம் அப்படிச் சொல்லாமல் கொக்கி போட்டு இழுத்தார். உடனடியாகப் பாய்ந்தது கோல்ட் மெடல். போஸ்டல்ல என்னவா இருந்தேள்? அதற்கு மேல் சந்தானம் கொட்டி விட்டார். வல்லீர் நீவிர். நான் ஆரெம்மெஸ் கிளார்க் சார். போஸ்டலை விட ஆரெம்மெஸ் மட்டம்.

ஒரு வீடு பார்க்கப் போனாராம் சந்தானம். எங்கே வொர்க் பண்றேள்?

போஸ்டல் டிபார்ட்மெண்ட் சார்.

போஸ்டல்னா என்ன போஸ்டல்? போஸ்டலா டெலகிராஃபா? ரெண்டு இருக்கோல்யோ?

(ஏனென்றால், P&T -இல் டெலிகிராஃப் உசத்தி. போஸ்டல் மட்டம். ஜெயமோகனுக்கு அதிலும் அதிர்ஷ்டம்தான். அவர் டெலகிராஃப். நான் போஸ்டல்!)

நான் போஸ்டல் சார்.

போஸ்டல்னா? அதுலே எது? வெறும் போஸ்டலா ஆரெம்மெஸ்ஸா? ஆரெம்மெஸ்ஸூன்னா கண்ட நேரத்துக்குப் போவேள், வருவேள். மத்யானம் ரெண்டு மணிக்கு ஆஃபீஸ் போய்ட்டு ராத்திரி பதினோரு மணிக்கு வருவேள். நான்தான் கேட்டை மூடணும். என்ன சொல்லுங்கோ? போஸ்டலா, ஆரெம்மெஸ்ஸா?

ஆரெம்மெஸ் சார்.

அப்போ கௌம்புங்கோ. நமஸ்காரம்.

கோல்ட் மெடல் ஒருநாள் ஏதோ புத்தகத்தைப் பற்றிப் பேசியது. அப்போது பதிலுக்கு ஏதோ ஒன்றைச் சொன்னார் சந்தானம். அவரும் அந்தப் புத்தகத்தைப் படித்திருந்தார். அப்போது கோல்ட் மெடல் சொன்னது. "வாட் சந்தானம், நீங்க அந்தப் புஸ்தகத்தைப் படிச்சிருக்கேளா? ஆச்சரியமான்னா இருக்கு. வெரி குட், வெரி குட்..."

இது பாராட்டா? அவமானமா? சந்தானம் உடனே சொல்லி விட்டார். இது பாராட்டு இல்லை சார். அவமானப்படுத்தறேன். ஒரு ஆரெம்மெஸ்காரப் பயல் எப்படிப் புஸ்தகம் படிக்கிறான். அட ஆச்சரியமான்னா இருக்கு!

இதே மனோபாவம்தான் நான் குறிப்பிட்ட ஐஐடி கோல்ட் மெடலிடமும் செயல்பட்டிருக்கிறது என்று நினைக்கிறேன். நான் ஒருத்தரைச் சொல்லவில்லை. பல பேர் இப்படி என்னைப் பற்றி எழுதிக் கொண்டிருக்கிறார்கள். எனவே நண்பர்களே, விஷயத்தை அதன் ஆழத்தில் புரிந்து கொள்ளுங்கள்.

சரி, நாம் ஆரம்பித்த இடத்துக்கு வருவோம். பாப்லோ நெரூதாவின் கோட்டைகள். மூன்று கோட்டைகள். அதில் உள்ள பரிசுப் பொருட்களுக்கு ஒரு உதாரணம் சொல்ல வேண்டுமானால், பாப்லோ பிக்காஸோ நெரூதாவுக்கென்றே பிரத்தியேகமாக ஒரு ஓவியத்தை வரைந்து அதில் நெரூதாவின் பெயரைப் போட்டு பரிசளித்திருக்கிறார். இப்படி நெரூதாவின் ஒவ்வொரு வீட்டிலும் குறைந்த பட்சம் ஒரு ஆயிரம் பரிசுப் பொருட்கள் உள்ளன. ஒரு வீட்டில் உலகில் முதல் முதலாகத் தயாரிக்கப்பட்ட நீராவி எஞ்சின் நின்று கொண்டிருக்கிறது. ஏதோ ஒரு தேசத்தின் அதிபர் பரிசளித்திருக்கிறார்.

நான் சொல்வதை கவனமாகப் பாருங்கள். சீலேயின் அதிபர் நெரூதாவைக் கொல்கிறார். பல அதிபர்கள் அவருக்குப் பரிசுப் பொருள் தருகிறார்கள். நெரூதா பல நாடுகளில் சீலேயின் தூதராக இருந்தவர். இங்கே தமிழ் எழுத்தாளர்களுக்கு அவ்விதமான அங்கீகாரம் இருக்கிறதா? என் எழுத்துக்களால் இந்த சமூகத்தில் ஒரு சிறு சலனமாவது ஏற்பட்டிருக்கிறதா? போயும் போயும் ஒரு நடிகர் மக்களைப் பார்த்து, "கோவிலுக்குச் செய்கிறீர்கள், அதை ஏழைகளின் படிப்புக்கும் செய்யலாமே?" என்று சொன்னால் உடனே தமிழகமே கொந்தளித்து எதிர்வினை ஆற்றுகிறது. அதைத்தான் சொல்கிறேன் அங்கீகாரம் என்று. அப்படிப்பட்ட இருபது ஸ்டேட்மெண்டுகளை நான் தினந்தோறும் சொல்லிக் கொண்டிருக்கிறேன். அப்படிப்பட்ட நாற்பது ஸ்டேட்மெண்டுகளை ஜெயமோகன் சொல்லிக்

கொண்டிருக்கிறார். எதற்குமே கவலையில்லை. காரணம், *writers don't exist.* ஆனால் நடிகர்கள் தும்மினால் செய்தி. இருமினால் செய்தி.

இரண்டு உதாரணங்கள் தருகிறேன். தியாகய்யருக்குப் பரிசுப் பொருட்களை அனுப்பி தஞ்சாவூர் சர்ஃபோஜி மகாராஜா தன் அரண்மனைக்கு வரவழைத்துத் தன்னைப் பற்றிப் பாடுமாறு கேட்டு தூதனை அனுப்பினார். தியாகய்யர் அதை மறுத்து விட்டார். சரி. என்னை இந்த நாட்டின் முதல் மந்திரிக்குத் தெரியுமா? தியாகய்யரின் பெருமை தெரிந்தவராக இருந்தார் சர்ஃபோஜி மகாராஜா. அதனால்தான் என்னைப் பற்றிப் பாடுங்கள், பரிசு தருகிறேன் என்றார். தமிழக முதல்வருக்கு என்னைத் தெரியுமா? ஏன், புத்தகங்கள் படிக்கின்ற, என்னைத் தெரிந்த ரஜினிக்கும் கமலுக்கும் முன்னாலே கூட நான் கைகட்டித்தானே ஐயா நிற்க வேண்டியிருக்கிறது? (நான் நிற்க மாட்டேன்; நிலைமையைச் சொல்கிறேன்.) தியாகய்யரிடம் சர்ஃபோஜி மகாராஜா பணிந்து வந்து கேட்டாரே? ஒரு புத்தக வெளியீட்டு நிகழ்ச்சியில் மேடையில் பத்து மூத்த எழுத்தாளர்கள் இருந்தோம். என்னை விடவும் மூத்தவரான சா. கந்தசாமியும் மேடையில் இருந்தார். அப்போது கூட்டத்துக்குத் தாமதமாக வந்த நடிகர் சிவகுமார் மேடை ஏறிய போது மேடையில் இருந்த அத்தனை மூத்த எழுத்தாளர்களும் சா. கந்தசாமி உட்பட அனைவரும் எழுந்து நின்றார்களே? தேசிய கீதமே சிவகுமார் வடிவத்தில் வந்ததா என்ன? நான் மட்டும்தான் அந்த மேடையில் எழுந்து கொள்ளாமல் அமர்ந்தே இருந்தேன். பார்க்கவே அசிங்கமாக இருந்திருக்கும்தான். ஆனாலும் நான் எழுந்து கொள்ளவில்லை. ஏனென்றால், அப்படி எழுந்து கொள்வதுதான் அவமானம்.

என் வீட்டுக்கு சிவகுமார் எத்தனையோ முறை வந்திருக்கிறார். அப்போது எழுந்து நின்று வரவேற்று மோர் கொடுப்பேன். அது வேறு விஷயம். ஒரு இலக்கிய மேடையில் யாராவது தாமதமாக வந்து மேடை ஏறினால் அதற்காக யாரும் எழுந்து நிற்பது வழக்கமே இல்லை. ஆனால் அன்றைய தினம் அப்படி

நடந்தது. நேராக சிவகுமார் என் அருகே வந்து கை கொடுத்த போது எழுந்து நின்று கை கொடுத்தேன். அவ்வளவுதான்.

இன்னொரு உதாரணம். அராத்து என்னைப் பற்றிய அவரது கருத்துக்களை ஒரு நீண்ட கட்டுரையாக ஃபேஸ்புக்கில் எழுதியிருந்தார். என்னைப் பற்றிய அந்தரங்கமான ஒரு வாழ்க்கை வரலாறு என்றால் அதைச் சொல்லலாம். அதற்கு ஒரு ஐம்பது பேர் விருப்பக் குறி போட்டு பத்து பேர் பகிர்ந்து இருந்தார்கள். சமீபத்தில் நண்பர் செல்வேந்திரன் இயக்குனர் மிஷ்கின் பற்றி ஒரு பதிவு எழுதியிருந்தார். ஆயிரத்துக்கும் மேல் விருப்பக் குறிகள். முன்னூறுக்கும் மேற்பட்ட பகிர்தல்கள். மிக நன்றாக ஒரு சிறுகதையைப் போல் எழுதியிருந்தார் செல்வேந்திரன், அது வேறு விஷயம். ஆனால் சினிமாக்காரர் என்றால் அத்தனை விருப்பக் குறிகள். எழுத்தாளன் என்றால், வெறும் அம்பது. இதுதான் நிலவரம். இதுதான் சூழல்.

இத்தனையையும் ஏன் சொன்னேன் என்றால், இப்போது இந்த அத்தியாயத்தின் முதல் வாக்கியத்தைப் பாருங்கள். இப்போது ஒரு வழக்கம் உண்டாகியிருக்கிறது. எழுத்தாளர்களின் நாவல்களை இணையத்தில் இலவசமாக உலவ விடுவது தவிர இப்போது அதை விற்கவும் ஆரம்பித்திருக்கிறார்கள். இது பற்றி கடைசிக் காலத்தில் பாலகுமாரன் பெரும் சாபமே விட்டிருக்கிறார். பாலாவின் மகன் சூர்யாவும் வயிறு எரிந்து எழுதியிருக்கிறார். பலராலும் பகிரப்பட்ட அந்தப் பதிவை நான் பகிரவில்லை. காரணம், சூர்யாவின் பதிவில் பல இலக்கணப் பிழைகள் இருந்தன. ரொம்பத் தப்பு.

எனக்குத் தெரிந்த பல எழுத்தாளர்கள் இது பற்றி வயிறெரிந்து எழுதியிருக்கிறார்கள். எனக்கும் பலர் கடிதம் எழுதினார்கள், ஏதாவது எழுதுங்கள் என்று சொல்லி. என்ன எழுதுவது? அறம் கதையில் வரும் எழுத்தாளனைப் போல் சாபம் விடலாம், அறம் பாடலாம். அதெல்லாம் இந்தக் கலிகாலத்தில் பலிக்குமோ? அப்படியே பலித்தாலும் நமக்கு அதனால் என்ன லாபம்? நான் இது பற்றியெல்லாம் எள்ளளவும் கவலைப்படுவதில்லை. ஏனென்றால், ராயல்டி என்று வரும் தொகையே இந்தியாவில்

ஒரு பிச்சைக்காரனின் மாத வருமானத்தை விடக் கம்மியாக இருக்கிறது. ஒரு பிச்சைக்காரனுக்கு இந்தியாவில் குறைந்த பட்சம் ஒரு நாளைக்கு ஐநூறு ரூபாய் கிடைக்கும். அந்த ஐநூறுமே அவனுக்கு மூலதனம்தான். ஏனென்றால், சாப்பாடு அம்மா உணவகத்தில் ஓசியில் கிடைத்து விடும். கொரோனா இல்லாத நாளாக இருந்தாலும் அஞ்சு ரூபாய்தானே ஒரு சாப்பாடு? ஆக, 500 X 30 = 15000. இது ஆகக் குறைந்த பட்சத் தொகை. ஆண்டு வருமானம்: 180000. தமிழின் ஒரு முன்னணி எழுத்தாளனான என்னுடைய ராயல்டி தொகையும் கிட்டத்தட்ட இவ்வளவுதான். இத்தனைக்கும் என்னுடைய அறுபது புத்தகங்கள் வெளிவந்துள்ளன. தெருவோரத்து லாண்ட்ரி கடையில் வேலை செய்யும் கூலித் தொழிலாளியின் சம்பளம் 20,000 ரூ. இந்த நிலையில் என்னுடைய புத்தகங்களை எவனோ ஒருவன் அல்லது பல திருடர்கள் இணையத்தில் பணத்துக்கு விற்று அவன் கோடீஸ்வரனாகப் போகிறானா என்ன?

இதில் பதிப்பகத்தின் நிலையைக் கேட்டால் அதிர்ச்சி அடைவீர்கள். ஒரு புத்தகம் போட்டால் கிடைக்கும் லாபம் எழுத்தாளருக்குக் கிடைக்கும் ராயல்டி தொகையை விடக் கம்மி. எல்லா லாபமும் புத்தக விற்பனையாளருக்குப் போய் விடுகிறது. விலையில் ஐம்பத்தைந்து சதவிகிதம் அவருக்குக் கொடுக்க வேண்டும். ஆகா, அப்படியானால் அவர் பெரிய கோடீஸ்வரர் ஆகியிருக்க வேண்டுமே என்றால், அவர் கதையும் பெரிய கதை. ஒவ்வொரு ஊராக தன் பிரதிநிதியை அனுப்பி புத்தகக் கடைக்காரரிடமிருந்து பணம் வசூலிக்க வேண்டும். அந்தப் பிரதிநிதி அந்த ஊரில் தங்க வேண்டும். பயணம் செய்ய வேண்டும். புத்தகங்களை வைக்க சரியான இடம் வேண்டும். இடத்தின் வாடகை. புத்தகங்களை திடீரென்று கரையான் அரித்து விடும். முதலுக்கே மோசம். மழை வந்தால் வெள்ளத்தில் சிக்கி விடும். லட்சக்கணக்கில் நட்டம். இப்படி பதிப்பாளரின் கதை, விற்பனையாளரின் கதையெல்லாம் ரொம்ப.

இதற்கெல்லாம் தீர்வே இல்லையா என்றால், பிரமாதமாக இருக்கிறது. புத்தகங்கள் நிறைய எண்ணிக்கையில் விற்க

வேண்டும். விற்றால் எல்லோருக்கும் லாபம் கிடைக்கும். அப்போது கவலைப்படுவேன், அடடா, நம் புத்தகங்களை எவனோ ஒரு திருட்டுப் பயல் காசுக்கு விற்கிறானே என்று. இங்கே நடப்பதோ பெட்டிக்கடை யாவாரம். இதில் எவன் விற்றால் எவனுக்கென்ன? இதில் பதிப்பகக்காரராவது நடவடிக்கை எடுக்கலாமே என்றால், அதுவும் வீண். ஏனென்றால், அவர்களுக்குக் கிடைக்கும் குறைந்த அளவு லாபத்தில் இந்த போலீஸ் கோர்ட் என்று வேறு அலைந்து கொண்டிருக்க முடியுமா?

எனவே யார் வேண்டுமானாலும் திருடிக் கொண்டு போகட்டும், கவலையில்லை என்ற மனநிலையில்தான் இருக்கிறேன்.

இன்னொரு விஷயம். டிக்ஷனரி ஆஃப் கஸார்ஸ் போன்ற மிக முக்கியமான நூல்களெல்லாம் தமிழ் மொழிபெயர்ப்பில் வந்துள்ள போதும் அது போன்ற வேறு பல புத்தகங்கள் தமிழில் வரவில்லை. காரணம், அந்தந்த எழுத்தாளர்களின் இலக்கிய முகவர்கள் சொல்லும் விலை தமிழ்ப் பதிப்பாளர்களால் நினைத்தும் பார்க்க முடியாதபடி இருக்கிறது. உதாரணமாக, ஒரு ஃப்ரெஞ்ச் எழுத்தாளரின் குறிப்பிட்ட நாவல் ஒன்று தமிழில் வர வேண்டும் என்று ஆசைப்பட்டேன். அவர் எனது நீண்ட நாள் நண்பர் என்பதால் அவரோடு அது பற்றிப் பேசினேன். அவரோடு பேசி முடித்த பிறகு பதிப்பாளரை அணுகலாம் என்பது என் எண்ணம். ஃப்ரெஞ்ச் எழுத்தாளர் சொன்னதைக் கேட்டு அந்த எண்ணத்தையே கை விட்டு விட்டேன். ஏனென்றால், நான் சொன்னது அவருக்குப் புரியவே இல்லை. அவர் சொன்னதை என் பதிப்பாளரிடம் சொன்னால் என்னைக் கொன்றே போடுவார்.

அந்த ஃப்ரெஞ்ச் எழுத்தாளர் சொன்னது, "புத்தகத்தைப் பதிப்பித்த பிறகு அது குறித்து உங்கள் நாட்டில் ஒரு *promotional tour* செய்ய வேண்டும்; அது பற்றியும் பதிப்பாளரிடம் பேசி விடுங்கள்."

நான் சொன்னேன், "அதெல்லாம் இங்கே கனவில் கூட நினைத்துப் பார்க்க முடியாத விஷயம். பிரதிகளே இங்கு ஆரம்பத்தில் இருநூறுதான் போடுவார்கள்."

அவரால் அதைப் புரிந்து கொள்ள முடியவில்லை. நம்மை வைத்துத் தமிழ்நாட்டுப் பதிப்பாளர் ஒருவர் கோடீஸ்வரர் ஆகப் பார்க்கிறார் என்றுதான் அவர் நினைத்திருப்பார். அப்படியே அந்த யோசனையைக் கைவிட்டு விட்டேன். இதனாலேயே பலப் பல ஐரோப்பிய எழுத்தாளர்களின் முக்கியமான நூல்களெல்லாம் தமிழில் வர முடியாமல் இருக்கின்றன. உதாரணமாக, தமிழ்நாடு பூராவும் கடந்த முப்பது ஆண்டுகளாக விவாதிக்கப்பட்டு வரும் மிலன் குந்தேரா ஏன் தமிழில் வரவில்லை என்றால் காரணம் இதுதான். லட்சக்கணக்கில் பணம் கேட்கிறார்கள்.

பணத்துக்கும் எனக்குமான உறவு பற்றி நான் பலமுறை எழுதியிருக்கிறேன். நாலாயிரம் வருட தமிழ் எழுத்தாளப் பாரம்பரியத்தில் முதல் முதலாகப் பணம் பற்றிய போராட்டத்தை ஆரம்பித்தவன் அடியேன்தான் என்பதை நான் இங்கே பெருமையாகச் சொல்லிக் கொள்கிறேன். தெருவில் நின்று கோஷம் போடும் போராட்டம் அல்ல. ஒருசில உதாரணங்களைத் தருகிறேன். அவர் ஒரு மலையாள இயக்குனர். தேசிய விருது பெற்றவர். அவர் படத்துக்கு என்னை வசனம் எழுதச் சொன்னார். பிரமாதமான கதை. வசனம் பத்து காட்சிகளுக்கு எழுதினேன். மகாபலிபுரத்தில் அறை போட்டுக் கொடுத்தார். சீனியர் என்பதால் மோகன் லாலே அவரிடம் ஆசிரியரிடம் பேசுவது போல்தான் பேசினார். பணம் பற்றிய பேச்சே இல்லை. நான் பணத்தை மதிப்பதில்லை. பணத்துக்கு என் வாழ்வில் முக்கியத்துவமே கொடுப்பதில்லை. அதை வைத்து யாரையும் எடை போட்டதும் இல்லை. சுருக்கமாகச் சொன்னால், பணம் என் சிந்தனையிலேயே இல்லை. அதற்காக, ஓட்டலில் சாப்பிட்டு விட்டு காசு கொடுக்காமல் வர முடியுமா? அதிலும் லௌகீக வாழ்வில் ஒழுங்கைத் தீவிரமாகக் கடைப்பிடிக்கும் நான்?

இயக்குனரிடம் பணம் பற்றிய பேச்செடுத்தேன். தட்டிக் கழித்தார். நேரடியாக எதுவும் சொல்லவில்லை. தருகிறேன் என்றும் சொல்லவில்லை. அவர் எடுத்த முந்தைய படம்

தேசிய விருது பெற்றிருந்ததால் அதற்கு வசனம் எழுதிய என் நண்பரை ஃபோனில் பிடித்துக் கேட்டேன். ஐயோ, அவரா? அவரிடமிருந்து நயாபைசா பெயராதே? எனக்கு ஒரு சல்லிக் காசு கொடுக்கவில்லை என்று கன்னாபின்னா என்று திட்டினார்.

நான் இயக்குனரிடம் இது லோ பட்ஜெட் படம் என்பதால் குறைந்த பட்ச ஊதியமாவது வேண்டும் என்று தீர்மானமான குரலில் சொன்னேன். அந்தக் குரலில் அவரிடம் அதுவரை யாரும் பேசியதில்லை போல. மறுநாளே கேரளா திரும்பிப் போய் விட்டார். நானும் சென்னை வந்து விட்டேன். படமும் வரவில்லை. நான் மட்டும் சமரசம் செய்து கொண்டு ஓசியில் எழுதிக் கொடுத்திருந்தால் அதுவும் தேசிய விருது பெற்றிருக்கும். நானும் நாலு படத்துக்கு எழுதி பணம் சம்பாதித்திருக்கலாம். செய்ய மாட்டேன். செய்யவே மாட்டேன். இது நடந்து பத்து வருடம் இருக்கும். முப்பத்தைந்து வருடம் இலவசமாக எழுதியாகி விட்டது. இனி நம் வாழ்வில் இலவசம் கிடையாது என்று முடிவெடுத்து விட்டேன்.

பத்து ஆண்டுகளுக்கு முன்பு விஜய் டிவி நீயா நானாவில் அடிக்கடி தோன்றிக் கொண்டிருந்தேன். அதில் எனக்கு ஒரு முழுநாள் வீணாகிக் கொண்டிருந்தது. ஐந்தாயிரம் கொடுங்கள் என்று கேட்டேன். கோபிநாத்துக்கு அப்போது லட்சங்களில் சம்பளம். விளம்பரங்களில் கோடி கோடியாய்க் கொட்டிக் கொண்டிருந்தது. உங்களுக்கு இலவச விளம்பரம் தருகிறோமே என்றார்கள். இலவச விளம்பரத்தால் எனக்கு என்ன லாபம்? என் புத்தகம் எதுவும் விற்கப் போகிறதா என்ன? தினந்தோறும் வந்தால் கூட புத்தகம் என்றால் வாங்க மாட்டார்கள். மேலும், அப்படி நீயா நானா மூலம் விளம்பரம் தேடி புத்தகம் விற்க வேண்டும் என்ற அவசியமும் எனக்கு இல்லை என்று நினைத்துக் கொண்டு ஐந்தாயிரம் இல்லை என்றால் நான் கலந்து கொள்வது சிரமம் என்றேன். நிகழ்ச்சியில் கலந்து கொண்ட பிறகு ஐந்தாயிரத்துக்கு அலைக்கழித்தார்கள். விகடனில் எழுதினேன். பணம் வந்தது. கூடவே பத்து ஆண்டுகளாக விஜய் டிவியில் என்னை 'ப்ளாக்' செய்து விட்டார்கள். ரொம்ப நல்லது.

விண் டிவியில் உலக சினிமாவை வாராவாரம் அறிமுகம் செய்து பேசிக் கொண்டிருந்தேன். அதற்காக நான் இரண்டரை தினங்கள் செலவு செய்தேன். இரண்டு நாள் படிப்பு, திரைப்படம் பார்த்தல். அரை நாள் படப்படிப்பு. சில சமயம் இது முழுப் பகலும் நீளும். சுமார் இருபத்தைந்து வாரங்கள் சென்றன. நூறு வாரங்கள் செய்யலாம் என்பது என் எண்ணம். எனக்கு மிகவும் பிடித்திருந்தது. இருபத்தைந்து வாரங்கள் சென்று பணம் பற்றிப் பிரஸ்தாபித்தேன். ஐயோ என்றார்கள். முதலாளியிடம் பேசுகிறோம் என்றார்கள். பணம் பற்றி யாரும் கேள்விப்பட்டதே இல்லை போல. அப்படியானால் உங்கள் டிவி நிலையத்தில் தினந்தோறும் ஒரு ஆயா பெருக்கித் துடைக்கிறார்களே அவர்களும் இலவசமாகத்தான் செய்கிறார்களா என்று கேட்டேன்.

சரி, எவ்வளவு எதிர்பார்க்கிறீர்கள் என்று கேட்டார்கள். இருபத்தைந்தாயிரம் என்றேன். எதிராளிக்கு ஹார்ட் அட்டாக் வந்திருக்கும் என்று நினைக்கிறேன். மறுவாரமும் பேச்சு வார்த்தை நடந்தது. அவ்வளவு இயலாது என்றார்கள். சரி, ஐயாயிரம் என்றேன். கேட்டுப் பார்க்கிறோம். பணம் பற்றித் தெரியும் வரை படப்பிடிப்பு வேண்டாம் என்று சொல்லி விட்டேன். கடைசியில் ஐநூறு ரூபாய் தருகிறேன் என்றார்கள். நன்றி என்று கடையை மூடி விட்டேன். என்னுடைய இந்த நிகழ்ச்சிக்கு உலகம் பூராவும் பார்வையாளர்கள் இருந்தார்கள்.

இன்னொரு மிகப் பிரபலமான தொலைக்காட்சியில் காலை ஏழு மணிக்கு செய்தி அலசல் நிகழ்ச்சி செய்ய அழைத்தார்கள். ஒரு நாள் அல்ல; ஒரு மாதம். என் வீட்டிலிருந்து ஒரு மணி தூரத்தில் உள்ளது அந்த அலுவலகம். ஏழு மணி என்றால், அங்கே ஆறு மணிக்கே போய்ச் சேர்ந்திருக்க வேண்டும். அப்போதுதான் அன்றைய செய்தித்தாள்களைப் புரட்டியிருக்க முடியும். வீட்டிலிருந்து ஐந்துக்குக் கிளம்ப வேண்டும். அப்படியானால் நாலு மணிக்கு எழுந்து கொள்ள வேண்டும். ஏழிலிருந்து ஏழரை நிகழ்ச்சி. வீட்டுக்கு ஒன்பது மணிக்கு வரலாம். கிட்டத்தட்ட ஒரு அலுவலகப் பணிதான். எவ்வளவு

சம்பளம் என்று கேட்டதும் எதிராளி மயக்கம் போட்டு விழுந்து விட்டார். என்னது சம்பளமா, சா...................ர் என்றார். ஏனென்றால், இதையெல்லாம் இலவசமாகத்தான் செய்து தருகிறார்கள் போல. அடக் கேடுகெட்ட மண்டைங்களா, ஒரு செக்ஸ் ஓர்க்கரை விட மட்டமாக நடத்துகிறீர்களோடா என்று நினைத்துக் கொண்டு ஆளை விடுங்கள் என்று சொல்லி விட்டேன்.

உங்கள் எல்லோருக்கும் இதெல்லாம் ஆச்சரியமாக இருக்கும். ஆனால் அவர்களெல்லாம் யார் தெரியுமா? இப்படி ஆச்சரியப்படும் நாமேதான். உதாரணமாக, மாயா இலக்கிய வட்டத்தில் ஒரு வாரம் பேசினேன். குறுநாவல் பற்றி. அவர்கள் என் நண்பர்கள். குடும்பம் மாதிரி. நெருக்கமான நண்பர்கள். ஒரு வாரம் குறுநாவல்கள் குறித்துப் பேசினேன். ஆனால் இன்னொரு வாரமும் பேசலாம் என்று தோன்றியது. அத்தனை பேர் கலந்து கொண்டார்கள். மிகவும் உற்சாகமாக இருந்தது. கலந்து கொண்டவர்களுக்கும்தான். கொரோனா காலம் இல்லையா? தனிமையில் இருப்பதும் ஒரு காரணம். ஒன்றரை நாள் பரீட்சைக்குப் படிப்பது போல் படிக்க வேண்டியிருந்தது. வீட்டு எடுபிடி வேலையையும் நிறுத்தி விட்டேன். எல்லாவற்றையும் அவந்திகாவேதான் செய்தாள். ஒன்றரை நாள் இருந்த இடத்தை விட்டு நகரவில்லை. அடுத்த வாரம், நானாகவேதான் பேசினேன். முந்தின வாரத்தை விட அதிகமாகப் படித்தேன். படம் பார்த்தேன். சுமார் இருபது மணி நேரத் தயாரிப்பு. மூன்று மணி நேரம் பேச்சு, உரையாடல் எல்லாம். திடீரென்று இதற்கான ஊதியம் என்ற நினைவு வந்தது. நூறு பேர் கலந்து கொண்டார்கள். கட்டணப் பேச்செல்லாம் இல்லை. இருந்தாலும் நூறு பேருக்குமா பொருளாதாரம் பற்றிய நினைப்பே எழாது?

இலக்கிய வட்ட நண்பர்கள் கூட்டத்தை ஏற்பாடு செய்தார்கள். அவர்களால் பணத்துக்கும் ஏற்பாடு செய்ய முடியாது. மேலும், இதெல்லாம் பணத்துக்காக செய்யும் வேலை இல்லையே? எல்லாமே இலக்கியச் செயல்பாடுகள். அதனால் நான் யாரையும் எதையும் குறையாகச் சொல்லவில்லை. இனியும

இதுபோல் மாதம் ஒருமுறை ஸூம் மூலம் பேச வேண்டும் என்றுதான் என் விருப்பமாக இருக்கிறது. ஆனால் ஊதியம் என்று ஒன்று வேண்டுமே என்றும் தோன்றுகிறது. அது தவறு இல்லை என்று ஒத்துக் கொள்வீர்கள் என்றே நினைக்கிறேன். பின்னர் அன்றைய தினமே அராத்து இந்தப் பண விஷயம் பற்றி ஃபேஸ்புக்கில் ஒரு சிறு குறிப்பை எழுதினார். அதை நான் என் பக்கத்தில் பகிர்ந்திருந்தேன். உடனடியாக மூன்று நண்பர்கள் பணம் அனுப்பினார்கள். மூவருமே ஸூம் சந்திப்பில் கலந்து கொண்டவர்கள்.

அமெரிக்க வாசகர்களுக்காகவும் மாதம் ஒரு ஸூம் சந்திப்பை ஏற்பாடு செய்யலாம். காலை ஆறு மணி முதல் ஒன்பது மணி வரை பேசலாம். கட்டண உரை அல்ல. விருப்பப்பட்டவர்கள் எனக்குப் பணம் அனுப்பி வைக்கலாம். அவ்வளவுதான். இன்னொன்று, பணம் ஒரு அடிப்படையான விஷயமும் அல்ல. அதற்கு நாம் அதிக முக்கியத்துவமும் தர வேண்டாம். ஆனால் அராத்து என்ன சொல்கிறார் என்றால், நூறு பேர் கலந்து கொண்டால் நூறு பேருமே பணத்துக்கு முக்கியத்துவம் தராமல் எழுந்து போய் விடுகிறார்களே என்பதுதான். இந்திய நேரம் காலை ஆறு மணியிலிருந்து ஒன்பது மணி பரவாயில்லையா? அப்போது அமெரிக்காவில் மாலையாக இருக்கும். இந்த மாதக் கடைசியில் ஒரு ஞாயிறு பார்க்கலாம். உங்கள் ஆலோசனை தேவை. இதில் ஏன் ஆர்வமாக இருக்கிறேன் என்றால், இந்த உரையாடல் எனக்கு மிகவும் பிடித்திருக்கிறது. உற்சாகமாக இருக்கிறது. எதைப் பற்றிப் பேசலாம் என்றும் உங்கள் கருத்துக்களை எழுதலாம். நானும் யோசிக்கிறேன். என் ஆர்வத்துக்கு இன்னொரு காரணம், மொத்தம் நூறு பேர்தான் ஸூமில் கலந்து கொள்ளலாமாம். ஆனால் இன்னும் ஒரு ஐம்பது பேர் கலந்து கொள்ள வந்திருக்கிறார்கள். நூறு பேர் ஏற்கனவே வந்து விட்டால் பலரால் நேரடியாகக் கலந்து கொள்ள இயலவில்லை. மறுநாள் யூட்யூபில் பார்த்திருக்கிறார்கள். இது ஒரு மிகப் பெரிய வெற்றி என்று நினைக்கிறேன். இதுதான் இன்னும் தொடர்ந்து ஸூமில் சந்திக்க ஆர்வம் கொண்டதற்குக் காரணம்.

ஏதோ ஓர் இடத்தில் என்னுடைய கேங் ஆஃப் ஃபோர் பற்றி எழுதினேன். துரதிர்ஷ்டம் என்னவென்றால், கேங் ஆஃப் ஃபோர் பற்றின வரலாற்று முக்கியத்துவம் என்னுடைய கேங் ஆஃப் ஃபோருக்கே தெரிந்திருக்குமா என்று தெரியவில்லை. அதுதான் என் நிலைமை. இன்னொரு நாள் சொல்கிறேன். இப்போது அந்த கேங் ஆஃப் ஃபோரில் ஒருவரான ஸ்ரீராம் என்னிடம் கேட்டார், சாரு, நான் உங்களுக்குப் பணமே கொடுத்ததில்லையே?

சரி, எனக்கு நான் என்ன கொடுத்துக் கொள்கிறேன்?

ம்ஹூம், புரியவில்லை.

எனக்கு நான் என்ன கொடுக்கிறேன்? என்ன கொடுப்பதால் உயிர் வாழ்கிறேன்?

ஓ, சுவாசம்.

அப்படித்தான் நீங்கள். சுவாசமாக இருப்பவர்கள் அதை மட்டும் கொடுத்தால் போதும். பணம் வேண்டாம்.

தாயே புவி, சுவாசம் அளவுக்கு முக்கியம் எரிபொருள். அன்னம். அவந்திகாவுக்கு அடுத்தபடி நீங்கள்தான் என் அன்னபூரணி. அதனால் உங்கள் முக்கியத்துவம் என்றைக்கும் அப்படியே நிலைக்கும்.

15.5.2020.

22

மது விற்பனைக்குத் தடை கோரி சென்னை உயர்நீதி மன்றத்தில் வெற்றியும் பெற்ற ஃபாஸிஸ்டுகள் இப்போது நாக்கைப் பிடுங்கிக் கொண்டு சாவார்களா? உச்சநீதி மன்றம் டாஸ்மாக் கடைகளைத் திறக்கலாம் என்று சொல்லி விட்டது. எங்கேயாவது ஒரு நாகரீகமான சமூகத்தில் மதுக்கடைகளை மூடச் சொல்லி நீதிமன்றத்தில் தடை வாங்குவார்களா? இதைச் செய்தவர்களில் ஒருவர் சினிமா உலகில் புத்திஜீவி என்று கருதப்படும் கமல்ஹாசன். அதற்கு அவர்கள் சொன்ன காரணம், கொரோனா ஊரடங்கு காலத்தில் கடையில் குடிகாரர்களெல்லாம் கூட்டமாகக் கூடுகிறார்கள் என்பது. ஊரடங்கு காலத்தில் தமிழ்நாட்டில் எந்த இடத்தில்தான் கூட்டம் இல்லை? கோவில் திருவிழாக்கள் வழக்கம் போல் நடந்தன. காய்கறிக் கடைகளில் தேர்த் திருவிழா போல் கூட்டம். அங்கெல்லாம் கூட்டமாக இருக்கிறது என்று நீதிமன்றத்தின் மூலம் நிறுத்துவார்களா? மது என்பதை ஒழுக்கம் சம்பந்தப்பட்டதாகப் பார்க்கும் மனநோய் தமிழ்ச் சமூகத்தில் நிலவுகிறது. அதனால் மது அருந்தும் பழக்கம் உள்ள கமல்ஹாசனே டாஸ்மாக்குக்கு எதிராக நீதிமன்றத்தை நாடியிருக்கிறார். உயர்நீதி மன்றமும்

வெகுஜன மனோபாவத்துக்கு ஏற்ப கடைகளை மூடித் தீர்ப்பு சொல்லி விட்டது. அவர்களுக்கே தெரிந்திருக்கும், இது உச்சநீதிமன்றத்தில் செல்லாது என்று.

அதிகாரப் பரவல் பற்றி கடற்கரை சிறுகதை பற்றிய என்னுடைய உரையில் குறிப்பிட்டிருக்கிறேன். மைய அரசு மாநிலங்களுக்கு அதிகாரத்தைப் பகிர்ந்தளிக்க வேண்டும் என்று சொல்லி பின்நவீனத்துவக் கோட்பாட்டுக்கும் இதற்குமான தொடர்பு பற்றி விளக்கினேன். ஆனால் தமிழ்நாட்டுக்கு மைய அரசு கூடுதல் அதிகாரத்தைக் கொடுத்தால், இப்போது உச்சநீதி மன்றம் செய்ததைப் போல் நியாயத்தை நிலைநாட்டி இருக்க முடியாது. தமிழ்நாடும் ஒரு தாலிபான் அரசாக மாறிப் போயிருக்கும்.

மதுபானத்துக்குத் தடை கோரினால் நாளை மாட்டுக்கறிக்கும் ஒருவர் தடை கோரலாம்; பூண்டு வெங்காயம் சாப்பிடக் கூடாது என்று ஒருவர் தடை கோரலாம்; ஒருவர் சிகரெட்டுக்குத் தடை கோருவார்; எனவே உடல்நலத்துக்குக் கேடு என்று சொல்லி மதுவுக்குத் தடை கோருவதெல்லாம் கடைந்தெடுத்த ஃபாஸிஸம். என்ன செய்யலாம் என்றால், மற்ற மாநிலங்களில் கொடுப்பது போல் நல்ல மதுவை, கலப்படம் செய்யாத மதுவை விற்கலாம். பொதுவாகவே தமிழ்நாட்டில் மது அருந்தாதவர்களின் அராஜகம் தாங்க முடியாததாக இருக்கிறது. நீங்கள் குடிக்கா விட்டால் அது உங்கள் விருப்பம். மற்றவனைக் குடிக்கக் கூடாது என்று சொல்ல உங்களுக்கு என்ன உரிமை இருக்கிறது? அது அடுத்தவனின் சுதந்திரத்தில் அத்துமீறும் செயல் என்பது கூடவா உங்களுக்குத் தெரியவில்லை?

நான் பலமுறை கூறியது போல, ஃபாஸிஸத்தின் முக்கியக் கூறு, *survival of the fittest.* அந்த வகையில் இந்தியாவில் வாழத் தகுதியானவர்கள் மாதச் சம்பளம் வாங்கும் நடுத்தர வர்க்கமும், சம்பளம் பற்றியே கவலையில்லாத மேட்டுக்குடியும்தான். அவர்கள்தான் தொடர்ந்து ஊரடங்கை ஆதரித்துக் கொண்டிருக்கிறார்கள். ஊரடங்கைத் தவிர

கொரோனாவிலிருந்து தப்பிக்க வேறு வழியில்லை என்பது எல்லோரும் ஒத்துக் கொள்ளக் கூடியதுதான். ஆனால் அன்றாடங்காய்ச்சிகள் தங்கள் வயிற்றுப்பாட்டுக்கு என்ன பண்ணுவார்கள்? தில்லி போன்ற பெருநகரங்களில் வாழும் தினக்கூலிகள் ஆயிரக்கணக்கான கிலோமீட்டர் தூரத்தில் இருக்கும் தங்கள் கிராமங்களுக்கு நடைப் பயணமாகவும், சைக்கிள் ரிக்ஷாவிலும் செல்ல ஆரம்பித்தார்கள். ஒரு முதிய பெண்மணி தன் நாயை தன் தலைச்சுமையின் மேலே நிற்க வைத்துக் கொண்டு செல்கிறாள். கால் விளங்காதவர்களைத் தங்கள் தோளில் தூக்கிக் கொண்டு செல்கிறார்கள் உற்றார் உறவினர். சிறு குழந்தைகளும் தங்கள் அப்பனின் தோளில் உட்கார்ந்திருக்கின்றன. மாட்டு வண்டியில் ஒரு மாட்டை விற்று விட்டதால் அந்த மாட்டுக்குப் பதிலாக ஒரு ஆள் தன் குடும்பத்தையும் சாமான் சட்டிகளையும் இழுத்துக்கொண்டு போகிறான். 45 டிகிரி செல்ஷியஸில் காயும் கடுமையான கோடை வேறு. பலருடைய கால்கள் செருப்பு கூட இல்லாமல் தோலெல்லாம் வெடித்துப் பாளம் பாளமாகிக் கிடக்கின்றன. பார்க்கவே சகிக்கவில்லை. விளிம்புநிலை மக்கள் யாருமே ஊரடங்கின்போது பட்டினி கிடக்கவில்லை என்கிறார் மந்திரி. நகரத்திலிருந்து தங்கள் கிராமத்துக்கு லாரியில் சென்ற ஒரு கூட்டம் பிணமாகவும் அரை உயிருடனும் சாலையோரத்தில் சிதறிக் கிடக்கிறது. சாலை விபத்தில் லாரி கவிழ்ந்து விட்டது. கம்யூனிஸ்ட் எழுத்தாளர்களின் கதைகளில் வருவது போல் நிஜமாகவே ஒரு குழந்தை தன் பிணமான அம்மாவின் அருகே அழுதபடி தவழ்ந்து சென்று கொண்டிருக்கிறது. அது ஒரு காணொலி. அந்த நெடுஞ்சாலையில் இந்த விபத்தைப் பொருட்படுத்தாமல் வாகனங்கள் பறந்து கொண்டிருக்கின்றன. இரண்டு கோடி மக்கள் தொகையுள்ள தில்லியில் தினக்கூலிகள் இருபத்தைந்து லட்சம் பேர் இருப்பார்கள். இதில் கிராமத்துக்குச் செல்ல முடிவெடுத்தவர்கள் பத்து லட்சம் இருக்கும். அவர்களின் கதிதான் மேலே விவரித்தது. இதுபோல் இந்தியா எங்கும் இருக்கும் நகரங்களிலிருந்து 500 கி.மீ., 1000 கி.மீ. தூரத்தில் இருக்கும் தங்கள் கிராமங்களுக்குக் கிளம்பினார்கள் விளிம்புநிலை மக்கள்.

தென்னிந்தியா மட்டுமே விதிவிலக்காக நின்றது. குறிப்பாக தமிழகமும் கேரளமும். தமிழ்நாட்டில் அம்மா உணவகங்களில் உணவு இலவசம். எல்லோருக்கும். ரேஷன் கடைகளில் அரிசி பருப்பு சீனி எல்லாம் இலவசம். அதனால் இங்கே இருக்கும் வட இந்தியக் கூலித் தொழிலாளிகள் சொந்த ஊர் கிளம்பவில்லை. அப்படிக் கிளம்பியிருந்தால் அவர்கள் மரணத்தை மட்டுமே சந்தித்திருக்க முடியும். இங்கே இருந்து சத்தீஸ்கரும் பீஹாரும் அஸ்ஸாமும் கிட்டத்திலா இருக்கின்றன? சென்னையிலிருந்து அஸ்ஸாம் கிட்டத்தட்ட 3000 கி.மீ.

பல ஆண்டுகளுக்கு முன்னரே எழுதினேன், தமிழ்நாட்டு அரசியல்வாதிகள் வடக்கு வாழ்கிறது, தெற்கு தேய்கிறது என்று சொல்வது பொய் என்று. ஒடிஸாவின் தலைநகரைப் பார்த்தால் நம் கடலூர் விழுப்புரம் மாதிரி இருக்கிறது. சாலையெங்கும் ஒரே குண்டும் குழியுமாகக் கிடக்கிறது. டவுன் பஸ்களைப் பார்த்தால் அதை காயலான்கடைக்காரன் கூட வாங்க அஞ்சுவான். அப்படி இருக்கிறது. நான் மிகவும் அதிர்ச்சி அடைந்து "சுதந்திரம் வாங்கிய பிற்பாடு இங்கே அரசாங்கம் என்று ஏதாவது நடந்ததா?" என்று கேட்டேன். ஒடிஸாவே இப்படி என்றால், சத்தீஸ்கர் பிஹார் போன்ற மாநிலங்களைப் பற்றிக் கேட்கவே வேண்டாம்.

நகரத்தையும் நகர மாந்தரையும் பேணிப் பராமரித்துக் கொண்டிருந்த விளிம்புநிலை மக்களை நகரம் கை விட்டு விட்டது. மோடிக்கு எதைப் பற்றியும் கவலை இல்லை. தேவ கௌடாவை விட தத்தி. கௌடாவாவது வெறுமனே தூங்கிக் கொண்டுதான் இருந்தார். ஆனால் இதுவோ அபாயகரமான தத்தியாக இருக்கிறது.

இவர்களெல்லாம் சொந்த ஊர் போய்ச் சேர பேருந்துகளையோ ரயில்களையோ தந்து உதவக் கூடாதா? தேசத்தில் மனசாட்சி உள்ள அதிகாரிகளே இல்லையா? புராணங்களிலும் ஆதிகால வரலாறுகளிலும் காவியங்களிலும் வரும் exodus மாதிரிதான் இருந்தது விளிம்புநிலை மக்களின் இந்தத் துயரமான நடைப் பயணம்.

23

டியர் சார்,

பூச்சி கட்டுரைகள் தொடர்ந்து வாசித்து வருகிறேன். மிகவும் அற்புதமான விஷயங்களை, உலக இலக்கியம் முதல் சினிமா வரை தெரிந்து கொள்கிறேன். மிக்க நன்றி.

மதுக்கடைகள் திறப்பது பற்றி, பூச்சி தொடரில் நீங்கள் கூறியது குறித்து:

நேற்று மதுக் கடைகள் மீண்டும் திறக்கப்பட்டன. எனது தூரத்து சொந்தக்காரர், அவருக்கு இரண்டு பிள்ளைகள். தூக்கு மாட்டி இறந்து விட்டார். காரணம் நீண்ட நாட்களாக, அவருடைய நெருங்கிய சொந்தங்களுடன் பிரச்சினை. நீண்ட நாள் பிரச்சினைக்கு நேற்று தற்கொலை செய்து கொள்ள காரணம், நேற்று எளிதில் கிடைத்த மது என்பதை சொல்ல வேண்டியதில்லை.

தற்கொலைக்கு, பிரச்சினைதான் காரணம் என்றால், கடை பூட்டிக் கிடந்த, இத்தனை நாட்களில் அவர் செய்யவில்லை. நேற்று செய்து கொண்டார்.

என் நண்பனின் தம்பி, நேற்று தண்ணிய போட்டு பண்ணிய வம்புச் சண்டையில், நண்பன் தன் குழந்தை மனைவியோடு வேறு வீட்டுக்கு சென்று விட்டான்.

பக்கத்து வீட்டில், மனைவியை அடித்து அந்தம்மா வாயெல்லாம் ரத்தம். இது எல்லாம் கடை திறக்காததற்கு முன் நடக்கவில்லை என்பதை நினைவு படுத்துகிறேன். என் கண்ணுக்குத் தெரிந்து இதெல்லாம்.

நேற்று மட்டும் எத்தனை மனைவிகள் அடி, உதை வாங்கி, வீங்கிய முகத்துடன் இன்றைய நாளை தொடங்கினார்கள்; தாய் தந்தை சண்டையால் எத்தனை குழந்தைகள் முந்தைய இரவு சாப்பிடாமல் உறங்கினர்; காலை அப்பன் முகத்தைப் பார்க்க பயந்து கொண்டு விலகி நிற்கும் குழந்தைகள் எத்தனை என்ற கணக்கு எண்ணிக்கையில் அடங்காதது.

இவர்கள் எல்லாம் கடை மூடியிருந்த நாட்களில் மூடிக் கொண்டு இருந்தவர்கள்தான்.

சார், மாலை ஆறு மணிக்கு மேல் சாலையில் நடமாட முடியவில்லை. சாலையில் குடிகாரர்களால் அவ்வளவு தொல்லை. எத்தனை சண்டைகள். சும்மா நடந்து போய்விட்டு வர முடியாத அளவில் இருக்கிறது. குடிக்காத ஒரு மனிதன், மாலைக்கு மேல் வெளியே செல்ல முடியாது என்ற நிலைதான் இங்கே.

மதுக்கடைகள் திறப்பது தொடர்பான உங்கள் கருத்தில் மட்டும் உடன்பாடு வரவில்லை.

மிக்க நன்றி,
அன்புடன்,
R. சங்கர், திருச்சி

டியர் சங்கர்,

உங்கள் கடிதத்தில் எழுதியிருந்தது போல் ஒரு ஐநூறு பக்கத்துக்கான ஒரு சோக மடலை என்னால் எழுத முடியும். என் வீட்டில் வேலை செய்து கொண்டிருந்த ஒரு

பணிப்பெண்ணின் கதை அது. அந்த ஆள் அந்தப் பெண்ணை எங்கள் வீட்டு வாசலிலேயே இழுத்துப் போட்டு அடிப்பான். வீங்காத முகத்துடன் அந்தப் பெண் வராத நாளே கிடையாது. முப்பத்தைந்து வயதிலேயே ஈரல் பழுதாகி செத்து விட்டாள். இப்போது அந்தப் பெண் நன்றாக இருக்கிறார். அதேபோல் எங்கள் தெருவில் இருந்த இஸ்திரிக்காரன். அவன் மேலே சொன்ன பயலுக்குக் குடி சகா. அவனும் கிட்னி பழுதாகி முப்பத்தைந்தில் செத்து விட்டான்.

இதற்கெல்லாம் தீர்வு மதுக்கடைகளை மூடுவது அல்ல. விளிம்புநிலை ஆண்களெல்லாம் இப்படிக் குடித்துச் சாகிறார்கள் என்பதற்காக குடியைப் பொழுதுபோக்காகவும், குடியை என் உணவுப் பொருளாகவும், குடியை என் மன மகிழ்ச்சிக்காகவும், குடியை என் கொண்டாட்டத்துக்காகவும், குடியை என் கலாச்சார அடையாளத்துக்காகவும், குடியை என் உடல் மற்றும் மன ஆரோக்கியத்துக்காகவும் வைத்திருக்கின்ற நான் ஏன் குடிக்காமல் இருக்க வேண்டும்? என் உணவுப் பொருளில் ஒன்றாக இருக்கும் மது, விளிம்பு நிலை ஆண்கள் செய்யும் முரட்டுக் காரியங்களால் எனக்கு ஏன் மறுக்கப்பட வேண்டும்? உணவு என் அடிப்படை உரிமை அல்லவா?

மேலும், இது குறித்து உங்கள் கருத்துக்களை நான் மாற்ற விரும்பவில்லை. அது முடியவும் முடியாது. ஆனால் மிகத் தெளிவாக உங்கள் கருத்தின் எல்லையை மீறி என்னால் பார்க்க முடிகிறது. என் நியாயத்தை மட்டுமே பலர் முன்னிலையிலும் வைக்க விரும்புகிறேன். இது குறித்தெல்லாம் நான் பல்வேறு கட்டுரைகளில் பல்வேறு சமயங்களில் எழுதியாகி விட்டது. இப்போது நான் செய்வது என்னவென்றால், முன்பு எழுதியதையே ஒரு மீள்பார்வையாக உங்களுக்கெல்லாம் அளிப்பதுதான்.

உலகில் ஒருசில நாடுகளைத் தவிர வேறு எல்லா நாடுகளிலும் எல்லா சமூகங்களிலும் குடிக்கிறார்கள். ஏன், நமது பக்கத்து மாநிலங்களான கேரளத்திலும் கர்னாடகாவிலும் பாண்டிச்சேரியிலும் குடிக்கிறார்கள். அங்கெல்லாம் நீங்கள்

குறிப்பிடும் பிரச்சினைகள் எதுவும் இல்லையே, ஏன்? பெண்கள் இரவு எட்டு மணிக்கு மேல் தனியாக வந்தால் பாலியல் பலாத்காரத்துக்கு உள்ளாகிறார்கள் என்பதால் பெண்கள் யாரும் எட்டு மணிக்கு மேல் வெளியே வர வேண்டாம் என்று சட்டம் போட முடியுமா?

நீங்கள் குறிப்பிடும் பிரச்சினைக்கு இரண்டு காரணங்கள் உள்ளன: ஒன்று, தரமற்ற மது. இரண்டாவது, ஆணாதிக்கம். தமிழ்நாட்டில் விற்கப்படும் மது கலப்படம் செய்யப்பட்டது. அதைக் குடிக்கும் யாருக்குமே உடம்பு முறுக்கேறுகிறது; யாரையாவது போட்டு உதைக்க வேண்டும் என்ற மூர்க்கம் உண்டாகிறது. குடித்துக் கொண்டிருந்த காலத்தில் இதை நான் சோதனை செய்தே பார்த்திருக்கிறேன். அப்போதெல்லாம் நான் ரெமி மார்ட்டின் என்ற ஃப்ரெஞ்ச் திராட்சை ரச மதுதான் அருந்துவேன். டாஸ்மாக் மதுவை விட பத்து மடங்கு விலை அதிகம்.

ஒருநாள் டாஸ்மாக்கில் குடிப்பவன் மட்டும் ஏன் மிருகம் போல் ஆகிறான் என்று குடித்துப் பார்த்தேன். ஓல்ட் மாங்க் ரம். வீட்டுக்கு வந்ததும் ஏன் நீ ஒரு மாதிரி முரட்டுக் காளையைப் போல் ஆடுகிறாய் என்றாள் அவந்திகா. என்னம்மா சொல்கிறாய் என்றேன். உன் பாடி லேங்வேஜே ஒரு மாதிரி இருக்கே, மட்டமான எதையாவது குடிச்சியா, அப்படியெல்லாம் நீ குடிக்கிற ஆள் இல்லையே என்றாள்.

மறுநாள் முழுவதும் எழுந்து கொள்ள முடியாமல் முதுகுத் தண்டு வலி பிளந்து விட்டது. ஒரு நாளைக்கே அப்படி. தினமும் குடித்தால் இரண்டு ஆண்டுகள்தான் கெடு. அப்புறம்தான் அது பற்றி விசாரணை செய்த போது இங்கே உள்ள சாராய ஆலைகளில் அடக்க விலையைக் குறைப்பதற்காக கண்ட பொருட்களையும் போட்டுக் கலப்படம் செய்கிறார்கள் என்று அறிந்தேன். அந்தக் கலப்படப் பொருட்கள் யாவும் உயிருக்கே ஹானி விளைவிப்பவை. அந்த ஆலைகளின் முதலாளிகள் தமிழகத்தின் இரண்டு பிரதான கட்சிகளைச் சேர்ந்தவர்கள். ஆட்சியாளர்களின் பினாமிகளால் நடத்தப்படுபவை. எந்தக்

கட்சி ஆட்சிக்கு வந்தாலும் இந்த முதலாளிகளுக்கு ஒரு பைசா நஷ்டம் இல்லை. பத்து ஆலை இருக்கிறதென்றால், ஐந்து ஆளும் கட்சியினுடையது. ஐந்து எதிர்க் கட்சி. யோசியுங்கள். எந்தக் கட்சி ஆட்சிக்கு வந்தாலும் முதலாளிக்கு நஷ்டம் இல்லைதானே? இப்படி கோடீஸ்வரர்கள் கோடிகளைச் சுருட்டிக் கொண்டிருக்கும் போது நீங்களும் நானும் மதுக்கடைகளை மூடுவதா வேண்டாமா என்று வெட்டிப் பேச்சு பேசிக் கொண்டிருக்கிறோம். முதலில் கர்னாடகாவைப் போல் நல்ல மதுவைக் கொடுங்கள். பிறகு பாருங்கள், என்ன நடக்கிறது என்று.

நீங்கள் சொல்வதைப் பார்த்தால், தமிழர்கள் மட்டும்தான் ஏதோ நரகத்திலிருந்து குதித்தவர்கள் போல் அல்லவா ஆகிறது. இதே விளிம்புநிலை மனிதர்கள், இதே உழைக்கும் வர்க்கம்தானே கர்னாடகாவிலும் இருக்கிறார்கள்? அவர்கள் மட்டும் ஏன் பெண்டாட்டியை இழுத்துப் போட்டு அடிப்பதில்லை? நூற்றில் ஒன்று - ஏன், பத்து கூட நடக்கலாம். இங்கே நூற்றுக்கு நூறு நடக்கிறது. ஏன்? கலப்பட மது. இதோ பாண்டிச்சேரியைப் பாருங்கள். அது என்ன தனி மாநிலமா? வேறு இனமா? இதே தமிழர்கள்தானே? சென்னையிலிருந்து 150 கி.மீ. தூரம்தானே? அங்கே ஏன் இப்படியெல்லாம் நடப்பதில்லை? பாண்டிச்சேரியில் ஒரு தெருவில் பத்து கடைகள் இருந்தால் அதில் ஆறு கடைகள் மதுக் கடைகள். அப்படியிருந்தும் ஏன் இந்த அடிதடி அங்கே நடப்பதில்லை என்றால், அந்த மது தரமாக இருக்கிறது.

இன்னொரு காரணம், ஆணாதிக்கம். நீங்கள் மறுபடியும் அன்னையர் தினம் பற்றி நான் எழுதிய குறிப்புகளைப் படிக்க வேண்டும். குடிக்காத ஆண்கள் பெண்களை அன்பு என்ற பெயரில் என்னென்ன பாடு படுத்துகிறார்கள் தெரியுமா? சிறுகச் சிறுகக் கொலை செய்கிறார்கள். உலகம் பூராவும் அப்படித்தான் இருக்கிறது. கொரோனாவுக்கு முன்பு காலை, இரவு என்று இரண்டு வேளை சமைத்த பெண்கள் இப்போது எல்லோரும் வீட்டில் இருப்பதால் மூன்று வேளை சமைக்கிறார்கள்.

மேலும், இருநூறு ரூபாய் கொடுத்து மது வாங்குபவனை ஏதோ கிரிமினல் மாதிரி அரசும் சமூகமும் நடத்தினால் அவன் வீட்டுக்கு வந்து என்ன பண்ணுவான்? கனவான் மாதிரியா நடந்து கொள்வான்? மிருகம் மாதிரிதான் இருப்பான். கர்னாடகாவில் டிபார்ட்மெண்டல் ஸ்டோரிலேயே மதுபானம் வாங்க முடியும். மது விற்பனை என்பது அப்படி நாகரீகமானதாக மாற வேண்டும். அதுவும் ஒரு உணவுப் பொருள்தான் என்று அங்கீகரிக்கப்பட வேண்டும். நல்ல தரமான மது எல்லா இடங்களிலும் கிடைக்க வேண்டும். டாஸ்மாக்குகளை மூடி விட்டு மது விற்பனை தனியார்மயமாக வேண்டும். நல்ல நாகரீகமான பார்கள் வர வேண்டும். இஸ்லாமிய மலேஷியாவில் இரவு பன்னிரண்டு மணிக்குக் கூட பார்களும் பப்களும் திறந்திருக்கின்றன. அங்கே பார்களில், உணவகங்களில் ஹிஜாப் அணிந்த முஸ்லிம் பெண்கள்தான் மதுவை எடுத்து வந்து கொடுக்கிறார்கள். யாரும் எந்தத் தப்புத் தண்டாவும் பண்ணுவதில்லை.

மேலும், இங்கே சட்டம் கடுமையாக்கப்பட வேண்டும். மனைவி 100க்கு ஒரு போன் அடித்து கணவன் என்னை அடிக்கிறான் என்று புகார் செய்தால் இங்கே உள்ள பெண் போலீஸ¤ம் ஆண் போலீஸ¤மே சிரிப்பார்கள். முதலில் போலீஸ்காரர்களுக்குப் பயிற்சி கொடுக்க வேண்டும். குடித்து விட்டு வந்து பெண்களை அடிக்கும் ஆண்கள் என்ற பிரச்சினை மதுபானக் கடைகளைத் திறப்பதால் ஏற்பட்டது அல்ல. சட்டம் என்பதே இங்கே இல்லை. புகார் செய்தாலும் கிண்டல்தான் பதிலாகக் கிடைக்கும். அப்படியே கைது செய்தாலும் நீதிபதி வெளியே விட்டு விடுவார். சட்டம் அப்படி இருக்கிறது. முதலில் பெண்களுக்கும் சொல்லப்பட வேண்டும், புருஷன் அடித்தால் நூறுக்கு போன் செய்யுங்கள் என்று. அதை விட்டு விட்டு கடையை மூடு கடையை மூடு என்றால், என்ன நடக்கும் தெரியுமா? எல்லோரும் கள்ளச் சாராயத்தைக் குடித்து விட்டு சாவார்கள். நான் ஒரு நல்ல குடிமகன். நானும் ஏன் ஐயா சாக வேண்டும்?

17.5.2020.

24

பூச்சியை முடித்து விட்டு வேறு வேலையைப் பார்க்கலாம் என்றால், இதை இன்னும் ஆரம்பித்தது போலவே இல்லை என்கிறாற்போல் இருக்கிறது. இந்த உணர்வு வரும் போதெல்லாம் எனக்கு இரண்டு பேரின் ஞாபகம் தொற்றும். அசோகமித்திரன், ஜான் பால் சார்த்தர். எண்பத்தாறு வயதில் அவர் காலமாகும் வரை – ஏன், சாகும் தருணத்தில் கூட அசோகமித்திரன் நம்மிடம் சொல்வதற்குப் புதிது புதிதாகக் கதைகள் வைத்திருந்தார். ஆச்சரியம் என்னவென்றால், அந்தக் கதைகள் அவரது இளம் பிராயத்துக் கதைகளாக இருந்தன. ஜெமினி ஸ்டியோவில் வேலை பார்த்த கதைகளாக இருந்தன. எத்தனையோ கதைகளையும் கட்டுரைகளையும் எழுதி எழுதிக் குவித்த பிற்பாடும் எண்பத்தாறு வயதில் அவரது இருபத்தாறு வயதுக் கதைகள் குவிந்து கிடந்தன.

சார்த்தர் வேறு மாதிரி. ஜெர்மன்காரர்களே நிறைய எழுதுவார்கள் என்ற ஒரு புகார் உண்டு. சாதாரணமாக நாம் ஒரு பக்கத்தில் சொல்லக் கூடிய விஷயத்தை அவர்கள் இருபது பக்கத்துக்குச் சொல்வார்கள். ஆனால் சார்த்தர் ஃப்ரெஞ்சுக்காரர் ஆயிற்றே? நான் அடிக்கடி என்னுடைய மூலம் ஃப்ரெஞ்ச் சிந்தனைப்

பள்ளி என்று சொல்வதைப் போல சார்த்தரின் மூலம் ஜெர்மன் தத்துவம். அவர் சொன்னதில்லை; ஆனால் அவரைப் பற்றி அப்படி சொல்வார்கள். ஹைடேக்கரின் நீட்சிதான் சார்த்தர் என்பார்கள். அது உண்மையும்தான். அவர் எழுதிய கடைசிப் புத்தகம் ஃபேமிலி இடியயட். அது ஒரு புத்தகம் அல்ல. ஐந்து பாகங்களாக வந்த புத்தகம். குஸ்தாவ் ஃப்ளௌபர் பற்றிய வரலாறு.

"A man is never an individual," Sartre writes, "it would be more fitting to call him a universal singular. Summed up and for this reason universalized by his epoch, he in turn resumes it by re-producing himself in it as singularity. Universal by the singular universality of human history, singular by the universalizing sin-gularity of his projects, he requires simultaneous examination from both ends." This is the method by which Sartre examines Flaubert and the society in which he existed.

மேற்கண்ட பத்தியை நாம் தமிழில் மொழிபெயர்த்துப் புரிந்து கொள்வதை விட ஆங்கிலத்திலேயே எளிதாகப் புரிந்து கொள்ளலாம். மனிதன் என்பவன் தனிமனிதன் கிடையாது. அவனே அவனுடைய அடையாளத்தை நிர்ணயித்து விட முடியாது. பிரபஞ்சத்தில் அவனுடைய இருப்பை அவனுடைய தனிமனிதத்தன்மையே நிர்ணயிக்காது. பிரபஞ்சத்தோடு அந்தத் தனிமனிதன் கொள்ளும் உறவே அவனது தனிமனித இருப்பை நிர்ணயம் செய்கிறது. இதை நாம் *praxis* என்று எளிமையாக அழைக்கலாம். இதே முறைமையில்தான் 1821 - 1880 காலகட்டத்தில் வாழ்ந்த ஃப்ளௌபரின் வாழ்வை ஐந்து பெரிய தொகுதிகளாக எழுதினார் சார்த்தர். முதல் தொகுதிக்கு மதிப்புரை எழுதிய ஃப்ரெட்ரிக் ஜேம்ஸன் "இது தத்துவ நூலா? வாழ்க்கை வரலாறா? அரசியல் புத்தகமா? இது மூன்றுமே சேர்ந்தது என்று நினைக்கிறேன்" என்றார். இன்னொரு விமர்சகர் இது ஒரு நாவல் போல் இருக்கிறது என்றார்.

ஃப்ளௌபர் திருமணம் செய்து கொள்ளாதவர். அதனால் அவருக்குக் குழந்தையும் இல்லை. வாழ்நாள் பூராவும

வேசிகளோடுதான் சகவாசம் கொண்டிருந்தார். குறிப்பாக துருக்கி, லெபனான் போன்ற நாடுகளில் அதிகம் சுற்றிக் கொண்டிருந்தார். அதன் காரணமாகவே வாழ்நாள் பூராவும் சிஃபிலிஸ் நோயால் அவதிப்பட்டுக் கொண்டிருந்தார். இதன் காரணமாகக் கூட இருக்கலாம், ஒரு பூர்ஷ்வா பின்னணியைக் கொண்ட சார்த்தருக்கு ஃப்ளௌபர் மீது ஆரம்பத்திலிருந்தே பெரும் ஈடுபாடு இருந்திருக்கிறது.

நீங்கள் சார்த்தரின் நாஸியா என்ற நாவலைப் படித்திருக்கிறீர்களா? இல்லையெனில் அவசியம் படிக்க வேண்டிய நாவல். அதில் வரும் நாயகன் அந்த்வான் ரோக்கெந்த்தென் ஒரு வரலாற்றாசிரியன். அவன் ஃப்ரெஞ்ச் புரட்சியின் போது வாழ்ந்த ஒரு கனவானின் வாழ்க்கை வரலாற்றை எழுத முற்படுவான். ஒரு தருணத்தில் கண்ணாடியைப் பார்க்கும் போது அவனுக்குக் கண்ணாடியில் தெரிவது அந்த்வானா, கனவானா என்ற சந்தேகம் ஏற்படும். இந்த இடத்தில் சார்த்தரையும் ஃப்ளௌபரையும் பொருத்திப் பார்க்கலாம். சார்த்தர்தான் நாஸியாவின் நாயகன். கனவான்தான் ஃப்ளௌபர். எதற்கு இதை ஆரம்பித்தேன் என்றால், குஸ்தாவ் ஃப்ளௌபர் பற்றி ஐந்து பெரும் தொகுதிகளை எழுதிய சார்த்தர் ஐந்தாவது தொகுதி வந்ததும் இன்னும் நான் ஃப்ளௌபர் பற்றி ஆரம்பிக்கவே இல்லையே என்றார். பிறகு "இத்தனை தொகுதிகள் எழுதியும் இன்னும் ஆரம்பிக்கவே இல்லை என்று தோன்றுவதால் இந்தப் பணியை இத்தோடு நிறுத்திக் கொள்கிறேன்" என்றும் அறிவித்து விட்டார்.

நகரங்கள் பற்றி எப்போதுமே ஆர்வம் கொண்டிருப்பவன் நான். பல நகரங்களின் வரலாற்றைப் படிக்கும்போது இஸ்தாம்பூல் போன்ற ஒரு சுவாரசியமான வரலாற்றைக் கொண்ட நகரம் வேறு இல்லை என்றே தோன்றும். பெரும் வரலாற்றைக் கொண்டிருந்த நகரங்கள் பல அழிந்து விட்டன. முற்றாக இல்லை என்றாலும் பழம்பெருமை இல்லை. மகாபலிபுரம் இன்று ஒரு கிராமம். காஞ்சீபுரம் ஒரு சிற்றூர். ஆனால்

இஸ்தாம்பூல் மட்டும் இன்னும் அப்படியே இருக்கிறது. ஓர்ஹான் பாமுக் எழுதிய புதினங்களை விடவும் இஸ்தாம்பூல் பற்றி எழுதிய புத்தகம்தான் என்னை மிகவும் கவர்ந்தது. தில்லி பற்றி வில்லியம் டால்ரிம்பிள் எழுதிய *City of Djinns* புத்தகமும் பிரமாதமான ஒன்று. மும்பை பற்றி *Suketu Mehta* எழுதிய *Maximum City* என்ற புத்தகத்தை இன்னும் படித்து முடிக்கவில்லை. மிக சுவாரசியமான புத்தகம். அதைப் படித்த போதுதான் மும்பை ஒரு தீவு என்ற விஷயமே தெரிய வந்தது. நானெல்லாம் ஒரு நகரத்தைப் பற்றி இந்த ஜென்மத்தில் எழுதவே முடியாது. அதற்கான தகுதியே எனக்கு இல்லை. நேற்று குலாம் அலியும் மெஹ்தி ஹஸனும் ஒரு நாலைந்து மணி நேரம் கேட்டுக் கொண்டிருந்தேன். இருவரையும் பற்றி ஐநூறு பக்கத்திற்கு எழுத முடியும். ஆனால் நான் முப்பத்து மூன்று ஆண்டுகளாக வாழ்ந்த சென்னை பற்றி ஐந்து பக்கம் எழுதவே திணறுவேன். ஏனென்றால், நான் சென்னையில் வாழவில்லையே. புத்தகங்களிலும் இசையிலும்தானே வாழ்ந்து கொண்டிருக்கிறேன்?

சென்னை பற்றிய எந்த நினைவுகளும் என்னிடம் இல்லை. சென்னையின் தெருக்களில் நான் சுற்றியது இல்லை. வட சென்னை எந்தத் திசை என்றே தெரியாது. குரோம்பேட்டை எல்லாம் கேள்விப்பட்டதோடு சரி. மற்றபடி ஈசிஆர் வருவதற்கு முன்பு தாம்பரம் வழியாக பாண்டிச்சேரி போகும்போது குரோம்பேட்டை என்று ஒரு ஊர் வரும். அவ்வளவுதான்.

என்னுடைய சில பணக்கார நண்பர்கள் இருக்கிறார்கள். அவர்கள் உலகத்தில் போகாத நகரங்களே இல்லை. போவார்கள். ஐந்து நட்சத்திர ஓட்டல் அறையில் தங்கிக் குளித்து விட்டு காரில் கிளம்பி வியாபார விஷயத்தை ஒரு அறையில் பேசி முடிப்பார்கள். மாலையில் திரும்பி நட்சத்திர ஓட்டல் பாரில் குடி. இப்படியே நாலைந்து நாள் போகும். ஐந்தாவது நாள் அந்த ஊரில் உள்ள ஒரு சுற்றுலா மையத்தைப் பார்த்து விட்டு ஊர் திரும்புவர். இப்படி அவர்கள் 'பார்க்காத' நகரங்களே உலகில் இல்லை. நான் சென்னையில் 'வாழ்வதும்' இப்படித்தான். எக்ஸ்பிரஸ் அவென்யூவும் சத்யம் தியேட்டரும்தான்

சென்னையா? மற்றபடி என் செயல்பாடு முழுவதும் இந்த இருபதுக்கு இருபது அறைதான். இது ஒரு நூலகம். வில்லியம் பர்ரோஸின் மொழியில் சொல்வதானால் இது என் பங்கர்.

மைலாப்பூரைப் பற்றி வேண்டுமானால் பத்து பக்கம் எழுதலாம். அதை எக்ஸைலில் எழுதியிருக்கிறேன். மற்றபடி எழுதுவதற்குக் கதைகளைக் கொண்ட ஊர் தில்லி. அங்கே பத்துப் பன்னிரண்டு ஆண்டுகள் வாழ்ந்தேன். வாழ்க்கைதான். படு சுவாரசியமான வாழ்க்கை. ஒருநாள் பிரகதி மைதானில் ஒரு சர்வதேச புத்தக விழாவில் ஒரு புத்தகக் கடையில் புத்தகத்தைப் புரட்டிக் கொண்டிருந்த போது பக்கத்தில் ஒரு அமெரிக்கையான பெண்மணி எனக்கு நமஸ்தே என்றார். பார்த்தால் இந்திரா காந்தி. தொடக் கூடிய தூரம். இப்போது கூட அது நம் கற்பனையா என்று தோன்றுகிறது. ஆனால் அவர் பக்கத்தில் முகமது யூனுஸ் நின்று கொண்டிருந்தார் என்பது இன்னமும் எனக்கு ஞாபகம் இருக்கிறது. கலாச்சாரத்தைப் பொறுத்தவரை இந்திராவின் ஆலோசகர் யூனுஸ். அவர் ஏன் எனக்கு நமஸ்தே சொன்னார் என்பதும் எனக்கு அப்போதும் இப்போதும் புரியவில்லை. பிரதம மந்திரி என்பதற்கான பாதுகாப்பு அதிகாரி கூட இல்லை. வெளியே நின்று கொண்டிருந்தார்கள். நானும் சிரித்தபடி நமஸ்தே சொன்னேன். அப்போதெல்லாம் தீவிரவாதம் தலைதூக்கியிருக்கவில்லை.

ஒருமுறை இந்திராவின் பர்ஸனல் ப்ராஞ்சில் செக்ரட்டரியாக வேலை செய்ய தில்லி லெஃப்டினனண்ட் கவர்னர் ஜக்மோகன் என்னை அழைத்தார். என்னுடைய அதிகாரி எஸ்.கே. குல்லர் அனுப்பும் நீண்ட குறிப்புகள் பிழையில்லாமல் தட்டச்சு செய்யப்பட்டிருப்பதைக் கண்டு என்னை நேரில் அழைத்து அந்த விஷயத்தைச் சொன்னார். அது 1980. இரண்டாவது முறையாக இந்திரா பிரதம மந்திரியாக வந்திருந்தார். அந்த வாய்ப்பை ஒரு ஸ்டெனோ தன் வாழ்வில் கிடைத்த தங்கச் சுரங்கமாக நினைத்திருப்பான். அப்படி இந்திராவின் ஸ்டெனோவாக இருந்த ஆர்.கே. தவன்தான் பின்னாளில் பெரிய ஆளாகத் தெரிய வந்தார். அப்போது நான் தில்லி நகரத்தைப் பற்றிய

நூல்களைத் தேடிப் படித்துக் கொண்டிருந்தேன். ஜக்மோகன் அப்போது ஒரு முக்கியமான நூலை எழுதியிருந்தார். தில்லி பற்றி. *Rebuilding Shahjahanabad* என்பது அந்தப் புத்தகம். நான் ஜக்மோகனிடம் நான் ஒரு எழுத்தாளன் என்றும் வயிற்றுப்பாட்டுக்காகவே இந்த வேலையில் ஒட்டிக் கொண்டிருக்கிறேன் என்றும் பிரதம மந்திரியின் பர்சனல் பிராஞ்சுக்கு நான் ஒத்து வர மாட்டேன் என்றும் விளக்கினேன். அவருடைய புத்தகத்தையும் படித்திருந்தேன் என்றதும் சற்று திகைப்புடன் அனுப்பி விட்டார். குல்லர்தான் பிழைக்கத் தெரியாதவன் என்று திட்டிக் கொண்டிருந்தார். ஒரு நாலே ஆண்டுகள் பேயாய் உழைத்து விட்டு வேலையை விட்டு விட்டு மெட்ராஸ் ஓடி விடலாமே, அதுதானே உன் எழுத்துக்கு நல்லது, இல்லையானால் இந்த வேலையிலேயே வாழ்நாள் பூராவும் இருந்து குப்பை கொட்ட வேண்டியிருக்குமே என்றெல்லாம் பலவாறாகப் பேசினார். மீண்டும் கவர்னரிடம் பேசவா என்று கேட்டார். நான் உறுதியாக மறுத்து விட்டேன். பதவி, அதிகார சுகம் கண்டு விட்டால் அதிலிருந்து மீள்வது சாத்தியமே இல்லை. ஏற்கனவே அந்த அதிகார சுகத்தை நான் கண்டிருக்கிறேன். அங்கே சிவில் சப்ளைஸ் என்றால் தாதா மாதிரி. ரேஷன் கார்டுதானே எல்லாம்? நான் ரேஷன் கார்டு கொடுக்கும் அதிகாரியின் செக்ரட்டரி. ஒரு காகிதத்தில் கையெழுத்துப் போட்டால் இன்ஸ்பெக்டர்கள் சலாம் அடித்து ரேஷன் கார்டை என் கையில் கொடுத்து விட்டுப் போவார்கள். இதனால் ஹோம் மினிஸ்ட்ரியில் பலருக்கும் ரேஷன் கார்டு வாங்கிக் கொடுத்ததால் என்னை செக்யூரிட்டி செக் இல்லாமல் ஹோம் மினிஸ்ட்ரிக்குள் விடுவார்கள். ஏற்றுமதி இறக்குமதித் துறையில் டெபுடி செக்ரட்டரியாக இருந்த கபூர் என்பவர் (அவர் ஒரு ஐஏஎஸ் அதிகாரி) என் நண்பராக இருந்தார். எல்லாம் ரேஷன் கார்டு செய்யும் மாயம். ஏனென்றால், நீங்கள் எவ்வளவு செல்வாக்கு வாய்ந்தவராக இருந்தாலும் ராஷனிங் இன்ஸ்பெக்டர்கள் போக்கு காட்டி விடுவார்கள். ஏதாவது ஒரு ஷரத்தைச் சொல்லி கையை விரித்து விடுவார்கள். ஆனால் நான் விரலை அசைத்தால் ராஷன் கார்டு தயார். அங்கே

ரேஷனை ராஷன் என்றுதான் சொல்வார்கள். கபூர் எனக்கு போன் செய்யும் போதெல்லாம் கூட வேலை பார்த்த காமினி – அவள் ஒரு பஞ்சாபி, கபூர் சாபிடம் பஞ்சாபியிலேயே பேசி விட்டு என்னிடம் பயபக்தியுடன் போனைக் கொடுப்பாள். பிறகு கபூர் சாபை உங்களுக்கு எப்படித் தெரியும் ரவிஜி என்பாள். எல்லாம் ராஷன் கார்டுதான் என்பேன். கபூர் மூலமாக ஒரு காரியம் சாதித்துக் கொண்டதில்லை. ஏற்றுமதி இறக்குமதித் துறை என்றால், காசு கொட்டோ கொட்டு என்று கொட்டும். ஆனால் என் மூலம் அவருக்கு ஒரு நூறு ரேஷன் கார்டாவது செய்து கொடுத்திருப்பேன்.

நானும் குல்லரும் ஜிபி ரோடுக்கு ரேஷன் கார்டு விநியோகிக்க, ரேஷன் கார்டை பரிசோதிக்க நேரில் செல்வோம். அது தில்லியின் சிவப்பு விளக்குப் பகுதி. முடித்து விட்டு இருவரும் எங்கேயாவது நட்சத்திர விடுதி பாருக்குப் போய் விடுவோம். எக்ஸைல் நாவலில் கதைச் சுருக்கம் மாதிரிதான் எழுதியிருக்கிறேன். ஒவ்வொரு எபிஸோடும் ஐம்பது ஐம்பது பக்கம் வரும். எதையுமே இன்னும் எழுதவில்லை. மஜ்னூ கா டில்லா எபிசோட் பற்றி மட்டுமே விரிவாக எழுதினேன்.

தில்லி நகரில்தான் வாழ்ந்திருக்கிறேன். ஒரு நகரத்தைப் பற்றி எழுத வேண்டும் என்றால் என்னால் தில்லி பற்றி மட்டுமே எழுத முடியும்.

18.5.2020.

25

குடி பற்றி நான் இவ்வளவு எழுதியும் அதைப் படிக்காமல், அல்லது படித்து விட்டும் அதைக் கண்டு கொள்ளாமல் குடித்து விட்டு ரோட்டில் கிடக்கிறான், குடித்து விட்டுப் பெண்டாட்டியை அடிக்கிறான் என்றே எழுதிக் கொண்டிருக்கும் சமூக சிந்தனையாளர்களை என்ன செய்யலாம் என்று தெரியவில்லை. ஏனய்யா, தமிழ்நாட்டுக் குடிகாரர்கள் மட்டும்தான் நரகத்திலிருந்து அனுப்பப்பட்டிருக்கிறார்களா? இதே துப்புரவுத் தொழிலாளர்கள், ஆட்டோ டிரைவர்கள், தள்ளுவண்டி வியாபாரிகள், மற்றும் இன்னோரன்ன உதிரித் தொழிலாளி வர்க்கத்தினர், பாட்டாளி மக்கள் எல்லோரும் கர்னாடகாவில் குடித்து விட்டு எப்படி கம்மென்று வீட்டில் போய் தூங்கி விடுகிறார்கள்? ஏன் தமிழ்நாட்டில் நடப்பது போன்ற ரசாபாசங்கள் அங்கே நடப்பதில்லை?

காரணம் என்னவென்றால், இங்கே விஷம் போன்ற மது விற்கப்படுகிறது. அது மட்டும் அல்ல; நீங்கள் எப்போது குடிகாரனை கிரிமினல் போல் நடத்துவதை நிறுத்தப் போகிறீர்களோ அதுவரை அவன் கிரிமினல் போல்தான் நடந்து கொள்வான். பாட்டியின் தலையில் பாட்டிலால் அடிப்பான்.

191

தெருவில் உருண்டு கிடப்பான். எல்லாம் செய்வான். ஒரு காப்பிக் கடையில் இருபது ரூபாயை விட்டெறிந்தால் ஏசி அறையும் குளிர்ந்த தண்ணீரும் வைத்து காப்பி கொடுக்கிறீர்கள். அங்கேயே ஒண்ணுக்கு ரெண்டுக்கு எல்லாம் போக கழிப்பறை வசதியெல்லாம் இருக்கிறது. ஆனால் குடிகாரன் குறைந்த பட்சமாக இருநூறு ரூபாய் செலவு செய்து குடிக்க வந்தால் அவனைக் குஷ்டரோகி போல் நடத்தினால் அவன் என்ன செய்வான்? குடிக்கும் இடத்தில் தண்ணீர் பாக்கெட் கூட காசு கொடுத்துத்தான் வாங்க வேண்டும். அதுவும் எப்படி? ரஜினி, அஜித் படத்துக்கு முதல் நாள் டிக்கட் கெளண்டர் எப்படி இருக்குமோ அப்படி இருக்கும் மது வாங்கும் கெளண்டர். இப்போது மட்டும் இல்லை. எப்போதும் அப்படித்தான். தண்ணீர் பாக்கெட் கேட்டால் விட்டெறிவார்கள். பிச்சைக்காரனிடம் அப்படி நீங்கள் விட்டெறிந்தால் கூட அவன் கோவித்துக் கொண்டு போய் விடுவான். இவனோ குடுங்ணே குடுங்ணே என்றுதான் விட்டெறியப்பட்ட தண்ணீர்ப் பாக்கெட்டை அள்ளிக் கொண்டு போவான். மதுக்கடைகளில் கழிப்பறை வசதியும் கிடையாது. காப்பி இருபது ரூபாய் என்றால், இருபதுதான். அதில் கமிஷன் அடிக்க முடியாது. அடித்தால் கேஷியரின் சட்டைக்காலரைப் பிடித்து விடுவார்கள். ஆனால் டாஸ்மாக்கில் நூறு ரூபாய்க்கு சரக்கு வாங்கினால் பத்து ரூபாய் எக்ஸ்ட்ரா கொடுக்க வேண்டும். எதற்கு இந்த எக்ஸ்ட்ரா? நீங்கள்தான் அவனைக் கிரிமினல் என்கிறீர்களே? கிரிமினல் வேலை செய்தால் லஞ்சம் கொடுக்க வேண்டாமா? அதுதான் அந்தப் பத்து ரூபாய். அது அந்த டாஸ்மாக் கேஷியருக்குப் போகாது. நேராக மந்திரிக்குப் போய் விடும். இதற்கு நிறைய பங்குதாரர்களும் உண்டு. இப்படி டாஸ்மாக் கடையில் பட்ட அவமானத்தையெல்லாம் குடிகாரன் யார் மீதுய்யா காட்டுவான்? பெண்தானே சுலபமான இரை. வீட்டுக்கு வந்து அடிதடி. குடிகாரனை வீட்டிலும் கிரிமினல் போலவே நடத்துவதால் அவனுக்கு மேலும் துணிச்சலாகி விடுகிறது. அதாவது, அவனுடைய நடவடிக்கைக்கு அங்கீகாரமும் சான்றிதழும் கொடுத்தது போல் ஆகி விட்டது. என்னை ஒரு

கிரிமினலாக அங்கீகரித்து விட்டார்கள். ஓகே. அதுபோலவே நடந்து கொள்கிறேன். அடி தடி.

எனக்கு மிக நெருக்கமான நண்பர்கள் இருவர் குடிப்பழக்கம் இல்லாதவர்கள். காரணம், நூற்றுக்குத் தொண்ணூற்றொன்பது பேர் சொல்லும் ஒரே விஷயம்தான். அப்பன் குடித்து விட்டு வந்து அம்மாவை அடிப்பான். அதனால் நான் குடிப்பதில்லை.

மன்னியுங்கள். இதைப் போன்ற ஒரு அறிவுகெட்டத்தனம், மடத்தனம், கேணத்தனம் இந்த உலகத்திலேயே வேறு எதுவும் இல்லை. ஏன் ஐயா, உங்கள் வாழ்க்கையை, உங்கள் வாழ்க்கையில் நீங்கள் என்ன சாப்பிட வேண்டும், என்ன குடிக்க வேண்டும் என்பதையெல்லாமா உங்கள் அப்பன் தீர்மானிக்க வேண்டும்? அவன் குடித்தான். பெண்டாட்டியை அடித்தான். உங்களுக்கு என்ன? அவனைத் திருப்பி அடித்துத் துவைத்திருக்கலாம். ஆனால் அப்போது நீங்கள் சிறுவன். அப்பனை அடிக்க முடியாது. இப்போதோ அவன் பூலோகத்திலேயே இல்லை. இப்படி இந்த உலகத்திலேயே இல்லாத ஒருத்தனுக்காக ஏன் உங்கள் வாழ்க்கையை பலி கொடுக்கிறீர்கள்? உங்கள் அம்மா பட்டது போதாது என்று நீங்களும் ஏன் அந்தக் குடிகாரனின் பீடத்தில் உங்கள் வாழ்க்கையை எடுத்து வைத்துப் படையல் போடுகிறீர்கள்? யார் இங்கே பலசாலி? யார் இங்கே வெற்றி பெற்றவன்? இந்த உலகத்திலேயே இல்லாமல் உங்களை ஒருத்தன் ஆக்ரமித்துக் கொண்டிருக்கிறானே, இதைக் காண உங்களுக்கு வெட்கமாக இல்லையா? ஒரு குடிகாரனிடம் போய் தோற்று விட்டீர்களே, இந்தத் தோல்வி உங்களுக்கு அவமானமாக இல்லையா? நம் தலையை நாமே வெட்டி நம் எதிரியின் பீடத்தில் வைப்பதற்கு இதை விட நல்ல உதாரணம் வேறு இருக்கிறதா? உங்கள் அப்பன் இரண்டு பேரை காவு வாங்கி விட்டான். ஒன்று, உங்கள் அன்னை; இன்னொன்று, நீங்கள். எப்பேர்ப்பட்ட தோல்வி! அன்னையாவது பரவாயில்லை. உங்கள் அப்பனுக்கு அவள் மனைவி. வேறு வழியில்லை. ஆனால் ஒரு மகனுக்கு என்ன பிரச்சினை?

உங்கள் அப்பனை நீங்கள் தண்டிப்பதாக இருந்தால் நீங்கள்

என்ன செய்திருக்க வேண்டும்? ஒன்று, திருமணமே செய்து கொள்ளாமல் இருந்திருக்கலாம். இன்ன மாதிரி, என் அப்பன் என் அம்மாவை அடித்துத் துன்புறுத்திக் கொண்டே இருந்தான். அதனால் நான் திருமணமே செய்து கொள்ளப் போவதில்லை. நல்ல முடிவு. இல்லாவிட்டால், நீங்கள் குடிப்பழக்கத்தை ஏற்றுக் கொண்டிருக்கலாம். ஆயிரத்துக்குப் பத்து பேர்தான் குடித்து விட்டு அடிப்பது. இல்லை, நூறு என்கிறீர்களா, சரி, நூறு. மீதி தொள்ளாயிரம் பேர் குடித்து விட்டு அடிப்பதில்லை அல்லவா? அப்புறம் என்ன பிரச்சினை? நீங்கள் குடித்தால் நீங்களும் உங்கள் அப்பனைப் போல் அடிப்பீர்களா? நமக்குக் கிடைத்திருப்பதோ ரொம்பக் கம்மியான காலம். முதல் இருபத்தைந்து வருடம் பெற்றோரின் ஆளுகை. அடுத்த இருபத்தைந்து குடும்பம் குழந்தை இத்யாதி. அடுத்த இருபத்தைந்தும் குடும்பம்தான். நம் வாழ்க்கை நம் கையிலேயே இல்லை. இந்த நிலையில் நாம் குடிப்பது கையடிப்பது போன்ற காரியத்தையெல்லாமா நம் அப்பன் தீர்மானிப்பது? குடிக்காமல் இருப்பது வசதியாக இருக்கிறது, காசு மிச்சமாகிறது, அதிகம் நேரம் கிடைக்கிறது, உடம்புக்கு ஒத்துக் கொள்ளவில்லை, டேஸ்ட் பிடிக்கவில்லை, அல்லது சும்மாவே குடி பிடிக்கவில்லை. இப்படி ஏதேனும் ஒரு காரணம் சொன்னால் சிரமேற்கொண்டு ஏற்பேன். அப்பன் குடித்தான், அடித்தான், அதனால் குடிப்பதில்லை என்பது வாழ்க்கையை வாழவே துப்பில்லாத கையாலாகாத்தனம்.

ஒரு நண்பர் சொன்னார், அவந்திகா மட்டும் உங்கள் வாழ்வில் இல்லையென்றால், உங்கள் வாழ்வில் பத்து ஆண்டுகள் குறைந்து விடும் என்று. அதாவது தினமும் அளவுக்கு அதிகமாக வைன் குடித்து உடம்பைக் கெடுத்துக் கொண்டு விடுவேனாம். கஞ்சா என்பது addictive தன்மை கொண்டது. இரண்டு ஆண்டுகள் வாரம் இரண்டு நாள் கஞ்சா புகைத்தும் நான் கஞ்சாவுக்கு அடிக்ட் ஆகவில்லை. இப்போதும் இமயமலைப் பக்கம் போனால் பக்கத்தில் இருப்பவர் கஞ்சா புகைத்தால் வாங்கிப் புகைப்பேன். அவ்வளவுதான். இரண்டே விஷயங்களைத் தவிர நான் மற்ற எந்த விஷயங்களுக்கும் அடிக்ட் இல்லை. அந்த இரண்டு, காஃபி மற்றும் மீன். பைபாஸ் சர்ஜரி பண்ணி

உணவுக் கட்டுப்பாட்டில் இருந்த போதே மீன் சாப்பிடாமல் இருக்க முடியாது என்பதால் – அதே சமயம் மசாலா சாமான்கள் எதுவும் கூடாது என்பதால் – மீனை அவித்து அதில் உப்பும் மிளகுத் தூளும் தூவி சாப்பிட்டு வந்தேன். ஆனால் இப்போது இரண்டு மாதங்களாக மீன் இல்லை. அது பற்றிக் கவலையும் இல்லை. இத்தனைக்கும் எங்கள் குடியிருப்பின் மேல்வீட்டுப் பையன் வாராவாரம் எங்கள் வீட்டுப் பூனைகளுக்கு மீன் வாங்கிக் கொண்டு வந்துதான் கொடுக்கிறார். ஆனால் எனக்கு சாப்பிடத் தோன்றவில்லை. காரணம், சூறை மீன் (ட்யூனா) நான் சாப்பிட மாட்டேன். மீனில் எனக்கு எந்தக் கட்டுப்பாடும் இல்லை என்றாலும் சூறை மட்டும் பிடிக்க மாட்டேன் என்கிறது. ஆனால் பூனைகளுக்கு ரொம்பப் பிடித்தது சூறை. அந்தப் பையனிடம் எனக்கும் ஏதாவது மீன் வாங்கி வரச் சொல்லலாம். ஆனால் எனக்கு நானே போய் வாங்கினால்தான் திருப்தி. அப்படியே விட்டு விட்டேன். என் வீட்டில் ஸ்விக்கிக்குத் தடை நீங்கினால் உடனடியாக மீன் வாங்கி ஒரு பத்து நாள் ஜமாய்த்து விடலாம் என்று தோன்றுகிறதே தவிர மற்றபடி அது பற்றிய சிந்தனையே இல்லை. ஆனால் காஃபி இல்லாமல் இருக்க முடியாது.

சாந்தியாகோ நகரில் ஒரு ஓட்டலில் தனியாகத்தான் தங்கியிருந்தேன். முதல் நாள் ஒரு வைன் தோட்டத்தில் வாங்கிய சீலேயின் மிக உயர்தரமான வைன் போத்தல் அறையில் இருந்தது. காலை எட்டரை மணிக்கு வழிகாட்டி ரொபார்த்தோ வந்து விடுவார். அதற்குத் தயாராக இருக்க வேண்டும் என்று வழக்கம் போல் பதினோரு மணிக்கே உறங்கி விடுவேன். மறுநாள் வந்த உடனே முதல் கேள்வி, வைன் சாப்பிட்டீர்களா என்று கேட்பார் ரொபார்த்தோ. முதல் நாள் அப்படிக் கேட்டபோது இல்லையே என்றேன். இரண்டாம் நாளும் இல்லையே என்றேன். இப்படியே நான்கு நாட்கள் போனது. அதற்கு அடுத்த நாள் வெள்ளிக்கிழமை இரவுதான் குடித்தேன். ஏனென்றால், சனிக்கிழமை வெறும் லோக்கல் சுற்றுலாதான். பன்னிரண்டுக்குக் கிளம்பினால் போதும். அதனால் எனக்கு என்னவோ தனியாக இருந்தால் குடித்து

சீரழிந்து விடுவேன் என்று தோன்றவில்லை. ஆனால் என்னுடைய மிக நெருங்கிய நண்பர்கள் அப்படி நினைக்கவில்லை என்பது எனக்கு வருத்தம்தான். அவர்கள் அப்படி நினைப்பதற்குக் காரணம், அவர்கள் என்னை வெளியூருக்கு விடுமுறையாகப் போகும்போதுதான் பார்த்திருக்கிறார்கள். அப்போது நான் விடுமுறை மனோநிலையில்தான் இருப்பேன். எப்போதும் எதில் ஈடுபட்டாலும் அதில் முழுமையாக ஈடுபடுவதே என் வழக்கம். இந்தத் தனிமை மிகுந்த அறுபது நாட்களில் நான் ஸ்ரீராமிடம் கூட சரியாகப் பேசவில்லை. சாப்பாட்டுக்கு என்ன செய்கிறீர்கள் என்று மட்டுமே விசாரித்தேன். அவ்வளவுதான். நான் ஆல்கஹாலிக் அல்ல; வொர்க்கஹாலிக் என்றே நினைக்கிறேன்.

இனிமேல் குடி பற்றி எழுத மாட்டேன். இனிமேல் பெண்டாட்டியை அடித்த குடிகாரன்கள் கதையை எழுத வேண்டாம் என அன்புடன் கேட்டுக் கொள்கிறேன்.

19.5.2020.

26

உளரடங்கு, தனிமைப்படுத்தல் ஆகிய காரணங்களால் என்னுடைய இரண்டு நண்பர்கள் தங்கள் இளம் பிராயத்து நினைவுகளை அப்படியே நாஸ்டால்ஜியாவாக எழுத ஆரம்பித்தனர். இருவருமே நாவலெல்லாம் எழுதுவார்கள் என்று அவர்களே நம்பியதில்லை. கொரோனாவினால் உலகமே துயரத்தில் ஆழ்ந்திருக்கிறது, அழிவுகளைச் சந்தித்துக் கொண்டிருக்கிறது என்றாலும் ஒருசில நன்மைகளும் விளைந்திருக்கிறதுதானே? கங்கை நதி சுத்தமாகி விட்டது. எடுத்ததற்கெல்லாம் மருத்துவர்களிடம் ஓடிக் கொண்டிருந்த ஜனம் இப்போது அடங்கி இருக்கிறது. பச்சிலை, மூலிகை என்று பாரம்பரிய மருத்துவத்திடம் நம்பிக்கை வந்திருக்கிறது. வீட்டில் இருந்ததே இல்லை என்று இருந்தவர்களெல்லாம் இப்போது வீடே கதி என்று கிடக்கிறார்கள். வாயு மண்டலத்தில் இருந்த தூசுப் படலம் கொஞ்சம் மறைந்திருக்கிறது. ஏதோ ஹாலிவுட் படத்தில் வருவது போல அஸ்ஸாமில் நடுத்தெருவிலேயே காண்டாமிருகங்கள் நடந்து போகின்றன. பொருளாதார ரீதியாக எல்லோரும் பிரக்ஞையற்றுப் போய் விட்டாலும் ஒருசில துறைகள் பணத்தில் கொழிக்கின்றன. உ–ம்.நெட்ஃப்ளிக்ஸ், அமேஸான் ப்ரைம், ஹாட்ஸ்டார்.

இப்படியாக கொரோனாவினால் விளைந்த நன்மைகளுள் ஒன்று, நண்பர்கள் நாவல் எழுத ஆரம்பித்தது. ஆனால்

அதன் விளைவுகள் எப்படியிருக்கும் என்று தெரியாததால் அத்தியாயங்களை ஃபேஸ்புக்கில் வெளியிட்டார்கள். அட நம்ம பையன், நம்ம ஊரைப் பத்தி எழுதுறானே என்று உற்றம் சுற்றம் எல்லாம் படித்தது. நான் பூச்சியில் இருப்பதால் என்னால் படிக்க முடியவில்லை. இருவரில் ஒருவர் பெயர் ரத்தினம். அவர் நண்பர் கோபாலனும் அவ்வப்போது எங்களோடு பார்க்கில் இணைந்து கொள்வார். நாகேஸ்வர ராவ் பார்க். சமகால இலக்கியப் பரிச்சயம் கிடையாது என்றாலும் பழந்தமிழ் இலக்கியத்தில் மன்னன். பாகவதப் பிரியர். அவருக்குப் பிடித்த கதைசொல்லி விசாகா ஹரி. (எனக்குமே விசாகா ஹரியை ரொம்பவே பிடிக்கும், அது வேறு விஷயம்.) நேற்று கோபாலன் எனக்கு ஃபோன் செய்து ரத்தினத்தின் கதை பிரமாதமாகப் போகிறது என்றார். எனக்கு அதிர்ச்சியாகி விட்டது. ஏனென்றால், கோபாலன் பயங்கரமான மடிசஞ்சி. அவருக்கு எப்படி ரத்தினம் கதை பிடிக்கப் போயிற்று? உங்கள் சந்தேகம் புரிகிறது. நானோ ரத்தினத்தின் கதையைப் படித்ததில்லை. ரத்தினமும் கோபாலனுமோ ஒரே ஊர்க்காரர்கள். பள்ளிக்கூடத்திலிருந்தே நண்பர்கள். ரத்தினம் எழுதுவதோ ஊர்க் கதை. எப்படி அவருடைய பள்ளிக்கூட நண்பருக்கு அது பிடிக்காமல் போகும்? ம்ஹூம். பிடிக்காமல்தான் போக வேண்டும். ஏனென்றால், ரத்தினத்தின் கதையில் எக்கச்சக்கமான *sexual escapades* உண்டு. அந்தக் கதையையெல்லாம் ரத்தினம் அவரது பால்ய நண்பர் கோபாலன் இல்லாத போதுதான் என்னிடம் சொல்வார். அப்படிப்பட்ட கதைகள் எப்படி ஒரு மடிசஞ்சிக்குப் பிடித்துப் போயிற்று?

ஒரே ஒரு சம்பவம் சொல்கிறேன். கோபாலன் இருந்தால் நானே கொஞ்சம் ஜாக்கிரதையாகத்தான் பேசுவேன். அப்படியும் ஒருநாள் வாய்மீறி ஒரு கெட்ட வார்த்தைப் பிரயோகம் செய்து விட்டேன். பொதுவாக நான் தென்னமெரிக்கர்களைப் போல் கெட்ட வார்த்தை போட்டுப் பேசுவது வழக்கம். அது என்னுடைய சமூகப் பின்னணியின் காரணமாக. ஆனாலும் பெண்கள் முன்னிலையில் அப்படிப் பேசுவதில்லை. என்னவோ போறாத காலம், கோபாலன் நிற்கையில் வந்து விட்டது.

என்னுடைய எழுத்தாளன் இமேஜே அன்று அவரிடம் சரிந்து சின்னாபின்னமாகி விட்டது. அவரைப் பொருத்தவரை எழுத்தாளன் என்றால் மா அமிர்தானந்த மயீ மாதிரி இருக்க வேண்டும். எவ்வளவோ பேசிப் பார்த்தேன்.

ஷேக்ஸ்பியர் காலத்து நாடகாசிரியரான கிறிஸ்டோஃப்பர் மார்லோ (Christopher Marlowe) எப்படி இருந்தார் என்று தெரியுமா? செப்டம்பர் 1589 மார்லோவும் அவரது நண்பர் தாமஸ் வாட்ஸனும் சேர்ந்து ஒரு லாட்ஜ் மேனேஜரோடு தகராறு செய்ததில் மேனேஜர் இறந்து விட்டார். இரண்டு பேரும் சிறையில் அடைக்கப்பட்டார்கள். பின்னர், 1593-இல் மார்லோ ஒரு நாத்திகர் என்று அவர் மீது வழக்குத் தொடுக்கப்பட்டது. பின்னர் அதே ஆண்டு ஒரு மதுபானக் கூடத்தில் நடந்த அடிதடி தகராறில் மார்லோ கொலையுண்டார். அப்போது அவர் வயது வெறும் இருபத்தொன்பது. மார்லோ மட்டும் உயிரோடு இருந்திருந்தால் இலக்கியத்தில் ஷேக்ஸ்பியரின் இடத்தை விட மேலே சென்றிருப்பார் என்பதற்கு மார்லோ எழுதிய நாடகங்களே சாட்சி.

ஆனால் இன்னொரு யூகமும் இருக்கிறது. அதாவது, மார்லோவின் கடவுள் மறுப்புக் கொள்கையாலும் அவரது மற்ற கலகச் செயல்களாலும் வெறுப்புற்ற அரசன் அவரைக் கொல்லத் திட்டமிட்டு, மார்லோ அந்தக் கொலை முயற்சியிலிருந்து தப்பி, ஆனால், தான் இறந்து விட்டதாகவே சமூகத்தை நம்பச் செய்து விட்டு ஷேக்ஸ்பியர் என்ற பெயரில் பின்னர் வெளியே வந்தார் என்றும் சில வரலாற்றாசிரியர்கள் சொல்கிறார்கள். அது நமக்கு முக்கியம் அல்ல. எழுத்தாளன் என்பவன் நீதி போதகன் அல்ல.

இன்னொரு உதாரணம் சொல்கிறேன். தருண் தேஜ்பாலின் மீது என்ன குற்றம் இருக்கிறது என்று உங்களுக்குத் தெரியும். அது அவர் மீதான அரசியல் சதி என்றுதான் அவர் மனைவியும், அவரது இரண்டு புதல்விகளும், நானும் நம்புகிறோம். இல்லை, அந்தக் குற்றம் உண்மை என்று நீங்கள் நம்பினால் அது உங்கள் விருப்பம். நான் சொல்ல வருவது அது அல்ல. எழுத்தாளனின்

படைப்பும் அவனுடைய வாழ்க்கையும். தருணின் *The Alche-my of Desire* என்ற நாவல்தான் ஆதி சங்கரரின் அத்வைதத் தத்துவத்தை எனக்கு செயல்முறையில் கற்பித்தது. எழுநூறு பக்கம் வரும் அந்த நாவலில் ஒரு முன்னூறு பக்கம் மரங்களைப் பற்றித்தான். அதிலும் குறிப்பாக தில்லியிலிருந்து சண்டிகர் போகும் வழியில் உள்ள காடுகள், பஞ்சாபின் உள்ளே இருக்கும் காடுகள். பாரதி மொழிபெயர்த்த வேத சாரம் (வசன கவிதை) வான் இனிது, கடல் இனிது - அதுவும் பிரத்தியைச்சப்பட்டது அந்த நாவலின் மூலம்தான். தருண் ஒரு இயற்கை நேசிப்பாளர் என்பது அவரோடு பழகிய பிறகே எனக்குத் தெரியுமே தவிர தருணை அறியாதோருக்கு அவருக்கு இயற்கை பிடிக்குமா அல்லது அவர் ஒரு வன விரோதியா என்பதெல்லாம் தேவையே இல்லை. என்னைப் போன்ற ஒரு எழுத்தாளனின் வாழ்க்கைப் பார்வையையே மாற்றியமைக்கக் கூடிய ஒரு பிரதியை உருவாக்கக் கூடியவன்தான் கலைஞன். அவன் கெட்ட வார்த்தை பேசினால் என்ன, நல்ல வார்த்தை பேசினால் என்ன. ஆனால் கோபாலன் ஒத்து கொள்ளவில்லை. எழுத்தாளனுக்கு ஒரு சமூகப் பொறுப்பு இருக்கிறது. அவன் கெட்ட வார்த்தை பேசக் கூடாது.

அதை விடுங்கள், நாம் ரத்தினம் எழுதிய நாவலுக்கு வருவோம். படு பயங்கரமான *sexual escapades*-ஐக் கொண்ட அவரது நாவலை கோபாலன் கொண்டாடுவதன் மர்மம் என்ன என்று ரத்தினத்திடம் கேட்டேன். அவர் சொன்னது எனக்கு மேலும் ஒரு அதிர்ச்சி. அவர் தன் ஊர்க் கதையில் அந்தப் பகுதிகளை எழுதவே இல்லையாம். உடனே ஒரு இலக்கியத் தீவிரவாதியான நான் பொங்கினேன்.

ஆனாலும் அவர் சொன்ன பதிலைக் கேட்ட பிறகு என்னால் ஒன்றும் சொல்ல முடியவில்லை. அவருடைய அம்மா அப்பா மட்டும் இல்லை; பன்னிரண்டாம் வகுப்பு படிக்கும் அவர் மகள் உட்பட எல்லோரும் படிக்கிறார்களாம். எப்படி சார் அந்தக் கதையையெல்லாம் எழுத முடியும் என்றார். மேலும், எனக்கே அதையெல்லாம் எழுத ஒரு சௌகரியம் வரவில்லை என்றார். உங்களிடம் பேசும்போது இருக்கும் சுதந்திர உணர்வு

மற்ற இடங்களில் வருவதில்லை என்றும் சேர்த்தார். அது சரி, எழுதுவது என்பது போகத்தில் ஈடுபடுவதைப் போன்ற ஒரு அந்தரங்கமான செயல். அதை எப்படி ஒரு நிகழ்த்துக் கலையாக மாற்ற முடியும்? நாம் என்ன லைவ் ஷோவா காண்பிக்கிறோம்? அப்படியானால் எழுத்தை மட்டும் எல்லோரும் படிக்கிறார்களே என்று கேட்கலாம். குழந்தையைக் கூடத்தான் எல்லோரும் கொஞ்சுகிறார்கள், ஆனால் அதை உருவாக்குவதற்காக இரண்டு பேர் ஈடுபடும் காரியத்தை ஊரார் முன் செய்ய முடியுமா? எழுத்து என்பது நிகழ்த்துக் கலை அல்ல. அது மிக மிக அந்தரங்கமாகச் செய்ய வேண்டிய ஒரு பணி.

நீங்கள் மட்டும் வெளிப்படையாக உங்கள் இணைய தளத்தில் பூச்சி எழுதுகிறீர்களே? நான் அடிக்கடி சொல்வது போல, நான் ஒரு துறவி. எனக்கு உற்றம் சுற்றம் எதுவும் கிடையாது. அவந்திகா கூட என் எழுத்து வெளியில் வந்து தலை காட்டுவதில்லை. நீங்களே யோசித்துப் பாருங்கள். பூச்சியை அவந்திகா படித்தால் நான் இப்படி எழுத முடியுமா? வாய்ப்பே இல்லை.

தி. ஜானகிராமனை அவரது குடும்பம் திரஸ்கரித்தது. ஏன் என்று நீங்கள் அம்மா வந்தாள் நாவலைப் படித்தால் புரியும். அவருடைய எல்லா நாவல்களுமே சுயசரிதத்தன்மை வாய்ந்தது. முழுக் கற்பனையாக அவர் எழுதியதே இல்லை. அம்மா வந்தாள் நாவலில் ஊஞ்சல் காட்சி ஞாபகம் இருக்கிறதா? அம்மாவைப் பார்க்க வேத பாடசாலையிலிருந்து பல ஆண்டுகள் கழித்து வருகிறான் மகன். கூடத்து ஊஞ்சலில் அவன் வீட்டுக்கு அடிக்கடி வரும் ஒரு மாமா அமர்ந்திருக்கிறார். ஆனால் மீசை இல்லை. என்ன மாமா மீசையை எடுத்துட்டேளா என்று கேட்கிறான். நான் ஒண்ணும் மாமா இல்லை. உன் தம்பி என்கிறான் அவன். கதை புரிகிறதா? இப்படி எழுதின தி. ஜானகிராமனை அவர் குடும்பம் எப்படித் திரஸ்கரிக்காமல் இருக்கும்? (அம்மா வந்தாள் சம்பவம் சரியாகச் சொல்லியிருக்கிறேனா, அல்லது உல்ட்டாவாக மாற்றி விட்டேனா?)

இதற்கு மாறாக சுந்தர ராமசாமியின் கதைகள் படு சைவமாக இருக்கும். சு.ரா.வின் பாத்திரங்களுக்கெல்லாம் ஜனனேந்திரியமே கிடையாதா என்று என் நண்பர்களிடம்

கிண்டலடிப்பேன். அந்த மாதிரி நண்பரின் நாவலும் அம்மா நைனா கோஷ்டியால் "புனிதமாக்கப்பட்டு" வந்திருப்பது இலக்கியம் எதிர்கொள்ளும் முக்கியமான ஒரு சவாலை நமக்கு ஞாபகப்படுத்துகிறது. எப்போதுமே இலக்கியம் என்பது சமூகத்தை ஊடறுப்பதுதான். அதாவது, சுய தணிக்கையோ சமூகத் தணிக்கையோ செய்யப்படாத எந்த எழுத்துமே அதனளவில் கலகச் செயல்பாடுதான்.

அவந்திகா ஒரு இலக்கிய வாசகியாக இல்லாமல் இருப்பதால் என்னால் சுதந்திரமாக எழுத முடிகிறது. இல்லாது போனால் என் எழுத்து இப்படி இருக்காது. The Alchemy of Desireஇலிருந்தே ஒரு உதாரணம். அது ஒரு சுயசரிதத்தன்மை கொண்ட coming of age நாவல். தருணின் காதல், கல்லூரிப் பருவம் எல்லாம் கொண்டது. காதலிக்காக எழுப்பப்பட்ட ஒரு காவியம். காதலிதான் மனைவியும். நாவலில் காதலி (மனைவி) ஒரு ஆய்வு மாணவி. அவளுடைய பேராசிரியர் ஒரு கள ஆய்வுப் பணி கொடுத்திருக்கிறார். மாணவர்களின் சுய மைதுனம் பற்றிய கள ஆய்வு. அது ஒரு வினாப் படிவம். நூறு கேள்விகள் இருக்கும். நிரப்பிக் கொடுக்க வேண்டும். அவ்வளவுதான். அவள் தன் காதலனிடம் "உன்னிடமிருந்தே ஆரம்பிக்கிறேன், அப்போதுதான் எனக்குக் கொஞ்சம் தைரியம் வரும்" என்கிறாள். ஐயோ வேண்டாம் வேண்டாம் என்று எவ்வளவோ தடுத்தும் கேளாமல் ஆரம்பித்து விடுகிறாள். இன்னொரு விஷயம். இரண்டு பேருமே செக்ஸில் தீவிர ஈடுபாடு கொண்டவர்கள் என்பதால் பகல் இரவு பாராமல் எப்போது பார்த்தாலும் அதில் ஈடுபடுகின்றவர்கள். இப்போது வினாப்படிவம். ஆனால் கதைசொல்லி குறுக்கிடுகிறான்.

"நீ இப்போது தெரிந்து கொள்ளும் உண்மைகளை வைத்து நம்முடைய வாழ்க்கையில் விளையாடக் கூடாது. இது உன்னுடைய ஆய்வுக்காக நான் உதவி செய்வது. இதை வைத்துக் கொண்டு நீ நம் வாழ்வைக் கெடுக்கக் கூடாது. சரியா?"

"என்ன நீ, சாதாரண விஷயத்துக்குப் போய் இந்த பில்டப் கொடுக்கிறாய்? நமக்குள்தான் எந்த ஒளிவு மறைவுமே இல்லையே? சரி, வினாப் பட்டியலில் முதல் கேள்விக்குப்

போவோம். நீ சுய மைதுனம் செய்வது உண்டா?"

"என்ன மடத்தனமான கேள்வி இது? சுய மைதுனம் செய்யாதவன் ஒரு ஆண் மகனா?"

"நோ, காமெண்ட்டெல்லாம் அடிக்கக் கூடாது. பதில் மட்டும்தான் சொல்ல வேண்டும்."

"சரி, செய்கிறேன்."

பதிலைக் கேட்டவுடனேயே வினாப் பட்டியலைத் தூக்கிப் போட்டு விட்டு அதிர்ச்சியுடன் "என்ன, செய்கிறாயா? நாள் பூராவும் இரவு பூராவும் செக்ஸில்தானேடா இருக்கிறோம்? சுய மைதுனம் வேறு செய்கிறாயா?" என்று அலறுகிறாள் காதலி.

"ஏய், ஏய், இதற்குத்தான் சொன்னேன், உன் ஆய்வுக்கு உதவ வேண்டும் என்ற நல்ல எண்ணத்தில் உண்மையைச் சொன்னேன். நான் பொய் கூட சொல்லியிருக்கலாம் இல்லையா? நானே பொய் சொன்னால் அப்புறம் உன் ஆய்வு எப்படி நடக்கும்? அடுத்த கேள்விக்குப் போ..."

அவனைக் கடுமையாக முறைத்துக் கொண்டே அடுத்த கேள்வியைப் படிக்கிறாள். இரண்டு பேரின் துரதிர்ஷ்டம். அடுத்த கேள்வி "கடைசியாக எப்போது சுய மைதுனம் செய்தாய்?" என்று வருகிறது.

கதைசொல்லியும் சீரியஸான முக பாவனையுடன் இன்று விடிகாலையில் என்கிறான். கையில் இருந்த காகிதத்தைத் தூக்கிப் போட்டு வீட்டை விட்டுப் போய் விடுகிறாள். இரண்டு பேருமே இலக்கியமாக இருந்தால் இப்படித்தான் நடக்கும் என்பதற்காகச் சொன்னேன் நண்பர்களே!

எனவே, எழுத வரும் புதியவர்களே, இதை நீங்கள் கவனத்தில் கொள்ள வேண்டும். நவீன பாகவதம் எழுதுவதாக இருந்தால் பிரச்சினையே இல்லை. ஆனால் இலக்கியத்தில் ஈடுபடுவதாக இருந்தால் அதை வெளிப்படையாக, ஊர் அறிய செய்ய முடியாது என்பது இதன் மூலம் அறியப்படுவது.

20.5.2020.

27

பாதாள் லோக் என்று ஒரு சீரீஸ் வருகிறது. அமேஸான் ப்ரைம். அதைப் பார்க்கச் சொல்லி பல நண்பர்கள் சிபாரிசு செய்தார்கள். பார்க்கவில்லை. அப்போது தருண் தேஜ்பால் ஒரு லிங்க் அனுப்பியிருந்தார். பார்த்தால் தருண் எழுதிய *The Story of My Assassins* என்ற நாவலை அப்படியே திருடி, தருண் தேஜ்பால் பெயரையே போடாமல் பாதாள் லோக் என்ற தொடரை எடுத்திருக்கிறார்கள் என்று ஒரு பத்திரிகை கட்டுரை சொன்னது. அதைத்தான் தருண் எனக்கு அனுப்பியிருந்தார். அப்புறம் அது பற்றி நாங்கள் கொஞ்சம் பேசினோம். என்ன என்று இங்கே சொல்ல முடியுமா என்று தெரியவில்லை. தருண் நீதிமன்றம் போய் நீதி கேட்கலாம். நீதி கிடைக்க நாலைந்து ஆண்டுகள் ஆகும். அதுவரை இந்தத் தொடர் நிறுத்தி வைக்கப்படும். எப்படியும் தருண் பக்கம்தான் தீர்ப்பு ஆகும். ஏனென்றால், கதாபாத்திரங்களின் பெயரைக் கூட மாற்றவில்லை. அதே கதை, அதே சம்பவங்கள், அதே பெயர்கள், அதே ஊர்கள், அதே முடிவு. எல்லாம் *அச்சு அசலாக The Story of My Assassins.* என்ன நடந்திருக்கிறது என்றால், தருணின் பெயர் இப்போது பாலியல் பலாத்கார வழக்கில் மாட்டியிருப்பதால், அவர் பெயரைப் போடுவது வியாபாரத்துக்குக் கேடு என்று நினைத்திருக்கிறார்கள்

அமேஸான் நிறுவனத்தினர். அடக் கேடு கெட்டப் பதர்களா... பாப்லோ நெருதா கூட ஒரு பெண் பிரச்சினையில் ஈடுபட்டு விட்டார். அதை அவரே தன் சுயசரிதையில் எழுதியும் இருக்கிறார். நான் தருணை நியாயப்படுத்தவில்லை. தருண் மீது குற்றம் சுமத்தப்பட்டிருக்கிறது. நீதிமன்றம் இன்னும் தீர்ப்பு வழங்கவில்லை. தீர்ப்பு வரும் வரை அவரை எப்படிக் குற்றவாளி என்று சொல்ல முடியும்? குற்றம் சாட்டப்பட்டவர், அவ்வளவுதானே? சரி, தருணின் குற்றம் நிரூபணம் ஆகி விட்டது என்றே ஒரு பேச்சுக்கு வைத்துக் கொள்வோம். அப்போது கூட அவர் பெயரை தொலைக்காட்சித் தொடரில் போட வேண்டியயதுதானே அமேஸானின் கடமை?

1977-இல் ரோமன் பொலான்ஸ்கியின் மீது அமெரிக்காவில் ஐந்து குற்றங்கள் சுமத்தப்பட்டன. சமந்தா என்ற பதின்மூன்று வயயதுப் பெண்ணை வன்கலவி செய்து விட்டார் என்பதும் அக்குற்றச்சாட்டுகளில் ஒன்று. இந்தக் குற்றத்துக்கு அமெரிக்காவில் ஐம்பது அறுபது ஆண்டுகள் உள்ளே தள்ளி விடுவார்கள். வழக்கு நீதிமன்றத்தில் நடந்து கொண்டிருந்த போது தீர்ப்பு வரும் சமயத்தில் கைது செய்யப்படுவதற்கு ஒருசில மணி நேரத்துக்கு முன்பு ஃப்ரான்ஸுக்குத் தப்பி வந்து விட்டார் பொலான்ஸ்கி. இங்கேதான் ஃப்ரான்ஸ் தன் குடிமக்களை எப்படிக் காபந்து பண்ணுகிறது என்பதை கவனிக்க வேண்டும். பொலான்ஸ்கி ஃப்ரெஞ்ச் குடியுரிமை பெற்றவர். ஃப்ரான்ஸின் குடியுரிமைச் சட்டப்படி, வெளிநாட்டில் குற்றம் புரிந்த ஒரு ஃப்ரெஞ்ச் குடிமகனை ஃப்ரான்ஸ் சம்பந்தப்பட்ட நாட்டுக்கு அனுப்பி வைக்காது. அதன்படி, அமெரிக்க அரசாங்கத்தின் வேண்டுகோளை ஃப்ரெஞ்ச் அரசு நிராகரித்தது. இந்தியா இந்த விஷயத்தில் என்ன சட்டம் வைத்திருக்கிறது என்று அறிந்துகொள்ள விரும்புகிறேன். அநேகமாக, 'ஆளைத்தானே கேட்கிறீர்கள், பிணமாகவே தருகிறோம்' என்று சடலமாகவே கொடுப்பார்கள் என்று நினைக்கிறேன்.) அதற்குப் பிறகு பொலான்ஸ்கி பல ஆண்டுகள் அமெரிக்கா பக்கமே போகவில்லை. ஒருமுறை பொலான்ஸ்கி சுவிட்ஸர்லாந்தில் ஆயுள்கால விருது வழங்கும்

விழாவுக்கு அழைக்கப்பட்டார். அப்போது இண்டர்போல் மூலமாக அவரைக் கைது செய்தது அமெரிக்கா. அப்போதும் ஃப்ரான்ஸ்தான் முன்வந்து சுவிட்ஸர்லாந்த் அரசுக்கு நெருக்கடி கொடுத்து பொலான்ஸ்கியை மீட்டு வந்தது.

பின்னர் முப்பது ஆண்டுகள் கழித்து ஐந்து லட்சம் டாலர் கொடுத்து சமந்தாவுடன் பொலான்ஸ்கிக்கு சமரசம் ஏற்பட்டது. சமந்தா பிற்காலத்தில் அது பலாத்காரம் அல்ல, விருப்பத்தின் பேரில் நடந்த செக்ஸ் என்று பேட்டி கொடுத்தார்.

இதையெல்லாம் எதற்குச் சொல்கிறேன் என்றால், தருண் மீது இன்னும் குற்றச்சாட்டு நிரூபிக்கப்படவில்லை. அப்படி நடக்கப் போவதும் இல்லை. ஏனென்றால், இது முழுக்க முழுக்க ஒரு அரசியல் சதி. பிஜேபியின் தலைவர் மீது லஞ்ச ஊழலை ஸ்டிங் ஆபரேஷன் மூலம் நிரூபித்தார் தருண். பிஜேபியின் தலைவர் அதன் காரணமாக தன் தலைவர் பதவியையே ராஜினாமா செய்தார். 2002-ஆம் ஆண்டு தெஹல்கா பத்திரிகையின் நிருபர்கள் ராணுவத் தளவாடம் விற்பவர்கள் என்ற போர்வையில் ராணுவ மந்திரி ஜார்ஜ் ஃபெர்னாண்டஸின் வீட்டுக்குள் லஞ்சம் கொடுக்க நுழைகிறார்கள். 3000 டாலர் கொடுக்கிறார்கள். லஞ்சம் பெற்றுக் கொள்ளப்பட்டது. பிஜேபி தலைவருக்கும் லஞ்சம் கொடுக்கப்படுகிறது. அவர் லஞ்சப் பணத்தை வாங்கி மேஜை ட்ராயருக்குள் போடுவது அவருக்கே தெரியாமல் விடியோ எடுக்கப்படுகிறது. பிரதம மந்திரி வாஜ்பேயி ஜார்ஜ் ஃபர்னாண்டஸை மந்திரி சபையிலிருந்து நீக்குகிறார். இந்தியாவே அல்லோலகல்லோலப்படுகிறது.

அப்போது பாகிஸ்தான் நான்கு கூலியாள்களை அனுப்பி தருண் தேஜ்பாலைக் கொலை செய்ய அனுப்பி வைக்கிறது. அந்த நான்கு பேரும் நேபாளத்தில் வைத்துக் கைது செய்யப்படுகிறார்கள். நான்கு பெரும் கூலிக்குக் கொலை செய்பவர்கள். இந்தியர்கள். பாகிஸ்தான் ஏன் தருணைக் கொலை செய்ய வேண்டும்? தருணைக் கொன்று விட்டால் கொலைப்பழியை பிஜேபி அரசாங்கத்தின் மீது போட்டு விடலாம். தேசமே அப்படித்தான் நம்பும். ஏனென்றால், பிஜேபி தருண் மீது கடுங்கோபத்தில்

இருந்தது. ஆனால் நடந்ததோ நேர் எதிர். கொலையாளிகள் மாட்டி விட்டதால் இப்போது பிஜேபி அரசே தருணுக்கு மிகக் கடுமையான பாதுகாப்பைக் கொடுக்க வேண்டியதாகி விட்டது. தருணின் உயிரை எப்பாடு பட்டாவது தருணின் மிக மோசமான எதிரியான பிஜேபி அரசு காப்பாற்றியாக வேண்டும். தருணுக்கு ஒரு பிரதம மந்திரிக்கு உண்டான பாதுகாப்பு கொடுக்கப்பட்டது. அவர் வீட்டைச் சுற்றிலும் மணல் மூட்டைகள் அடுக்கப்பட்டன. எப்போதும் வீட்டிலும் அலுவலகத்திலும் அவருக்குப் பாதுகாப்பு. கழிப்பறைக்குச் சென்றாலும் கூடவே ரெண்டு ஆயுதம் தாங்கிய போலீஸ்காரர்கள் அவரைத் தொடர்ந்தார்கள்.

இதையெல்லாம்தான் அவர் *The Story of My Assassins* என்ற நாவலாக எழுதினார். உண்மைக் கதை. இந்த பாதாள் லோக் தொலைக்காட்சித் தொடரின் கதை இதுதான். ஒரே ஒரு மாற்றம், நாவலில் கதைசொல்லி பத்திரிகையாளர். தொலைத்தொடரில் கதை போலீஸ்காரரை வைத்து நகர்கிறது. பத்திரிகையாளர் ஒரு கெட்ட ஆளாக சித்தரிக்கப்படுகிறார். தருண் மீது பெண் பற்றிய குற்றச்சாட்டு வந்து விட்டதல்லவா, கெட்டவராகத்தானே இருக்க வேண்டும்?

இப்படி ஒரு விவஸ்தை கெட்ட, நேர்மையற்ற செயலை என் வாழ்நாளில் அறிந்ததில்லை. பொலான்ஸ்கியின் மீது குற்றச்சாட்டு இருந்தது என்பதால் அவர் படங்களில் அவர் பெயரை மையிட்டு அழித்தார்களா? தருணிடமிருந்து நாவலை வாங்கிக் கொண்டு அவர் பெயரைப் போடாமல் மறைப்பது எப்பேர்ப்பட்ட அயோக்கியத்தனம்? எல்லா பத்திரிகைகளிலும் இது கதைத் திருட்டு என்றே விமர்சிக்கப்படுகிறது. பெயர் போடாவிட்டால் அப்படித்தானே சொல்வார்கள்? அமேசானுக்கோ இதன் இயக்குனருக்கோ கொஞ்சம் கூடவா வெட்கம் இல்லை? இவ்வளவு விமர்சனங்கள் வந்த பிறகுமா வெளியே வந்து தருண் தேஜ்பால் பெயரைப் போடாததற்குக் காரணத்தைச் சொல்லக் கூடாது?

மற்றபடி நான் இந்திய வெப்சீரீஸை அவ்வளவாகப்

பார்ப்பதில்லை. இந்திய *porn industry* மாதிரியே வெப்சீரீஸ்ஃம் மிக மிக மோசமான நிலையில்தான் இருக்கிறது. பல புகழ்பெற்ற இந்தியத் தொடர்களை என்னால் ஒரு எபிசோடுக்கு மேல் நகர்த்த முடியவில்லை. அதற்கெல்லாம் விதிவிலக்காக இருக்கிறது பாதாள் லோக். பிரமாதமான தொடர். இந்தியாவின் எதார்த்தத்தை பிட்டுப் பிட்டு வைத்திருக்கிறார்கள். எல்லாம் தருணின் நாவலில் இருக்கிறது. அவருடைய பெயரைத்தான் போடவில்லை. ஆனால் தொடரில் நாவலுக்கு பங்கம் செய்யவில்லை என்பதைப் பாராட்டலாம். இந்தியத் தொடர்களிலேயே இதைத்தான் முதல் இடத்தில் வைப்பேன். இழுஇழு என்று இழுக்காமல் ஒரு விறுவிறுப்பான சினிமாவைப் போல் ஒன்பதே எபிசோடுகளில் முடித்து விட்டார்கள்.

பின்னோக்கிப் பார்த்தால்தான் தருண் தேஜ்பால் இந்தியப் பத்திரிகைத் துறைக்கு எவ்வளவு பெரிய பங்களிப்பைச் செய்திருக்கிறார் என்று தெரியும். ஜூன் 2000-இல் தொடங்கப்பட்ட தெஹல்கா இணைய இதழ் ஒரே வாரத்தில் மூன்று கோடி ஹிட்ஸை எட்டியது. அதே சமயம் தருண் தேஜ்பால் பிஜேபி அரசினால் பழி வாங்கப்பட்ட கதைகள் பல பக்கங்களை எடுத்துக் கொள்ளும். அதில் ஆகக் கொடுமையானது இப்போதைய பெண்பழி.

நான் எக்ஸைல் நாவலில் எழுதியிருக்கிறேன். இந்தியாவில் ஒரு எழுத்தாளனைப் பழி வாங்க வேண்டுமென்றால், சிறையில் அடைக்க மாட்டார்கள். நாடு கடத்த மாட்டார்கள். பெண்ணை பலவந்தம் செய்தான் என்று சொல்லி மானபங்கம் செய்வார்கள். அதோடு முடிந்தது அந்த எழுத்தாளனின் கதை. தருண் சம்பவத்துக்கு ரொம்ப காலத்துக்கு முன்பே இதை நான் எழுதி விட்டேன்.

★★★

நான் சந்தேகித்தபடியே அம்மா வந்தாள் நாவலில் உல்ட்டாவாகத்தான் எழுதி விட்டேன். உள்ளது உள்ளபடி கீழே:

தண்டபாணிக்கு ஹைகோர்ட் ஜட்ஜெல்லாம் சிஷ்யர்கள். வேதத்தில் சந்தேகம் என்றால் அவரிடம்தான் கேட்பார்கள். மெத்தப் படித்தவர். அவர் மனைவி அலங்காரம். மூத்த பிள்ளை அவனுடைய மனைவி, மகள் காவேரி, இளைய புதல்வர்கள் கோபு, வேம்பு – இவர்கள்தான் அந்தக் குடும்ப உறுப்பினர்கள். வேதம் படிக்க சென்றிருக்கும் அப்பு இரண்டாவது மகன்.

இந்தக் குடும்பத்தில் நுழைகிறான் சிவசு என்ற சிவசுந்தரம். விரைவிலேயே தண்டபாணி வீட்டுக்கு அவனுடைய போக்குவரத்து அதிகரிக்கிறது. ஒருநாள் தண்டபாணி குளியலறையில் இருக்கும்போது சிவசுவின் குரல் கேட்கிறது. இன்னும் சிறிது நேரம் கழித்துப் போகலாம் என்று குளித்துக் கொண்டே இருக்கிறார் தண்டபாணி. பிறகு 'விரல் அழுக்கைக் கூட எடுத்தாகி விட்டது. எத்தனை நேரம்தான் குளிக்கிற உள்ளில் நிற்க முடியும்?' என்று நினைத்தபடி வெளியே வருகிறார்.

பொதுவாக எழுத்தாளர்கள் பெண்களைப் பற்றித்தான் மாய்ந்து மாய்ந்து எழுதுவார்கள். அதிலும் தி.ஜா. தேவி உபாசகர். அவருக்கு எல்லாப் பெண்களுமே தெய்வத்தின் நடமாடும் உருக்கள்தான். ஆனால் 'அம்மா வந்தாள்' நாவலில் தண்டபாணியின் கையறுநிலையைக் கதறி கதறி எழுதியிருக்கிறார். சிவசு அலங்காரத்தைத் தன் வீட்டுக்கு அழைக்கிறான்.

'அதெல்லாம் சரி மன்னி. நீங்க ஆத்துப் பக்கமே வரலியே. வந்து மாசக் கணக்கா ஆயிருக்கும் போலிருக்கே... ரங்கம் கூடப் போன வாரம் சொல்லிண்டேயிருந்தா, மன்னியைக் காணவேல்லியேன்னு...'

இந்தப் பேச்சை மாடியில் அமர்ந்து கேட்டுக் கொண்டிருக்கிறார் தண்டபாணி.

'பொய்! பொய்!' என்று மூடின கண்ணை இடுக்கினார் தண்டபாணி. புருவம் சுளித்தது. 'ரங்கம் அப்படிச் சொல்லி இருக்கவே மாட்டாள். நீதான் சொல்லுகிறாய். அலங்காரத்தைக்

குழியை வெட்டிப் புதைக்க வேண்டும் என்றுதான் அவள் சொல்லியிருப்பாள்...'

அலங்காரம் என்ன பதில் சொன்னாள் என்று அவர் காதில் விழவில்லை.

அப்பு வண்டியிலிருந்து இறங்கி பெட்டி படுக்கையுடன் வீட்டின் உள்ளே நுழைகிறான். ஊஞ்சலில் அமர்ந்திருக்கும் சிவசுவைப் பார்த்து விட்டு 'என்னடா கோடு, மீசையை எப்ப எடுத்தே?' என்று கேட்கிறான். மறுகணமே சற்றுக் குழம்பி உற்றுப் பார்க்கிறான். தங்கை காவேரி அவன் குழப்பத்தைத் தீர்க்கிறாள். 'சிவசு மாமாண்ணா!'

'ஆ! மாமா... சௌக்யமா, சார்?' என்றான் அப்பு.

பூச்சியின் சென்ற அத்தியாயத்தைப் படித்து பயமாக இருந்தது என்று எழுதியிருந்தார் புவனேஸ்வரி. தருணைக் கொலை செய்ய முயன்றதா என்று கேட்டேன். இல்லை, பொதுவாக எழுத்தாளர்களின் நிலையைப் பார்த்து என்றார். ஆனாலும் பரவாயில்லை. மகான் என்று அழைக்கப்பட்ட மகாப் பெரியவர் சந்திர சேகரேந்திரரே ஒரு சமூகத்தின், பண்பாட்டின், மொழியின் அடையாளமே எழுத்தாளர்தான் என்று சொல்கிறார் என்றால், அதன் அடுத்த பக்க விளைவுகளையும் ஏற்றுக் கொண்டுதானே ஆக வேண்டும்? இன்று நடந்த ஒரு சம்பவத்தைச் சொல்கிறேன். எழுத்தாளன் என்றால் யார் என்று தெரியும்.

வியாழக்கிழமையானால் மாலை நாலு மணிக்குள் குமுதத்துக்குக் கட்டுரை அனுப்பி விட வேண்டும். என்ன எழுதுவது என்று புதன்கிழமையே யோசித்து விடுவேன். வியாழன் அன்று காலையில் அமர்ந்தால் மாலைக்குள் முடித்து விடுவேன். சாருஆன்லைனில் மூவாயிரம் வார்த்தைகள் எழுத மூன்று மணி நேரம் ஆகும். குமுதத்தில் ஆயிரம் வார்த்தைகள் எழுத ஆறு மணி நேரம் ஆகும். அந்த அளவு யோசிக்க வேண்டும். அவந்திகாவின் ஆன்மீக வகுப்பில் முக்கியமான உறுப்பினர் குடும்பம் ஒன்று, கணவர் 44 வயது, மனைவி 41 வயது, குழந்தை

ஐந்து வயது. மூவரும் தவறாமல் செவ்வாய்க்கிழமை நடக்கும் ஆன்மீக வகுப்புக்கு ஆஜராகி விடுவர். கடந்த இரண்டு மாதமாக ஸூம் மூலம் நடக்கிறது. அந்த 41 வயதுப் பெண்மணிக்கு ஸைனஸ் போல இருக்கிறது. அதற்காக மருத்துவம் பார்த்து வருகிறார். நேற்று ஏதோ லேசாக ரத்தம் வந்ததாம். லேசாக மயக்கம் வருவது போல் இருக்கிறது, தூங்குகிறேன் என்று படுத்தவர் தூக்கத்திலேயே போய் விட்டார். அப்பல்லோவுக்கு எடுத்துப் போனால் ஹார்ட் அட்டாக்கினால் மரணம் என்று எழுதிக் கொடுத்து விட்டார்கள். அவந்திகாவுக்கு ஃபோன். கணவர் ஃபோனில் அழுகிறார். குழந்தையும் அவந்திகாவிடம் அம்மா ஏன் பேச மாட்டேங்கிறாங்க என்று கேட்கிறான்.

கொரோனா காலமாக இருப்பதால் ரொம்பக் கம்மியாகத்தான் ஆட்கள் இருக்க வேண்டும், நண்பர்கள் கூடாது, பெற்றோர் மட்டும்தான் அனுமதி. மதியம் பனிரண்டுக்குள் சடலத்தை எடுத்து விட வேண்டும். அரசு உத்தரவு. அவந்திகாவினால் செல்ல முடியாது. என்னிடம் சொல்லிக் கொண்டே இருக்கிறாள். எனக்கு எதுவுமே காதில் விழவில்லை. நான் பாட்டுக்கு எந்திரம் போல் டைப் அடித்துக் கொண்டே இருக்கிறேன். டைப் இதைத் தட்டச்சு செய்யும் போதே அடுத்த பத்தியை யோசிக்கிறேன். அவள் சொல்வதைப் பார்க்கிறேன். ஆனால் எதுவுமே என் உள்ளே போகவில்லை. நாலு மணிக்குக் கட்டுரையை அனுப்பி விட்டுத்தான் அவளிடம் என்னம்மா இது அநியாயம் என்றேன். நான் ஒரு *ruthless* கர்மயோகி. இல்லாவிட்டால் காகிதமே கொடுக்காத சிறைச்சாலையிலும் மலம் துடைக்கும் டிஷ்யூ பேப்பரிலேயே ஒரு முழு நாவலையும் எழுதி முடித்திருப்பாரா மார்க்கி தெ ஸாத்?

எழுத்தாளன் என்பவன் இப்படித்தான் இருக்க முடியும்.

28

விகடன் தனது நூற்று அறுபது சொச்சம் ஊழியர்களை வீட்டுக்கு அனுப்பி விட்டது. அது குறித்து விகடனை விமர்சித்து நான் ஒரு பதிவை எழுதியிருந்தேன். அதற்கு அராத்து அவரது 'அழகு' தமிழில் எழுதிய பதில் கீழே:

நிறைய நிறுவனங்களில் வேலையை விட்டு அனுப்பிக் கொண்டுதான் இருக்கிறார்கள். விகடன் ஒரு பத்திரிகை, அறம் பேசி அநீதி எதிர்த்து எழுதி வந்ததால் இது மிகவும் பேசப்படுகிறது. அறம் பேசுவதும், அநீதியை எதிர்ப்பதுமே ஒரு பிஸினஸ் என்று ஆகி பல வருடங்கள் ஆகின்றன.

வேலை பறிபோனவர்கள் எல்லோரும் நிருபர்கள் என்ற புரிதல் பலருக்கும் இருக்கும். அதனால்தான், இவ்வளவு பெரிய எதிர்ப்பு. வேலை பறி போனவர்களில், சேல்ஸ், மார்கெட்டிங், அட்மின், அக்கவுண்ட்ஸ் என பலதரப்பட்ட ஆட்களும் இருப்பார்கள் என்று நினைக்கிறேன்.

இதுவே முருகப்பா குழுமத்தில் இருந்தோ, கோல்ட் வின்னர் கம்பனியில் இருந்தோ, இருநூறு சேல்ஸ், மார்கெட்டிங், அட்மின், அக்கவுண்ட் ஆட்களைத் தூக்கி இருந்தால் யாரும் பேசி இருக்க மாட்டார்கள்.

தமிழகம் முழுக்க இதைப்போல நிறைய பேருக்கு வேலை போய் இருக்கிறது, போகும். மாதச் சம்பளம் அல்லாமல்,

சொந்த வேலை செய்பவர்கள், கூலி வேலை செய்பவர்கள் என பலருக்கும் வேலை இல்லை.

இந்த போஸ்டின் தொனி மறைமுகமாக விகடனுக்கு ஆதரவு தெரிவிப்பது போல சிலர் எண்ணலாம். என் நோக்கம் அதுவல்ல. ஏன் என்றால் விகடனும் ப்யூர் பிஸினஸ் கம்பனியாக மாறி பல நாட்கள் ஆகின்றன. அதை மற்றும் ஒரு வியாபார நிறுவனமாக மட்டுமே நான் பார்க்கிறேன்.

எஸ்.பாலசுப்பிரமணியன் இருந்த போது இருந்த, வியபாரத்தைத் தாண்டிய எந்த வேல்யூவும் இப்போது இல்லை.

ஒரு வியாபார நிறுவனம் இப்படித்தான் இயங்கும். விகடனையும் நாம் மற்ற வியாபார நிறுவனங்களில் ஒன்றாக வைத்துதான் மதிப்பிட வேண்டும்.

ஆனால் விகடன் பக்கம் இருந்து பார்த்தால் இந்த விமர்சனங்களும், போராட்டங்களும் அவர்களுக்குத் தேவைதான். அறம், நீதி, சமூக ஆர்வம், மக்கள் நலன் என இதையெல்லாம் வைத்து வியாபாரம் செய்தால் இப்படித்தான் திருப்பித் தாக்கும்.

ஜெட் ஏர்வேஸ் சில பணியாளர்களை வேலையை விட்டுத் தூக்கியது. உடனே அவர்கள் ராஜ் தாக்கரேயைப் போய்ப் பார்த்தார்கள். அவர் கட்டப் பஞ்சாயத்து செய்து மிரட்டல் விடுத்தார். இவர்களை வேலைக்குச் சேர்த்துக்கொள்ளவில்லை என்றால், மும்பை மீது எந்த ஜெட் ஏர்வேஸ் விமானமும் பறக்க முடியாது என்றார். ஜெட் அவர்களை மீண்டும் சேர்த்துக்கொண்டது.

சில மாதங்களில், ஜெட் ஏர்வேஸ் மொத்தமாக ஊத்தி மூடி விட்டுப் போனது. ராஜ் தாக்கரேயைப் போய் இப்போது பார்க்க முடியுமா? போராட முடியுமா?

உண்மை சில நேரங்களில் கசக்கும்.

வேலை போனவர்களுக்காக மனமார கவலைப்படுகிறேன். போராட்டம், விமர்சனம் எல்லாம் வேலைக்காகாது. ப்ராக்டிக்கலாக, வேறு நல்ல வேலை தேடுவதுதான் தீர்வு!

213

மேற்கண்ட அராத்துவின் பதிவில் ப்ராக்டிகலாக, வேல்யூ போன்ற செந்தமிழ்ச் சொற்கள் தென்றலைப் போல் செவிதனைத் தீண்டினாலும் அதில் உள்ள ஒரு கருத்து என்னை மிக மிக ஈர்த்தது.

அது, அறம்/சமூகநீதி போன்றவற்றை வைத்து வியாபாரம் செய்தால் அது நம்மையேதான் திருப்பித் தாக்கும். உண்மையில் அச்சு ஊடகங்களுக்கு இப்போது வேல்யூ - சீ - மதிப்பு இல்லை. அவற்றின் காலம் முடிந்து விட்டது என்றே தோன்றுகிறது. இருபது ஆண்டுகளுக்கு முன் விகடனில் ஒரு தொடர் எழுத அழைத்திருந்தால் அதற்காக நண்பர்களுக்கு ஒரு பார்ட்டி கொடுத்திருப்பேன். அச்சு ஊடகத்தின் ரீச் - சீ - வீச்சு அப்போது அப்படி இருந்தது. இப்போது அழைத்தால் யோசிப்பேன். நேரம் இல்லையே என்று சொல்லித் தட்டிக் கழிப்பேன். இப்போதைய காலம் இணையம்தான். இதே விகடனை இணைய இதழாக பலரும் வாசிக்கிறார்கள்.

அராத்துவின் பதிவைப் படித்த பிறகு என் கருத்தை மாற்றிக் கொண்டேன். சரவண பவன் ஓட்டலில் – அல்லது, விப்ரோ நிறுவனத்திலிருந்து ஐநூறு பேரை வேலையை விட்டுத் தூக்கினால் அது பற்றி நான் கட்டுரை எழுதப் போகிறேனா என்ன? விகடன் எல்லாம் நமது நாஸ்டால்ஜியா. ஒரு நல்ல கதை வந்தால் அந்த எழுத்தாளரின் வீட்டுக்கே போய் ஒரு பணக்கட்டைக் கொடுத்து விட்டு வந்த பாலசுப்ரமணியன் என்ற கலாரசிகரின் ஞாபகம் இன்னும் மனதில் நின்று கொண்டிருப்பதால் ஏற்பட்ட கோபம். என் சரித்திரம் என்ற ஒரு சுயசரிதைக் காவியம் தொடராக வந்த பத்திரிகை ஆயிற்றே என்ற ஆதங்கம். அவ்வளவுதான். விகடனும் ஒரு கார்ப்பொரேட் நிறுவனம் ஆகி இருபது ஆண்டுகள் ஆகி விட்டன என்பதை நேற்று மறந்து போனேன்.

23.5.2020.

29

அன்புள்ள சாரு அப்பாவிற்கு,

என் கண்களில் கண்ணீருடன் உங்களுக்கு எழுதும் முதல் கடிதம் இதுதான்.

நான் உங்களை என் இலக்கியத் தந்தையாகக் கருதுகிறேன். இன்று என் கண்களில் வழிந்தோடும் வலிமிகுந்த கண்ணீர் உங்களுக்காக.

அழைத்துப் பேசி விட வேண்டும் என்று நினைத்தேன், ஆனால் உங்களையும் சங்கடத்தில் ஆழ்த்த மனம் வரவில்லை.

விஷயத்திற்கு வருகிறேன். முராகாமியின் தீவிர வாசகன் நான். நீங்கள் தேடிப் பார்த்தாலும் அவருடைய ஒரே ஒரு நேர்காணல்தான் யூட்யூபில் கிடைக்கும்.

தேடினாலும் அதிகம் தகவல் கிடைக்காத ஒரு எழுத்தாளர். அது அவருடைய வாழ்க்கை, அவருடைய உரிமை. ஏற்கக்கூடியது தான். இல்லை என்று சொல்லவில்லை.

ஆனால் இன்று நடந்ததோ முற்றிலும் ஏற்றுக் கொள்ள முடியாதது. மே பனிரண்டாம் தேதி தி கார்டியன் வலைத்தளத்தில் முராகாமி மே-22 அன்று வானொலியில் இசை நிகழ்ச்சி ஒன்று தொகுக்க உள்ளார் என்று வாசித்தேன்.

அளவு கடந்த சந்தோசம் அன்று. பத்திற்கும் மேல் அவருடைய புத்தகத்தைப் படித்திருக்கிறேன். என் தங்கை ஜப்பான் புத்தகங்கள் மற்றும் படங்கள் மீது ஈர்ப்பு கொண்டு இப்போது ஜப்பானில் வேலை செய்து கொண்டு இருக்கிறாள் .

இன்று மாலை அந்த நிகழ்ச்சி தொடங்கியவுடன் என்னை அழைத்து "ஆரம்பித்தது" என்று கூறி சில இணைப்புகளைப் பகிர்ந்தாள். அவை எதுவும் வேலை செய்யவில்லை. நான் மற்ற பல வலைத்தளங்கள், ஜப்பான் ரேடியோ போன்ற மென்பொருள் மூலம் முயற்சி செய்து தோற்றுப் போனேன்.

விட்டுக்கொடுக்க மனம் இல்லை. பல நாள் கனவாக இருந்தது. அவர் ஜப்பானிய மொழியில் பேசுவதைக் கேட்க வேண்டும் மற்றும் அவர் வீட்டில் உள்ள *vinyl player* மூலம் பாட்டுக் கேட்க வேண்டும் என்று.

இறுதியாக *vpn* மூலம் முயன்று பார்த்தேன். ஆனால் அந்த வலைத்தளம் 'லொகேஷன்' சரி பார்த்த பின்புதான் வேலை செய்யும் என்று கூறியது. முயற்சியைக் கைவிட்டேன். கோபம் எரிமலையாக வெடித்தது.

உலகமே படிக்கும் ஒரு எழுத்தாளன் - ஒரு புத்தகம் எழுதினால் கோடியில் புரளும் எழுத்தாளன் - கொடுந்தொற்று நேரத்தில் வெளியே வந்து தன் நாட்டு மக்களிடம் மட்டும் பேசுகிறான். உலகம் முழுவதும் பைத்தியம் போல் அவர் புத்தகங்களை வாசிக்கும் வாசகன் என்ன பாவம் செய்தான்?

என் தங்கையிடம் ஜப்பானியர்கள் மற்றும் அவர்களின் 'மூடிய கலாச்சாரம்' பற்றி வசை பாடினேன். நான் என்ன செய்வேன்

என்று கூறினாள். இதேபோல் *Studio Ghibli* தங்களுடைய குறும்படங்களை ஜப்பானில் உள்ள அவர்களின் சொந்த அருங்காட்சியகம் தவிர உலகில் வேறெங்கும் பார்க்க இயலாததாகச் செய்திருக்கிறார்கள்.

முராகாமி விரும்பிய இசை மற்றும் அதைத் தன் இசைத்தட்டில் பாடச் செய்வதே அந்த நிகழ்ச்சியின் நோக்கம். அதே சமயத்தில் தான் படித்த புத்தகம், அதை எவ்வாறு அணுக வேண்டும், உலக இலக்கியத்தின் பரந்த வாசிப்பின் முக்கியத்துவம் போன்றவற்றை இலவசமாகத் தரும் உங்களை நான் என்னவென்று சொல்வது. வெறும் இசை நிகழ்ச்சிக்கு ஏன் அதிக விளம்பரம்? கார்டியன் பத்திரிகையில் போட்டு உலகம் முழுவதும் உள்ள ரசிகர்களின் ஆர்வத்தைத் தூண்டிவிட்டு பின்பு அது உலக நிகழ்ச்சி கிடையாது என்று கூறுவது எவ்வாறு இருக்கிறது? என் தங்கையிடம் அவர்களைப் பற்றி வசை பாடினேன் என்று கூறினேன் அல்லவா, அதில் ஒரு வரி, "அவன் பத்து ஜென்மம் எடுத்தாலும் சம்பத்தின் இடைவெளி நாவல் போல் ஒன்று எழுத முடியாது." என் தங்கை, "சரி, விடு... நீதான் கலைகளை ஒன்றோடு ஒன்று ஒப்பிடக் கூடாது என்று சொல்லுவாய். இன்னைக்கு என்னாச்சு உனக்கு?" என்று பதில் அளித்தாள்.

ஆனால் பாருங்கள், நம் ஊரில் உள்ள சில வாசகர்கள் முராகாமிக்கு நோபல் தரவேண்டும் என்று இணையத்தில் சண்டை போடுகிறார்கள்.

சம்பத்தின் இடைவெளி, எம்.வி.வெங்கட்ராமின் காதுகள், நகுலனின் கவிதைகளை எல்லாம் கொண்டாட மறந்த கூட்டம்தான் நாம். நீங்கள் தமிழ் எழுத்தாளரின் வாழ்வைப் பற்றிப் பேசும்போது இருந்த வலியை இன்று என் உடலில் உணர்கிறேன். இதை உலகம் முழுவதும் வெளியிடுங்கள், ஜப்பான் மொழி தெரியவில்லை என்றால் என்ன, பாடல் ஆங்கிலம்தானே என்று ஏன் அந்த எழுத்தாளன் நினைக்கவில்லை என்று கோபம். ஏன் இவ்வாறு அவர் செய்ய வேண்டும் என்று ஆசை கொண்டேன் என்றால் அவர் புத்தகம் ஜப்பானில் மட்டும் விற்கவில்லை. உலகெங்கும் ரசிகர்கள் கூட்டம

தங்கள் மொழியில் உள்ள இலக்கியப் புத்தகங்களை விட அதிக விலை கொடுத்து வாங்கும் புத்தகம் அவருடையாது. இப்படியெல்லாம் எதிர்பார்ப்பது மூடத்தனம் என்று எனக்கு நானே கூறிக்கொண்டேன்.

இந்தக் கோபம் பற்றி அலசி ஆராய்வதற்குள் உங்கள் கட்டுரைகளின் முடிவு என் கண் முன் வந்தது. *"www.charuonline.com* என்ற இந்த இணையதளம் 2002-ஆம் ஆண்டில் தொடங்கப்பட்டது"* என்று தொடங்கும் பத்தி.

என் கண்களில் கண்ணீர் நிரம்பியது. என் மனைவி பயந்துவிட்டாள். ஏன் அழுகிறாய் என்று பல முறை வினவினாள். என்ன நடக்கிறது என்று அவளுக்குத் தெரியவில்லை, எனக்கும்தான்.

என் இலக்கியத் தந்தை, என்னைப் புதியவனாக உயிர்த்தெழ வைத்த ஆசான் வாழ்க்கையை இலக்கியத்திற்காக அர்ப்பணித்த மனிதன் தன் கட்டுரைகளை முடிக்கும் போது "முடிந்தவர்கள் கட்டணம் செலுத்துங்கள். முடியாவிட்டால் எந்தப் பிரச்சினையும் இல்லை" என்று முடிக்கிறான்.

முடியவில்லை அப்பா. யார்மீது கோபம் என்று தெரியவில்லை. ஆனால் முராகாமியின் நிலையில் இருக்க வேண்டிய என் அப்பா அப்படி இல்லை என்ற ஒரு எண்ணம் என்னை உலுக்கி விட்டது. இதோ என் எழுத்து, படித்துக் கொள்ளுங்கள்... இதோ நான் பேசுகிறேன், கேட்டுக் கொள்ளுங்கள்... என்று கூறும் ஆசானைக் கண்டுகொள்ளாத சமூகத்தை என்ன செய்வது?

மேலே இருக்கும் அந்த இரண்டு வரிகளை எழுதும் போது மீண்டும் கண்ணீர் வழிந்தது. அறையைச் சாத்திவிட்டு தனிமையில் இருக்கிறேன். இதில் நான் எழுதியதை விட எழுதாமல் விட்டதுதான் என் உண்மையான வலி.

பின் குறிப்பு: முராகாமியின் அந்த நிகழ்ச்சி ஏதோ ஒரு வலைத்தளத்தில் ஒளிபரப்பிக் கொண்டியிருக்கலாம். ஆனால் அந்தத் தகவல் வெளிப்படையாக இல்லை. எப்போதும்போல்

218

மர்மமாக அனைவரின் ஏக்கத்தைச் சம்பாதிக்கும் விஷயமாக இருக்கிறது.

என்னால் முடிந்த பணம் மற்றும் பிராத்தனை தவிர வேறொன்றும் கொடுக்க இயலாமல் இருக்கும் வாசகன்.

கண்ணீருடன் முடிக்கிறேன்.

இப்படிக்கு உங்கள் மாணவன்
கார்த்திக்.

கார்த்திக்கின் உணர்ச்சிகரமான கடிதம் கடந்த இரண்டு ஆண்டுகளில் இது ஐந்தாவதாக இருக்கும். எல்லா கடிதங்களுமே இப்படித்தான். இந்தக் கடிதத்தை மட்டும் வெளியிடுவதன் காரணம், முராகாமி. நேற்றே முராகாமி பற்றி எழுத வேண்டும் என்று நினைத்து பிறகு வேண்டாம் என்று விட்டு விட்டேன். இன்று கார்த்திக்கும் இத்தனை எழுதிய பிறகு எழுதாமல் இருக்க முடியவில்லை. நேற்று ஏன் முராகாமி பற்றி நினைத்தேன் என்றால், நான் மிக அணுக்கமாக உணரும் ஒரு சக எழுத்தாளர் முராகாமி பற்றி எழுதியிருந்தார். பதினைந்து ஆண்டுகளுக்கு மேலாக எழுதி வரும் அவரது முதல் புத்தகத்திலிருந்து நேற்று வந்த புத்தகம் வரை என்னிடம் உள்ளன. மிக இளையவர், அவரது மாணவப் பருவத்திலிருந்தே அவரை நான் அறிவேன் என்ற போதிலும் பல சமயங்களில் அவரது எழுத்தைப் படித்து வியந்திருக்கிறேன். எப்படி இவர் நாம் நினைப்பதையெல்லாம் எழுதி விடுகிறார் என்பதுதான் என் வியப்புக்குக் காரணம். ஆனால் ஏதோ காரணத்தால் அவரைப் பற்றி எழுதாமலே காலம் கடந்து விட்டது. அப்படிப் பல சமயங்களில் நடக்கும். தேவதேவன் எனக்கு மிகப் பிடித்த கவிஞர். தமிழில் எனக்கு ஆகப் பிடித்த இரண்டு கவிஞர்கள் என்று கேட்டால் தேவதேவனும், தேவதச்சனும் என்று சொல்வேன். இருவரைப் பற்றி - அதிலும் குறிப்பாக தேவதேவன் பற்றி நான் ஒரு வார்த்தை எழுதியதில்லை. ஜெயமோகன் அவரது நெருங்கிய நண்பர். ஜெ. அவர் பற்றி அதிகம் எழுதியிருக்கிறார். அதையெல்லாம் ஒன்று விடாமல் படிப்பேன். அப்படித்தான்

நான் விரும்பிப் படிக்கும் பலரைப் பற்றி எழுதாமலே போய் விடுகிறது. இப்போது ஏன் பெயரைச் சொல்லவில்லை என்றால், முன்பே எழுதியிருக்க வேண்டும் என்பதுதான். இப்போது எழுதினால் அதற்கு வேறு காரணம் கற்பித்து என்னுடைய ஆத்மார்த்தமான ரசனையைக் கொச்சைப்படுத்துவர். ஒரே ஒருமுறை மதுரை அருணாசலம் "ஏன் சாரு இன்னார் பற்றி நீங்கள் எதுவுமே எழுதியதில்லை?" என்று கேட்டபோது ஒரு மணி நேரம் பேசினேன். அசந்து போய் விட்டார். ஐயோ, இதை அவர் கேட்டால் திக்குமுக்காடிப் போய் விடுவாரே என்று பலமுறை சொன்னார். ஒரே ஒரு முறை அவரோடு ஃபோனில் பேசுங்களேன் என்றார். அவர் அந்த எழுத்தாளரின் நண்பர். அப்படியெல்லாம் இல்லை அருணா, இப்போது நான் தேவதேவனோடு பேசிக் கொண்டிருக்கிறேனா என்ன, அவர் குரல் கூட எனக்கு எப்படி இருக்கிறது என்று தெரியாதே என்றேன்.

எந்த ஒரு சமூகப் பிரச்சினையாக இருந்தாலும் நாம் என்ன நினைத்தோமோ அதை எழுதியிருக்கிறாரே என்று நினைப்பேன். இதை காயத்ரியிடம் சொன்னபோது, ஆமாம், உங்களுக்குப் பிடித்த எல்லோரைப் பற்றியுமே அப்படித்தான் சொல்வீர்கள் என்றாள். அடப்பாவி, ஸேம் சைட் கோல் அடிக்கிறாளே என்று நினைத்துக் கொண்டேன். அப்படி நான் யாரைப் பற்றியும் நினைத்ததாக எனக்கு ஞாபகம் இல்லை. எனக்கு மிகவும் நெருக்கமான சீனியைப் பற்றியும் நினைத்ததில்லை. எழுத்து அளவில் எனக்கு மிக நெருக்கமான அசோகமித்திரனைக் குறித்தும் அப்படி நினைத்ததில்லை. அவரது கருத்துக்கள் பல ஹிந்துத்துவம் சார்ந்ததாக இருக்கும். இப்படி ஒரு அரசியல் பார்வையை வைத்துக் கொண்டு எப்படி இவர் கலையில் இந்த அசத்து அசத்துகிறார் என்றே வியந்ததுண்டு. மற்றபடி கருத்தளவில் நான் கிழக்கு என்றால், இல்லை அது மேற்கு என்பார்கள் என் வாசகர் வட்டத்தினர். அதில் முதல் ஆளே காயத்ரிதான். பல சமயங்களில் கடுப்பாகி நீங்களெல்லாம் முதலில் விஷ்ணுபுரம் வாசகர் வட்டத்தில் போய்ச் சேருங்கள் என்று கூட சொல்லியிருக்கிறேன். ஆக, நாம் நினைப்பதை

இவர் எழுதுகிறாரே என்று நான் நினைப்பது அரிதாகத்தான் நடக்கும். அப்படிப்பட்ட எனக்கு சமீபத்தில் அந்த எழுத்தாளர் முராகாமி பற்றி எழுதியதும் பெரிதும் அதிர்ச்சி. ஏனென்றால், எனக்கு முராகாமியைப் பிடிக்காது என்று ஆரம்பிக்கும் அவர் எனக்கு ஏன் முராகாமியைப் பிடிக்காதோ அதே காரணத்தைச் சொல்லியிருந்தார்.

ஆனால் அது ரொம்பவும் எளிதுகூட. ஒரு தமிழ் உதாரணம் சொல்கிறேன், கவனியுங்கள். என்னிடம் எத்தனையோ பேர் வந்து சுஜாதா மாதிரி யாரும் வராது அப்படி இப்படி என்று அளப்பார்கள். அவர்களிடமெல்லாம் நான் கேட்கும் ஒரே கேள்வி, உங்களுக்கு அசோகமித்திரன் தெரியுமா? தெரியாது. அப்போன்னா பொத்திக்கிட்டு போ. இதுதான் என் பதில். அதேதான் முராகாமி விஷயத்திலும். முராகாமியை ஏன் பிடிக்காது என்றால், யாசுநாரி கவாபாட்டாவைப் பிடிக்கும். கவாபாட்டாவைப் படித்தவர்களுக்கு முராகாமி சாதாரணம். நான் கவாபாட்டாவோடு யூகியோ மிஷிமாவையும் சேர்த்துக் கொள்வேன். ஆனாலும் அந்தச் சிறிய வியாசம் எனக்கு மன உளைச்சலையே அளித்தது. ஏன் முராகாமியைப் பிடிக்காது என்று ஒரு பதிவை எழுதுகிறோம் இல்லையா? அங்கேதான் முராகாமி நம்மை வெல்கிறார். ஒரு இலக்கிய வாசகரிடையே ஒரு தவிர்க்க இயலாத்தன்மையை உருவாக்குகிறார். முராகாமியைப் படித்ததில்லை என்று சொல்ல முடியுமா? யாராலும் முடியாது. பிடிக்கவில்லை என்றாவது ஒரு கட்டுரை எழுதித்தான் ஆக வேண்டும். ஆனால் என்னுடைய ஆறு நாவல்களைப் பற்றி என் சக எழுத்தாளர்கள் யாருமே படித்ததாக என்னிடம் சொன்னதில்லை, லக்ஷ்மி சரவணகுமார் ஒருவரைத் தவிர. வழக்கம் போல் ஜெயமோகன்தான் ஸீரோ டிகிரி பற்றி விரிவாக மலையாள சூழலில் பேட்டி அளித்திருக்கிறார்.

நம் மொழி சார்ந்த எழுத்தாளனாக இருந்தால் அவனது மரணத்துக்குப் பிறகுதான் பேச வேண்டும் போல் இருக்கிறது. உயிரோடு இருந்தால் ஒரு தயக்கம் இருக்கிறது. சாருவின் எழுத்து ஏன் எனக்குப் பிடிக்கவில்லை என்று ஏன் யாருமே

எழுத முன்வரவில்லை? இம்மாதிரி தளைகளிலிருந்து விடுபட்ட இரண்டே எழுத்தாளர்கள் என ஜெயமோகனையும் என்னையும்தான் சொல்வேன். சுந்தர ராமசாமியின் புனைவுகள் ஏன் எனக்குப் பிடிக்கவில்லை என்று நான் விலாவாரியாக எழுதியிருக்கிறேன். நான் சொல்வது சரியா இல்லையா என்பது வேறு விஷயம். ஆனால் பேசியிருக்கிறேன். ஆனால் என்னைப் பற்றி யாருமே வாய் திறக்கவில்லை.

முராகாமிக்கு வருவோம். இரண்டு ஆண்டுகளுக்கு முன்பு ஒரு கல்லூரி மாணவி, இந்த கார்த்திக் போலவேதான் ஒரு முராகாமி வெறியர். பார்ப்பதற்குப் பேரழகியாக இருந்த அவர் முராகாமியோடு ஒரே ஒரு முறையாவது நான் படுக்க வேண்டும் என்று சொன்னதும் அதிர்ந்தே போனேன். அதை விடுங்கள். எனக்கு இயல்பாகவே என் எழுத்தை அவர் படித்திருக்கிறாரோ என்று தெரிந்து கொள்ள ஆவல். ஏனென்றால், என் இசை மற்றும் சினிமா கட்டுரைகளை மட்டுமே படித்து என்னைச் சந்திக்கும் இளைஞர்கள் அதிகம். அம்மாதிரி சந்தித்தவர் அவர். நேரடியாகக் கேட்கவும் கூச்சம். கடைசியில் அவர் என் எழுத்து ஒன்றைக் கூட படித்ததில்லை என்று அறிந்தேன். பிறகு அவரைச் சந்திக்க ஆர்வம் காண்பிக்கவில்லை. என் எழுத்தையே வாசிக்காதவரிடம் நான் என்ன பேச முடியும்? இப்படிப்பட்ட தீவிர முராகாமி வாசகர்களை நான் சந்தித்துக் கொண்டே இருக்கிறேன்.

சரி, இந்த ஆளைப் படித்து விட வேண்டியதுதான் என்று சில ஆண்டுகளுக்கு முன் நார்வேஜியன் வுட்டை எடுத்தேன். பிரமாதமான நாவல். ஆனால் பாருங்கள், என்னுடைய இன்னொரு நண்பர் ஒருவர், அவரும் நார்வேஜியன் வுட் பற்றி ஆகா ஓகோ என்று எழுதியிருந்தார். எல்லாம் சரி. ஆனால் ராஸ லீலாவின் கால் தூசி வராதே ஐயா உங்கள் நார்வேஜியன் வுட்? தேகம் என்று ஒரு நாவல். பதினைந்து நாளில் எழுதினேன். மரணத்தின் விளிம்பில் என்பார்கள் இல்லையா, அதுபோல பித்தநிலையின் விளிம்பில் நின்று எழுதியது. இன்றும் அதை மனோதத்துவம் தெரிந்தவர்கள் அது ஒரு ஆவணம் என்பார்கள்.

அதை மொழிபெயர்க்கும்போதே ஒருவருக்குப் பைத்தியம் பிடித்தாலும் பிடித்து விடலாம். காமரூப கதைகள் இன்னொரு அதிசயம். அப்படி ஒரு நாவலை முராகாமியால் எழுத இயலும்; ஆனால் இன்னும் தொடவில்லை. தஸ்தயேவ்ஸ்கி, டால்ஸ்டாய் இருவரையுமே நிராகரித்த ஆள் நபக்கோவ். நபக்கோவ் ஒரு லெஜண்ட். அவருடைய லொலிதாவைக் குறிப்பிடாத பின்னவீனத்துவவாதிகளே கிடையாது. அப்படிப்பட்ட லொலிதாவை உன்னத சங்கீதம் என்ற ஒரு சிறுகதையால் தாண்டினேன். காரணம், லொலிதாவின் நாயகன் குற்ற உணர்ச்சியால் பீடிக்கப்பட்டிருக்கிறான். உன்னத சங்கீதத்தில் அந்தக் குற்ற உணர்ச்சி இல்லை. உடனே சில மண்டுகள் என்னை பீடஃபைல் என்று எழுதி அப்படியே நம்பத் தலைப்பட்டன. எப்பேர்ப்பட்ட மூட ஜென்மங்கள்! ஜூலியட்டின் வயது பதின்மூன்று என்பதால் ஷேக்ஸ்பியர் பீடஃபைலா? கதையில் கற்பழிப்பு வந்தால் எழுத்தாளன் ரேப்பிஸ்டா? அட மூடப் பதர்களா!

முராகாமியின் சில சிறுகதைகள் உண்மையிலேயே நன்றாக இருந்தன. விநோத நூலகம் ஒரு உதாரணம். ஆனால் அவரது நாவல்கள் – நார்வேஜியன் வுட் தவிர மற்ற எல்லாமே கொடுந்துன்பம். நான் நினைக்கிறேன், ஆரம்பத்தில் நன்றாக எழுதிக் கொண்டிருந்த அவர் உலகப் பிரபலம் ஆன பிறகு பதிப்பாளர்கள் கொடுக்கும் நெருக்கடியினால் எழுதிக் குவிக்க ஆரம்பித்து விட்டார் என்று. இல்லாவிட்டால் 1Q84 என்ற படு திராபையான நாவலை இத்தனை புகழ்பெற்ற ஒருவர் எழுத முடியுமா? அதுவும் மூன்று பாகங்களால் ஆன ஜப்பானிய மூலம், ஆங்கில மொழிபெயர்ப்பில் ஒரே புத்தகமாக தலையணை சைஸில் வந்து தொலைந்தது. ஒரு தமிழ் இலக்கிய அல்டாப் என்னிடம் இதைப் பற்றி சிலாகித்துக் கொண்டிருந்தது. அது அந்த நாவலின் பெயரை ஐக்யூ எய்ட்டி ஃபோர் என்றே குறிப்பிட்டுக் கொண்டிருந்ததால் கடுப்பான நான் அது 1984 என்றேன். க்யூ என்றால் ஜப்பானிய மொழியில் ஒன்பது என்று பொருள். ஜார்ஜ் ஆர்வெலின் 1984 நாவல் தலைப்புதான் முராகாமியின் நாவல் தலைப்பும். இதையெல்லாம் அல்டாப்பிடம் நான்

சொல்லவில்லை. அது பாட்டுக்கு IQ84தான் என்று அடித்துச் சொல்லியது. ஏன் ஐயா, ஒன்றுக்கும் ஆங்கில I எழுத்துக்குமா வித்தியாசம் தெரியாது? ஒன்று என்றால், அந்த நேர்க்கோட்டின் இடது புறம் ஒரு சாய்மானக் கோடு இருக்கும். நாவலில் அந்தக் கோடு இருக்கிறது. ம், என்னத்தைச் சொல்ல? ஏற்கனவே அந்த அல்டாப் என்னிடம் மிஷேல் வெல்பெக்கின் (Michelle Houlle-becq) பெயரை வூலேபெக் என்று வேறு திருத்தியது ஞாபகம் வந்தது. தவிர, அல்டாப்பின் ஜாதியே வேறு அல்டாப்புக்குப் பேர் போன ஜாதி. சரி தொலை என்று விட்டு விட்டேன்.

இத்தனை ப்ரக்யாதி பெற்ற 1984 நாவல் பொடி எழுத்தில் 1500 பக்கம். மூன்று பாகமும் சேர்த்து. முதல் அத்தியாயம் ஒரு இருபத்தைந்து பக்கம் வரும். ஒரு பெண் டாக்ஸியில் போகிறாள். டிரைவர் ஒரு சிம்ஃபனி போடுகிறான். அதுசரி, ஜப்பானில் டாக்ஸியிலேயே சிம்ஃபனி போடுவார்கள் போல. அல்லது அந்த டாக்ஸிக்காரன் அப்படியோ என்னவோ. எனக்கு முராகாமி மேற்கத்திய சாஸ்த்ரீய சங்கீத ரசிகர் என்பது வேறு ஞாபகம் வந்து தொலைத்தது. அந்த சிம்ஃபனி யார் போட்டது, எப்போது போட்டார், அவருடைய வாழ்க்கை வரலாறு என்று பக்கம் பக்கமாக நினைக்கிறாள் அந்தப் பெண். அதெல்லாம் நாவலுக்கு எந்த விதத்திலும் தேவை இல்லை. போக்குவரத்து நெரிசல் ஆகிறது. அதற்குத்தான் ஊருக்கு உள் வழியாகப் போகலாம் என்றேன் என்கிறார் டிரைவர். நெடுஞ்சாலை வழியாக வந்தால் விரைவாகப் போய் விடலாம் என்று நினைத்தேன் என்கிறாள் பெண். என்ன செய்வது என்று இருவரும் யோசிக்கிறார்கள். இப்படியே போனால் இன்னும் ஒரு மணி நேரம் ஆகுமே என்கிறார் டிரைவர்.

இன்னும் பத்து நிமிடத்தில் போகாவிட்டால் நான் வந்ததே வீண், என்ன செய்யலாம்?

ஒரே ஒரு வழிதான் இருக்கிறது. ஆனால்...

என்ன ஆனால்?

இல்லை, நீங்கள் மினி ஸ்கர்ட் அணிந்திருக்கிறீர்கள்.

இல்லாவிட்டால் இந்த மெரிடியனைத் தாண்டிக் குதித்து எதிர்ப்பக்கம் போனால் நீங்கள் சொன்ன இடம். ஐந்தே நிமிடம்தான். ஆனால் கார்கள் வரிசை கட்டி நிற்கின்றன. ஓடுகின்ற கார்கள் என்றால் கூடப் பரவாயில்லை. நின்று கொண்டிருக்கும் கார்கள். மெரிடியனை ஏறிக் குதித்தால் எல்லார் கவனமும் உங்கள் மீதுதான் குவியும். உங்கள் ட்ரெஸ்தான் இப்போதைய பிரச்சினை.

அது பரவாயில்லை. இந்தாருங்கள் பணம். நான் கிளம்புகிறேன்.

உள்ளாடை தெரியத் தெரிய ஏறிக் குதிக்கிறாள்.

இதுதான் முதல் அத்தியாயம். இருபத்தைந்து பக்கம். ங்கொய்யால. என்னய்யா இது நாவல்? முழுக்க முழுக்க சிம்ஃபனி பற்றி டிரைவரும் பெண்ணும் பேசிக் கொள்வதுதான். இவரைத்தான் உலகமே கொண்டாடிக் கொண்டிருக்கிறது. நார்வேஜியன் வுட்டில் ஒரு பதின்மூன்று வயதுப் பெண் நடுத்தர வயது மங்கை ஒருத்தியை பாலியல் பலாத்காரம் செய்து அவளை மனநோயாளியாக ஆக்கி விடுவாள். அது ஒரு intenseஆன இடம். ஆனால் அது போன்ற நூற்றுக்கணக்கான கொடும் தருணங்களை நான் ராஸ லீலாவிலும் தேகத்திலும் காமரூப கதைகளிலும் உருவாக்கியிருக்கிறேன். ஆனால் முராகாமியைத்தான் தெரியும். எல்லாம் பெருமாள் முருகனுக்கு அடித்துப் போன்ற லக்கி ப்ரைஸ்தான். ஜாதகத்தில் விபரீத ராஜ யோகம் இருக்க வேண்டும். அவ்வளவுதான்.

அதனால் கார்த்திக் வருத்தப்படுவது போல இதிலெல்லாம் ரொம்ப ஈடுபட்டால் துக்கம்தான் மிஞ்சும். போய்க் கொண்டே இருக்க வேண்டியதுதான். அசோகமித்திரன் வாழ்ந்ததெல்லாம் ஒரு எழுத்தாளன் வாழ வேண்டிய வாழ்க்கையா? அதைப் பார்த்தால் நானெல்லாம் அம்பானி. பணம் இல்லையென்றாலும் நண்பர்களைச் சொல்கிறேன். பொலிவியாவிலிருந்து என் பயணத் திட்டத்தையே மாற்றிக் கொண்டு சீலே போய் விட்டேன். பொலிவியாவின் உயரத்தினால் என்னால் மூச்சு விட முடியவில்லை. பயணத் திட்டம் மாறியதால் மேற்கொண்டு

ஆறு லட்சம் ரூபாய் தேவைப்பட்டது. ஃபேஸ்புக்கிலும் என் வலைத்தளத்திலும் நிலைமையை எழுதினேன். அறையிலேயே ஒரு வாரம் முடங்கிக் கிடக்கலாம். பணம் தேவையில்லை. ஆனால் என் கனவு நகரான சாந்தியாகோ போய் அறையிலேவா முடங்கிக் கிடப்பது? உபரியாகத் தேவைப்பட்ட ஆறு லட்சம் ரூபாயையும் என் வாசகர்கள்தான் ஒரே வாரத்தில் அனுப்பி வைத்தார்கள். இதெல்லாம் எந்த எழுத்தாளனுக்குக் கிடைக்கும்? ஆனால் பொதுவாகத் தமிழ் எழுத்தாளர்களின் நிலை ஏன் மிக மோசமாக இருக்கிறது என்றால், புத்தகம் இருநூறு பிரதிதான் விற்கிறது. அந்த நிலை மாறும்வரை பணத் தேவை இருந்து கொண்டேதான் இருக்கும்.

அதனால் கார்த்திக், அசோகமித்திரன் மாதிரி நான் இல்லை. எனக்குப் பிறகு வரும் எழுத்தாளர்களின் நிலை இன்னும் கொஞ்சம் சீராகும். நிலைமை நிச்சயம் மாறும். அதுவரை என்ன காத்திருக்கவா முடியும்? கொண்டாடுவோம் வாருங்கள் வாழ்க்கையை.

நேற்றைய அத்தியாயத்திலேயே வந்திருக்க வேண்டியது. விடுபட்டு விட்டது. மக்களுக்கு எப்போதுமே வழிபாட்டுக்குரிய ஒரு பிம்பம் - *icon* - தேவைப்படுகிறது. அந்தந்த காலகட்டத்துக்கேற்ப அந்த பிம்பம் வழிபாட்டுக்குத் தகுதி உடையதாகவோ அல்லது வெறும் அட்டைக் கத்தியாகவோ இருக்கிறது. முன்னதுக்கு காந்தியையும் பின்னதுக்கு அப்துல் கலாமையும் நீங்கள் உதாரணமாகக் கொள்ளலாம். கலாம் சமீபத்திய உதாரணம். இந்தியாவில் உள்ள மாணவர்கள் கலாமைத் தங்கள் வழிபாட்டு பிம்பமாகக் கொண்டாடினார்கள். புரிகிறது. ஆனால் லட்சோபலட்சம் ஆட்டோக்காரர்கள் ஏன் இயேசு கிறிஸ்து, பரமசிவன், இவர்கள் பக்கத்தில் அப்துல் கலாம் படம் என்று வைத்திருந்தார்கள்? கலாம் இறந்ததும் ஒவ்வொரு தெரு முனையிலும் கலாம் படத்தை வைத்து ஊதுபத்தி ஏற்றி அவருக்கு விடை கொடுத்தார்கள். ஒரு வாரம் அந்தப் படம் தெருமுனையில் இருந்தது. இதே மாதிரியான ஒரு பிம்பம்தான் சர்வதேச

இலக்கிய வாசகர்களுக்குத் தேவைப்படுகிறது. தஸ்தயேவ்ஸ்கி அப்படி வார்க்கப்பட்ட ஒரு தெய்வ பிம்பம்.

இப்படிப்பட்ட பிம்ப உருவாக்கத்தில் என்ன ரசாயனக் கலவையெல்லாம் நடக்கிறது என்று பார்த்தால் பெரும் ஆச்சரியக் கதைகளைக் காணலாம். இந்த பிம்ப உருவாக்கத்தின் அடிப்படை மூலக்கூறு நெக்ரோஃபீலியாதான். பிணத்தைத் தின்னும் மனநிலை. இதை நாம் பிணத்தை வழிபடும் மனநிலை என்று மாற்றிக் கொள்வோம். யார் யாரெல்லாம் கஷ்டப்பட்டார்களோ, ரத்தம் கண்ணீரெல்லாம் சிந்தினார்களோ, பட்டினி கிடந்தார்களோ சுருக்கமாகச் சொன்னால் நிராதரவாக நடுத்தெருவில் நின்றார்களோ - பாரதி மாதிரி, தஸ்தயேவ்ஸ்கி மாதிரி - அவர்களுக்கெல்லாம் வழிபாட்டு பிம்பம் ஆவதற்கான முழுத் தகுதியும் இருக்கிறது. இன்னும் சரியான உதாரணம், காந்தி. அவர் நினைத்திருந்தால் பிரதம மந்திரி ஆகியிருக்கலாம். நினைத்திருந்தால் எப்படியெப்படியோ வாழ்ந்திருக்கலாம். ஆனால் அவர் பதவியை நிராகரித்தார். நல்ல ஆடைகளைக் கூட புறக்கணித்து விட்டு ஒரு பிச்சைக்காரனைப் போல் உடை உடுத்திக் கொண்டார்.

கலாமை ஏன் கொண்டாடுகிறார்கள்? அதே காந்தி ஃபார்முலா. எப்படியெப்படியோ வாழ்ந்திருக்கலாம்; ஆனால் எளிய மனிதனாக வாழ்ந்தார். பிம்ப வழிபாட்டுக்காரர்களுக்கு டால்ஸ்டாயைப் பிடிக்காது. டால்ஸ்டாயின் எழுத்து பிடித்தாலும் கூட அவர் ஒரு ஐகான் கிடையாது. ஏனென்றால், அவர் ஒரு நிலச்சுவான்தார். ஆயிரக்கணக்கான ஏக்கர் நிலங்களுக்குச் சொந்தக்காரர். அதையெல்லாம் அவர் தன்னுடைய பண்ணைக் கூலிகளுக்குப் பிரித்துக் கொடுத்தார். அதைப் பற்றியெல்லாம் கவலை இல்லை. தஸ்தயேவ்ஸ்கியைப் போல் *firing squad* முன்னால் நின்றாரா? தஸ்தயேவ்ஸ்கியைப் போல் சைபீரியப் பனிப் பாலைகளில் கைதியாக அலைந்தாரா? பதிப்பாளரிடம் வாங்கிய பணத்துக்கு மாத இறுதிக்குள் நாவலை முடித்துக் கொடுக்க வேண்டும். ஆனால் எழுதவோ தட்டச்சு செய்யவோ முடியாமல் நரம்புத் தளர்ச்சி நோயால் கை நடுங்குகிறது.

கெடுவுக்குள் கொடுக்காவிட்டால் அந்தக் கொடூரமான சைபீரியப் பனிப் பிரதேசத்தில் மீண்டும் கைதியாகச் செல்ல நேரிடும். இப்படியாகப்பட்ட ஆள்தான் மாபெரும் மக்கள் திரளின் வழிபாட்டு பிம்பமாக ஆக முடியும். இப்படிப்பட்ட ஒரு வழிபாட்டு பிம்பம்தான் அப்துல் கலாம். சிகரெட் குடிக்க மாட்டார். மது அருந்த மாட்டார். முஸ்லிமாக இருந்தாலும் வீணை வாசிப்பார். முஸ்லிமாக இருந்தாலும் அசைவம் சாப்பிட மாட்டார். கிட்டத்தட்ட ஹிந்து. கிட்டத்தட்ட பிராமணர். காட்சிக்கும் எளியவர். லஞ்சம், ஊழல், வேண்டியவர்களுக்கு நல்லது செய்து கொடுப்பது - இந்த மாதிரி ஒரு வேலை கிடையாது. அப்பழுக்கற்ற ஆசாமி. தூக்கி மாட்டுய்யா வழிபாட்டு பிம்பத்துக்கு ஏற்றவர் இவர்தான். பாமரனின் ஹீரோ.

இதே பாமர மனப்பான்மைதான் உலகம் பூராவிலும் உள்ள புத்திஜீவிகளிடமும் இலக்கிய வாசகர்களிடமும் கூட நிலவுகிறது. இவர்களுடைய வழிபாட்டுக்கு அவ்வப்போது பிம்பங்கள் தேவை. சல்மான் ருஷ்டிக்கு மரண தண்டனை. கிட்டத்தட்ட நடமாடும் பிரேதம். பிம்ப வழிபாடு செய்பவர்கள் யார்? *Necrophiles*. அவர்களுக்கு ருஷ்டியை விட வேறு நல்ல கேஸ் யார்? ஆள் உயிரோடும் இருக்கிறார். பிணத்துக்கும் பிணம். மரண தண்டனை விதிக்கப்பட்டு பாதுகாவலர்களின் துப்பாக்கிகளுக்கு இடையே வாழ்பவர். நெக்ரோஃபைல்ஸுக்கு அல்வா மாதிரி. தூக்கி வைத்தார்கள் ஐவரி டவரில். இந்த பிம்ப வழிபாட்டில் இன்னொரு சிறப்பு அம்சம் என்னவென்றால், பிம்பங்கள் மாறிக் கொண்டே இருக்கும். கொஞ்ச நாள் ருஷ்டி. அடுத்தாற்போல் தஸ்லீமா நஸரீன். அப்புறம் ஆளே இல்லை. வழிபாட்டு மேடை காலியாகவே இருந்தது. அப்போதுதான் வந்தார் பெருமாள் முருகன். கொலை மிரட்டல் விடப்பட்டவர். உயிருக்கே அச்சுறுத்தல். ஊரே திரண்டு வந்து மிரட்டுகிறது. இலக்கியத் தகுதி இருக்க வேண்டும் என்றெல்லாம் அவசியம் இல்லை. காலி மேடையில் தூக்கி வைத்து விட்டார்கள்.

எல்லாவிதமான சமூக ஆராய்ச்சிகளையும் செவ்வனே செய்து

முடிக்கும் ஒரு சமூகவியல் ஆய்வாளர், பெருமாள் முருகனிடம் அவர் நூலில் கையெழுத்து வாங்குவதற்காக வரிசையில் நின்ற போது என் கைகால் நடுங்கியது என்று எழுதுகிறார். இதை விட 'எனக்கு சமூகவியலும் தெரியாது, ஒரு புண்ணாக்கும் தெரியாது' என்று சொல்லும் ஒரு சாதாரண இலக்கிய வாசகனுக்கு பெருமாள் முருகன் எழுதுவது இலக்கியமே அல்ல என்று தெரியுமே? இந்த சமூகவியல் ஆய்வாளர் புடுங்கிக்கு ஏன் தெரியவில்லை? இலக்கிய சொரணையுணர்வு கிடையாது, அவ்வளவுதான்.

இம்மாதிரியான வாசகர்களை ஆங்கிலத்தில் lumpen-literati என்று சொல்வார்கள். ஒரு மாதிரி படித்த முட்டாள் என்று சொல்லலாம். ஆனாலும் லும்பன் லிட்ரேட்டி என்பதற்கு மிகச் சரியாக மொழிபெயர்ப்பு அல்ல. இலக்கியம் பற்றிய சுரணையுணர்வே இல்லாமல் இலக்கிய வாசகர்களாக அறியப்படும் முழு மூடர்கள் என்று சொல்லலாம். இப்படிப்பட்ட லும்பன் லிட்ரேட்டிகள்தான் இன்று பெருமாள் முருகனையும் அவரை ஒத்தவர்களையும் வழிபாட்டு பிம்பங்களாக்கிக் கொண்டிருக்கின்றனர். இப்படிச் சொல்வதால் பெருமாள் முருகனும் ஹாருகி முராகாமியும் ஒன்று என்று நான் சொல்லவில்லை. அகிலனையும் சுஜாதாவையும் ஒப்பிட முடியாது அல்லவா? பெருமாள் முருகன் அகிலன். முராகாமி சுஜாதா. என்ன, எலீட் சுஜாதா.

எப்படி இம்மாதிரி முராகாமி போன்ற இலக்கிய நடுவாந்திரங்கள் அகில உலக இலக்கிய பிம்பங்களாக மாறுகிறார்கள் என்பதற்கான தரவுகளையே நான் மேலே எடுத்துக் கூறியிருக்கிறேன். ஒரு மொழியில் எத்தனையோ இலக்கிய மேதைகள் இருப்பார்கள். ஆனால் அவர்கள் எல்லோரையும் புறந்தள்ளி விட்டு ஒரே ஒரு ஆளை இலக்கிய உலகம் வழிபட்டுக் கொண்டிருக்கும். நூறு உதாரணங்கள் இப்போதே கொடுக்கலாம். இன்னும் ஒரு கேஸ் ஞாபகம் வருகிறது. ஆ. மாதவன். இவர் எழுதிய விளிம்புநிலை மனிதர்கள் உலக எழுத்திலேயே கம்மி. இவர் அடைந்த உயரம் மிகப் பெரியது. ஆனால் இவரை யாருக்கும

தெரியாது. ஆனால் குஞ்சு குளுவான்களெல்லாம் ஜி. நாகராஜன் ஜி. நாகராஜன் என்று கரைந்து கொண்டிருக்கும். காரணம், ஆ. மாதவன் சாதாரணமாக ஒரு மளிகைக்கடை வைத்துக் கொண்டு திருவனந்தபுரத்தில் ஒரு சம்சாரியாக வாழ்ந்தார். பிம்ப வழிபாட்டுக்கான எந்த அம்சமும் அவரிடம் இல்லை. ஆனால் ஜி.நாகராஜன் ஒரு பிராமணன். என்னடா இது எடுத்த எடுப்பில் ஜாதியைச் சொல்கிறானே என்று முகத்தைச் சுளிக்காதீர்கள். விஷயம் இருக்கிறது. ஒரு ஆஜானுபாகுவான அய்யர். டுட்டோரியல் காலேஜில் பேராசிரியர். அதுவும் ஆங்கிலம். அதுவும் அவர் ஆங்கிலம் நடத்தினால் "இன்று ஜி.என். வகுப்பு எடுக்கிறார்" என்று மதுரை தியேட்டர்களில் ஸ்லைடு போடுவார்கள். அப்பேர்ப்பட்டவர் குடி அடிமையாகி, கஞ்சா அடிமையாகி சாக்கடையில் புரண்டார். பார்ப்பவர்களிடமெல்லாம் கஞ்சா அடிப்பதற்காக அஞ்சு ரூபாய் கேட்டார். விளிம்புநிலை மனிதர்களைப் பற்றி எழுதினார். அது ஒரு பாடாவதி எழுத்து. அதிகமாக ரொமாண்டிஸைஸ் செய்யப்பட்ட எழுத்து. ரா. பார்த்திபன் பாணி கதைகள். அதெல்லாம் நமக்கு எதற்கு? கஞ்ஜா அடித்தாரா? இருமி இருமி செத்தாரா? நாம் யார்? நெக்ரோஃபைல். பிணந்தின்னி. எடுத்துப் போடு ஜி. நாகராஜனை. விளிம்பு நிலை மனிதர்களைப் பற்றி எழுதிய மகோன்னதமான எழுத்தாளர். முடிந்தது கதை. அ. மாதவன்? போய்யா போ. அவரைத் தூக்கி அந்தாண்டை போடு. மளிகைக் கடை வைத்திருந்தவரெல்லாம் ஐகான் ஆக முடியுமா? இதற்கிடையில் ஒரு விமர்சகர் எழுதினார், ஜி.என். னின் மனைவி நோயால் சாகவில்லை. ஜி.என்.தான் கொன்றார். ஓ ஜீஸ். இலக்கியவாதி ஐகான் ஆவதற்கு இன்னொரு தகுதி. விளிம்புநிலை அல்லவா?

ஆக, இந்த வரைமுறை எதற்குள்ளும் அடங்காத, மகா சொகுசுப் பேர்வழியான, பொண்டாட்டிக்குப் பாத்திரம் தேய்த்துக் கொடுத்துக் கொண்டிருக்கிற சாரு நிவேதிதா ஒரு காலத்திலும் வழிபாட்டு பிம்பம் ஆக முடியாது. மேலே குறிப்பிட்ட வழிபாட்டு பிம்பங்களிடம் இருக்கும் ஒரு பொதுக் குணத்தை கவனித்தீர்களா? எல்லோரும் தியாகிகள். பலரும்

உயிரைக் கொடுத்தார்கள். பெருமாள் முருகன் உயிரை விட முக்கியமான எழுத்தையே துறக்கிறேன் என்றார். ஆனால் நானோ வாசகர்களிடம் பணம் வாங்குகிறேன். அடப்பாவி. நீயெல்லாம் ஒரு எழுத்தாளனா? ஆக, தஸ்லீமா நஸரீனுக்கு அடுத்தபடியாக வழிபாட்டு பிம்பம் இல்லாமல் அனாதையாக அலைந்து கொண்டிருந்த ஆங்கில இலக்கிய லும்பன் லிட்ரேட்டிக்குக் கிடைத்ததுதான் ஹாருகி முராகாமி. அவர் ஒன்றும் தியாகமெல்லாம் செய்யவில்லை. *Sheer luck. Sheer* விபரீத ராஜயோகம். தேவ கெளடா பிரதமர் ஆகவில்லையா, அந்த மாதிரி. சுஜாதா மாதிரி திறமையும் இருந்தது, இல்லையென்று சொல்லவில்லை. நீங்கள் கேட்கலாம், என்ன சாரு, அதற்கென்று சுஜாதாவோடு ஒப்பிடுகிறீர்கள்? தவறில்லை. சுஜாதா ஜப்பானிய சூழலில் இருந்திருந்தால் முராகாமி மாதிரி எழுதியிருக்கலாம். கனவுத் தொழிற்சாலை எழுதியவர்தானே?

இன்னொரு விஷயம் விடுபட்டது, என் அத்யந்த நண்பர்கள் பற்றி. நார்வேஜியன் வுட் பற்றி மாய்ந்து மாய்ந்து எழுதுகிறார்கள். இப்படி ஒரு நாவலைப் படித்ததே இல்லை. ஆஹா ஓஹோ. *அப்படியென்றால் ராஸ லீலா என்ன? அப்படியென்றால் நீங்கள் எந்த அடிப்படையில் சாருவோடு பழகுகிறீர்கள்? எந்த அடிப்படையில் இரவு முழுவதும் அவரோடு பேசிக் களிக்கிறீர்கள்? ராஸ லீலாவின் நிழலைக் கூட நார்வேஜியன் வுட்டினால் தொட முடியாதே ஐயா?* சரி, என் அத்யந்த நண்பர்கள் என்னைப் பற்றி எழுதும்போது என்ன எழுதுகிறார்கள் என்று பார்த்தால், *சாரு பிரமாதமாக சமைப்பார். சாரு அருமையாகப் பழகுவார். சாரு ஒரு குழந்தை மாதிரி.* நான் என்ன சமையல் கலைஞர் பட்டப்பாவா ஐயா? சமைப்பதும் நன்றாகப் பழகுவதும்தான் என் அடையாளமா? என்னுடைய நாவலை நீங்கள் படித்தீர்களா? அதை உலக இலக்கியத்தில் எந்த இடத்தில் வைப்பீர்கள்? ஒருநாள் என் எழுத்தைப் படித்தார் வாணி கபில்தேவ். இவர் பற்றி எழுதியிருக்கிறேன். டுபாகோ அண்ட் ட்ரினிடாட் தீவுகளைச் சேர்ந்தவர். ஒரு பல்கலைக்கழகத்தில் பேராசிரியை. வி.எஸ். நாய்ப்பாலின் நெருங்கிய சொந்தம். என் எழுத்தைப் படித்து விட்டு ஒரு

கரீபியன் இலக்கிய இதழில் சாருவின் எழுத்து நபக்கோவுடன் ஒப்பிடக் கூடியது என்று எழுதினார்.

இன்னொரு ஸ்லோவேனிய எழுத்தாளர் *Tomaz Salamun* "உங்கள் எழுத்து ஆங்கிலேயர்களுக்குப் புரியாது. ஜெர்மன் மொழியில் மொழிபெயர்க்க முயற்சி எடுத்துக் கொள்ளுங்கள். அங்கேதான் உங்களைக் கொண்டாடுவார்கள்" என்றார்.

விவேக் நாராயணனும் ஆலன் ஸீலியும் (*Allan Sealy*) என் எழுத்து பற்றி மதிப்பீடு செய்ததை நான் இணையத்தில் பகிர்ந்திருக்கிறேன். மார்ஜினல் மேன் முன்னுரையில் ஆலன் ஸீலி எழுதியிருக்கிறார். மலையாள எழுத்தாளர் ஸக்கரியா ஸீரோ டிகிரி நாவலுக்குக் கொடுத்த முன்னுரை என் வாழ்வில் கிடைத்த முதல் விருது. இத்தனை தம்பட்டமும் எதற்கு என்றால், என் அத்யந்த எழுத்தாள நண்பர்கள் நார்வேஜியன் வுட் பற்றிப் புகழாராம் சூட்டி விட்டு, சாரு நன்றாக சமைப்பார், ரொம்ப நன்றாகப் பழகுவார் என்கிறார்கள். நான் யாரையும் மனதில் வைத்துக் கொண்டு இதை எழுதவில்லை. என்னைப் பற்றி எழுதுகின்ற எல்லா தமிழ் எழுத்தாளர்களையும்தான் சொல்கிறேன். இங்கேயும் ஜெயமோகனும் எஸ்.ரா.வும் மட்டுமே விதிவிலக்கு. எஸ்.ரா. என் எழுத்து பற்றி எக்கச்சக்கமாகப் பேசியிருக்கிறார். ஜெ. எழுதியிருக்கிறார். அது மலையாளத்தில் இருப்பதால் ஒருவேளை நீங்கள் படிக்காதிருக்கலாம். என்னைப் பற்றிய புகழ்ச்சிக் கட்டுரை அல்ல அது. ஸீரோ டிகிரி நாவலைப் பற்றி அவர் அணுகும் விதம், அவருக்கு அதன் சாதக பாதக அம்சங்கள் ஆகியவை அந்தப் பேட்டியில் உண்டு.

நான் என்ன சொல்கிறேன் என்றால், எனக்கு ஏன் சாரு நிவேதிதாவைப் பிடிக்காது என்று எழுதுங்கள் என்கிறேன். உடனே அவன் வைன் குடிப்பான் என்று ஆரம்பிக்கக் கூடாது. என்னைப் பாராட்டுபவர்களும் சரி, திட்டுபவர்களும் சரி, என் பழக்கவழக்கங்களை மட்டுமே எடுத்துக் கொள்கிறார்கள். நான் என்றால் என் எழுத்து. சாருவின் எழுத்து எனக்கு ஏன் பிடிக்கவில்லை? எழுதுங்கள். அதுதான் நான் வேண்டுவது. நண்பர்களிடமும் சொல்கிறேன். சாரு நன்றாக சமைப்பார்.

அடேய் பாவிகளா! என் எழுத்தைப் பற்றி எழுதுங்கள். எவனோ ஒரு முராகாமி பற்றி மாய்ந்து மாய்ந்து எழுதுகிறீர்கள். ஆனால் சாருவோடு தண்ணி அடித்தோம், பாருக்குப் போனோம். இதுதான் சாரு நிவேதிதாவின் அடையாளமா? அப்படியானால் நானும் முராகாமியைப் போல் உங்களால் எட்ட முடியாத இடத்தில் இருந்தால்தான் எழுதுவீர்களா? அது மரணம்தான். ஆகக் கடைசியில் ஆபிச்சுவரியில்தான் ”பார்க்க” முடியும் போல் இருக்கிறது!

இன்னொரு உதாரணம், நேற்று ஜெகா என்னைப் பற்றி எழுதியது. சாரு ஒரு ஆள்தான் விகடனை தகிரியமாக விமர்சித்தது. உடனே ஒருத்தர் வந்து ரெண்டு பேர் டவுசரையும் கழற்றி விட்டார். யோவ், எத்தனையோ பேர் விகடனை விமர்சித்து விட்டார்கள், என்னய்யா பேசுகிறாய்? டேய் ஜெகா. நீ எங்கே வேண்டுமானாலும் போய் மொக்கை வாங்கு. என்னையும் ஏண்டா இழுத்துக் கொண்டு போய் மானக்கேடு செய்கிறாய்? விகடனே ஒரு செத்த பாம்பு. அதுக்கு ஒரு விமர்சனம். அதுக்கு ஒரு தகிரியம். ஹெ, இதுவா என் அடையாளம்? இதைத்தான் சொன்னேன் நண்பர்களே. என் நண்பர்களுக்கே என்னை அடையாளம் தெரியவில்லை. ஆனால் நார்வேஜியன் வுட் பற்றி மாய்ந்து மாய்ந்து எழுதுவார்கள்.

யார் சி.சு. செல்லப்பாவைப் படிக்கவில்லையோ (ஜீவனாம்சம்), யார் க.நா.சு.வைப் படிக்கவில்லையோ (அசுரகணம்), யார் எம்.வி. வெங்கட்ராமைப் படிக்கவில்லையோ (காதுகள்), யார் கு.ப.ரா.வைப் படிக்கவில்லையோ, யார் தி.ஜானகிராமனைப் படிக்கவில்லையோ, யார் நகுலனைப் (நவீனன் டயரி, நினைவுப் பாதை) படிக்கவில்லையோ, யார் ந. பிச்சமூர்த்தியைப் படிக்கவில்லையோ, யார் தி.ஜ.ரங்கநாதனையும், சார்வாகனையும், சா. கந்தசாமியையும் (சாயாவனம்), ந.முத்துசாமியையும் (நீர்மை), ந. சிதம்பர சுப்ரமணியனையும், அசோகமித்திரனையும் (தண்ணீர்) படிக்கவில்லையோ அவர்கள் தாய் தந்தையற்ற அனாதைகள். அவர்கள் சொல்லும் வெளிநாட்டுப் பெயர்களுக்கெல்லாம் எந்த அர்த்தமும் இல்லை. என் ஊரில் ஆறுமுகம் என்ற ஒருத்தன்

அப்துல் காதராக மாறினான். அது பற்றிப் பிரச்சினையே இல்லை. ஆனால் அவன் தந்தையைப் பிச்சை எடுக்க விட்டு விட்டான். தெருத்தெருவாகப் பிச்சை எடுத்தார் ஆறுமுகம் அப்பா. மனைவி இறந்து போய் ஒற்றை ஆளாக, மறுமணம் செய்து கொள்ளாமல் கொத்தனாராக இருந்து ஆறுமுகத்தை வளர்த்தார். இஸ்லாத்தில் இப்படி அப்பனைப் பிச்சை எடுக்க வைப்பது அனுமதிக்கப்பட்டது இல்லை என்பதும் அப்படிப் பிச்சை எடுக்க வைத்தவனுக்கு ஒருபோதும் அல்லாஹ்வின் அருள் கிட்டாது என்பதும் அவனுக்குத் தெரியாது. அந்த ஆறுமுகத்தைப் போன்றவர்களே நம் மூதாதையர்களின் பெயர் தெரியாதவர்களும். உடனே நீங்கள் குற்றவுணர்ச்சி கொள்ளாதீர்கள். உங்களைக் குற்றவுணர்ச்சிக்கு ஆளாக்குவது என் நோக்கம் அல்ல. ஆனால் ஜீவனாம்சம் படித்ததில்லை, பல்ஸாக்கின் மதாம் பொவாரி வாசித்திருக்கிறேன் என்று சொல்வீர்களானால் உங்களுக்கு இம்மை மறுமை இரண்டிலுமே மன்னிப்புக் கிடையாது. இந்தக் கட்டுரைக்கும் கடைசிப் பத்திக்குமான தொடர்பு புரிகிறதா?

23.5.2020.

சாரு நிவேதிதா

18.12.1953இல் திருவாரூர் மாவட்டத்தில் திருத்துறைப்பூண்டிக்கு அருகில் உள்ள இடும்பாவனம் என்ற ஊரில் பிறந்தார். வளர்ந்ததும் பள்ளிப் படிப்பும் நாகூரில். கல்லூரிப் படிப்பு காரைக்கால், தஞ்சாவூர், திருச்சி. கல்லூரிப் படிப்பை முடிக்கவில்லை. சென்னையில் ஒரு ஆண்டு சிறைத்துறையில் எழுத்தர் பணி. 1978இலிருந்து 1990 வரை தில்லி நிர்வாகம் - சிவில் சப்ளைஸ் துறையில் ஸ்டெனோ. பின்னர் பன்னிரண்டு ஆண்டுகள் தமிழ்நாடு அஞ்சல் துறையில் பணி. 2002இலிருந்து முழுநேர எழுத்து.

இகனாமிக் டைம்ஸ் நாளிதழின் அகில இந்தியப் பதிப்பில், 2001 - 2010 என்ற பத்தாண்டுகளின் சாதனையாளர் பட்டியலில் தமிழகத்திலிருந்து இடம் பெற்ற இரண்டு பேர்களில் ஒருவர் சாரு நிவேதிதா.

இவரது நாவல் 'ஸீரோ டிகிரி' Jan Michalski சர்வதேசப் பரிசுக்குப் பரிந்துரைக்கப்பட்டது. ஹார்ப்பர் காலின்ஸ் தொகுத்த, இந்தியாவின் ஐம்பது முக்கிய புத்தகங்களில் ஒன்றாகவும் தேர்ந்தெடுக்கப்பட்டது.

ஆங்கிலப் பத்திரிகைகளில் இவர் எழுதும் கட்டுரைகள் சர்வதேச அளவில் கவனம் பெற்றவை. லண்டனிலிருந்து வெளியாகும் PS Publication-இன் Exotic Gothic தொகுதியில் இவரது Diabolically Yours என்ற பேய்க்கதை ஆங்கிலத்தில் வெளியாகி உள்ளது. தற்சமயம் லண்டனிலிருந்து வெளிவரும் ArtReview Asia என்ற பத்திரிகையில் தொடர் கட்டுரை எழுதி வருகிறார்.

இவரது எழுத்தை ஆங்கில விமர்சகர்கள் விளதிமீர் நபக்கோவ், வில்லியம் பர்ரோஸ், கேத்தி ஆக்கர் போன்ற எழுத்தாளர்களோடு ஒப்பிடுகிறார்கள். உலகின் முக்கியமான transgressive வகை எழுத்தாளர்களில் ஒருவராகக் கருதப்படுகிறார் சாரு நிவேதிதா. தற்போது சென்னையில் வசிக்கிறார்.

ஆசிரியரின் பிற நூல்கள்

நாவல்

1. எக்ஸிஸ்டென்ஷியலிஸமும் ஃபேன்சி பனியனும்
2. ஸீரோ டிகிரி
3. ராஸ லீலா
4. காமரூப கதைகள்
5. தேகம்
6. எக்ஸைல்
7. ஒளரங்ஸேப்

ஆங்கிலத்தில் கிடைக்கும் நூல்கள்

1. Zero Degree - Novel
2. Marginal Man - Novel
3. Morgue Keeper - Selected Short Stories
4. Unfaithfully Yours - Collection of Articles
5. Towards a Third Cinema
6. To Byzantium: A Turkey Travelogue

சிறுகதைத் தொகுப்பு

1. கர்னாடக முரசும் நவீன தமிழ் இலக்கியத்தின் மீதான ஓர் அமைப்பியல் ஆய்வும்
2. நேநோ
3. மதுமிதா சொன்ன பாம்பு கதைகள்
4. ஷேக்ஸ்பியரின் மின்னஞ்சல் முகவரி
5. ஊரின் மிக அழகான பெண் (மொழி பெயர்ப்புச் சிறுகதைகள்)
6. முத்துக்கள் பத்து (தேர்ந்தெடுத்த சிறுகதைகள்)
7. Diabolically Yours - Exotic Gothic Vol-2 இல் வெளிவந்த சிறுகதை

நாடகம்

ரெண்டாம் ஆட்டம்

கட்டுரைத் தொகுப்பு

1. கோணல் பக்கங்கள் - பாகம் 1
2. கோணல் பக்கங்கள் - பாகம் 2
3. கோணல் பக்கங்கள் - பாகம் 3
4. கலகம் காதல் இசை
5. வாழ்வது எப்படி?
6. எனக்குக் குழந்தைகளைப் பிடிக்காது
7. தீராக் காதலி
8. கனவுகளின் மொழிபெயர்ப்பாளன்
9. கடவுளும் நானும்
10. மூடுபனிச் சாலை
11. ஆஸாதி... ஆஸாதி... ஆஸாதி...

சினிமா

கேள்வி - பதில்

நேர்காணல்

இணையதளம்

www.charuonline.com
www.charunivedita.com